மாலதி மைத்ரி (1968)

புதுச்சேரி மாநிலத்தைச் சேர்ந்த இவர் பள்ளிக்கல்வி மட்டுமே முடித்தவர். *சங்கராபரணி, நீரின்றி அமையாது உலகு, நீலி, எனது மதுக்குடுவை, முள் கம்பிகளால் கூடு பின்னும் பறவை* இவரது கவிதைத் தொகுப்புகள். *விடுதலையை எழுதுதல், நம் தந்தையரைக் கொல்வதெப்படி, வெட்டவெளி சிறை* என மூன்று கட்டுரைத் தொகுப்புகளின் ஆசிரியர். *பறத்தல் அதன் சுதந்திரம், அணங்கு* கட்டுரை நூல்களின் தொகுப்பாசிரியர். இவரின் படைப்புகள் ஆங்கிலம், மலையாளம், இந்தி, கன்னடம், கலீசியன், பிரெஞ்ச் மற்றும் ஜெர்மன் மொழிகளில் மொழிபெயர்க்கப்பட்டுள்ளன. தமிழில் முதல் பெண்ணிய இதழான *அணங்கு* இதழாசிரியர். *அணங்கு பெண்ணியப் பதிப்பகத்தின்* பதிப்பாளர். சூழலரசியல், ஒடுக்கப்பட்டோருக்கான அரசியல், சமூக நீதி மற்றும் மனித உரிமைகள் களத்தில் இயங்கி வருபவர்.

சிறந்த கவிதைத் தொகுப்பிற்கான திருப்பூர் தமிழ்ச் சங்க விருதும், புதுவை அரசின் கம்பன் புகழ் விருதும் பெற்றுள்ளார். இவரின் கவிதை மற்றும் இயக்கம் பற்றி 'Elephant Story' ஆவணப்படத்தை அஞ்சலி மாண்ரியோ-ஜெய்சங்கர் உருவாக்கியிருக்கின்றனர்.

நம் தந்தையரைக் கொல்வதெப்படி

மாலதி மைத்ரி

அணங்கு
பெண்ணியப்பதிப்பகம்

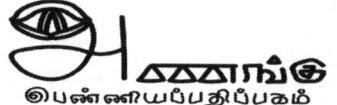

நம் தந்தையரைக் கொல்வதெப்படி • மாலதி மைத்ரி • கட்டுரைகள்

© மாலதி மைத்ரி

முதல் பதிப்பு: 2008
அணங்கு பதிப்பு: டிசம்பர் 2018 • பக்கம்: 160

வெளியீடு: அணங்கு பெண்ணியப் பதிப்பகம்
3, முருகன் கோவில் தெரு, கணுவாப்பேட்டை, வில்லியனூர், புதுச்சேரி - 605110
email: anangufeministpublication@gmail.com
பேசி: +91 9968454175, +91 9599329181

அட்டை வடிவமைப்பு: நரேந்திரன்

அணங்கு வெளியீடு: 12

Nam Thanthayaraik Kolvatheppadi • ***Malathi Maithri*** • **Essays**

© Malathi Maithri

First Edition: 2008
Anangu Edition: December 2018 • Pages: 160
Published by: Anangu Feminist Publication
3, Murugankoil Street, Kanuvapet, Villianur, Puducherry - 605110

Wrapper Design: Narendran

ISBN: 978-81-935787-3-5

விற்பனை உரிமை - எதிர் வெளியீடு
96, நியூ ஸ்கீம் ரோடு. பொள்ளாச்சி - 642 002
தொலைபேசி: 04259 226012. +91 99425 11302
www.ethirveliyedu.in

விலை: ரூ.160

பெண்களுக்கு...

உள்ளடக்கம்

கலாச்சாரத்தின் கழைக்கூத்தும் தமிழர்களின் பொய்நடையும் 9
குஷ்பு இட்லியும் தமிழ் அடிப்படைவாதமும் 14
பாசிசமே பண்பாடாய் 22
கடவுளின் கண்களால் வாசிக்கப்படும் பெண்மொழி 28
நம் தந்தையரைக் கொல்வதெப்படி 35
வன்கொடுமையே வாழ்வியல் அறம் 49
இன்பம் ஆணுக்கு தண்டனை பெண்ணுக்கு 56
'கீதாரி' தனது வீடுகளைச் சுமந்தலைபவர்களின் கதை 63
ஆரத்தழுவி ஆயுதத்தை முதுகில் குத்துதல் 68
நெருப்பும் நீரும்... 72
பேய்ப் பிடித்த சொற்கள் 74
தேசத்தைக் கொன்றவர்களின் கொள்கை "ஆள்வது ஆணாகயிருக்கட்டும் வீழ்வது பெண்ணாக இருக்கட்டும்" 76
நிற் தகைக்குநர் யாரே? 79
வளர்ச்சித் திட்டங்களா வறியவர்களைக் கொல்லும் திட்டங்களா 92
தரிசு நிலத்தில் நங்கூரமிடப்பட்ட தோணி 101
மொழி வெளியை வரையும் தந்தையரின் விரல்கள் 109
தமிழ் இனி விரைந்துச் சாகும் 113
காந்தியின் ராட்டினத்தில் நூற்கப்படும் தூக்குக் கயிறு 116
கண்காணிப்பு தணிக்கை தண்டனை 119
நேர்காணல்கள்
மாலதி மைத்ரி 127
இந்திரா ராஜன் 138
மரியா ரெய்மோன்தெஸ் மெய்லன் 147

கலாச்சாரத்தின் கழைக்கூத்தும் தமிழர்களின் பொய்நடையும்

திருவிழாக்களுக்கு பல முகங்கள் உண்டு. பல்வேறு கலப்பட மனித கூட்டத்தையும் வாடையையும் புதிய இணக்கத்தையும் பகையையும் ஏமாற்றத்தையும் வலியையும் விதைத்துவிட்டுச் சென்றுவிடும். தேடித்தேடி செல்வதில்லை என்றாலும் வில்லியனூரில் இருந்தபோது அங்கு திருவிழா நடந்தால் தோழிகளுடன் சென்றதுண்டு. மகிழ்ச்சியுடன் ஆரம்பித்து சோகத்தில் முடியும் ஒரே திருவிழா என்பதால் போக வேண்டும் என நினைத்திருந்தேன். ஒவ்வொரு சித்திரைமாதமும் கூத்தாண்டவர் கோயில் திருவிழாவுக்குப் போவது தள்ளிப்போய்க் கொண்டிருந்தது. தனியே செல்லவேண்டாம் என அறிவுறுத்தப் பட்டு, பலத் தடங்கலுக்குப் பின் செல்வக்குமாரியின் முனைவர் ஆய்வுக்காக கூவாகம் புனிதப் பயணம் செய்யும் பெரும்பேறு கிட்டியது. இந்த பாவபுண்ணியத்திற்கு செல்வக்குமாரிக்கும் சரி பங்குண்டு. காரில் போகலாமா பஸ்ஸில் போகலாமா, இரண்டு பேர் மட்டும் போகக்கூடாது, வேறுசில நண்பர்களை அழைக்கலாமா இப்படியான குழப்பங்களுக்கு மத்தியில் தாமதமாகி *5.30*க்குப் பேருந்து பிடித்து விழுப்புரம் போய் இரவு *7.00* மணிக்குச் சேர்ந்தோம்.

நாங்கள் பயணம் செய்த பேருந்திலேயே புதுவை ‘சகோதரன்’ அமைப்பைச் சேர்ந்த ஐந்து அரவானிகளும் அவர்களுடன் இரண்டு ஆண்களும் வந்திருந்தனர். அங்கேயே தமிழ்க் கலாச்சார நாடகம் அரங்கேறத் தொடங்கியது. ஐந்தாறு கல்லூரி மாணவர்கள் அரவானிகளைக் கேலிசெய்தபடி வந்தனர். நான் கடைசி இருக்கையில் இருந்தேன். கூட்ட நெரிசலில் சிரிப்பொலி மாத்திரம் அவர்களிடமிருந்து வந்து கொண்டிருந்தது. செல்வக் குமாரி அரவானிகளுடன் அமர்ந்திருந்தார், அம்மாணவர்களிடம்

பேசவும் அவர்களின் சீண்டல் குறைந்தது. தான் எழுதியுள்ள ஆய்வுக்கான குறிப்பைக் கொடுத்துப் படிக்க வைத்தார். பிறகு சத்தத்தைக் காணோம். விழுப்புரம் பழைய பேருந்து நிறுத்தத்தில் அவர்களும் மாணவர்களும் இறங்கிக் கொண்டனர். மாறி மாறி பறக்கும் முத்தங்களைக் கொடுத்துக் கொண்டனர். அதில் ஒருவன் பணத்தை அள்ளிக்கொடுக்க ஒருத்தி கட்டிப்பிடித்து முத்தம் தந்தாள். அவன் புதுவையில் ஏறியதிலிருந்தே தனது இளித்த வாயை மூடாமல் வந்தான்.

விழுப்புரம் பேருந்து நிறுத்தத்தில் ‘கூவாகம் பஸ் எங்க நிக்கும்’ என்று கேட்டதற்கு எல்லோரும் எங்களை வேற்றுக் கிரகவாசிகளைப் போல் பார்த்தனர். பின்னிருக்கையில் இருந்த அரவானிகளிடமிருந்து கைகொட்டலும் பாட்டொலியும் அந்த இறுக்கத்திலும் புழுக்கத்திலும் களைகட்டியது. பாட்டப் பாடு என்று ஆண்கள் அவர்களை வளைத்துக்கொண்டு கத்திக் கொண்டிருந்தனர். பணத்த கொடு பாடறேன் என்றனர். மீண்டும் பாடத் தொடங்கினர். புளி பானை மாதிரி அடைத்துகொண்டு 8.30 மணிக்கு பேருந்து கூவாகம் சேர்ந்தது. கூத்தாண்டவர் கோயில் திருவிழா அதன் சடங்குகள் பற்றி பொதுவாக எல்லோரும் அறிந்த ஒன்றுதான். தமிழ்ச் சமூக ஒழுக்கத்தைப் பற்றியும் புனித குடும்ப உறவைப்பற்றியும் வெளி உலகில் மார்த்தட்டிக்கொள்ளும் அரசியல்வாதிகளும் மதவாதிகளும் ஒருபுறம் அங்கீகரிக்கப்பட்ட விபச்சாரத்தை அத்திருவிழாவில் நடத்திக்கொண்டிருக்கிறார்கள்.

வயது வித்தியாசமின்றி நம் குடும்பத்து ஆண்கள் எதிர்ப்படும் அரவானிகளை, பெண்களை சீண்டிக்கொண்டும் பொதுவாக முலைகளைப் பிடித்திழுக்க, ஆபாச வக்கிர வெறிப்பிடித்த மிருகமென அலைந்தனர். அரவானிகள் தங்கள் விருப்பமின்றி தொடமுயலும் ஆண்களை ஆபாசமாகத்திட்டி ரகளை செய்தனர். நம் குடும்பத்து ஆண்கள் சிலர் அவர்களிடம் உதை வாங்கிக்கொண்டு ஓட்டமெடுத்தனர். பேரம் படிந்த நம் குடும்ப ஆண்கள் புதுமாப்பிளைப்போல் கொஞ்சிக்கொண்டு அரவானி களை அணைத்தபடி திரிந்தனர். கோயிலைச் சுற்றியுள்ள வயல் இருளில் ஜோடி ஜோடியாகப் பதுங்கினர். வசதி படைத்தோர் தங்கள் கார்களில் ஏற்றிக்கொண்டு மறைந்தனர்.

எயிட்ஸ் பற்றிய விழிப்புணர்வு பிரச்சாரம் திரையிலும் துண்டுப்பிரசுரமுமாக ஆங்காங்கே வினியோகிக்கப்பட்டன.

தமிழகம், புதுவையைச் சேர்ந்த மனித உரிமைக் கழகம் மற்றும் சில தன்னார்வத் தொண்டுநிறுவனங்கள் சேர்ந்து நடத்திய அரங்கில் இலவச ஆணுறை வழங்கப்பட்டது. ஒரு மர ஆண்குறி மாதிரியை வைத்து ஆணுறைகளைப் பயன்படுத்தும் செயல்முறை விளக்கமும் கொடுக்கப்பட்டது. பால்வினை நோய்குறித்த வண்ணப்படங்களின் மூலம் பாலுறுப்புகளில் ஏற்படும் நோய் குறித்தும் விளக்கம் அளிக்கப்பட்டது. பதினைந்து வயது சிறுவனிலிருந்து ஐம்பதைத் தாண்டிய ஆண்கள்வரை குழுக் குழுவாக வந்து ஆணுறைகளை வாங்கிச் சென்றனர். பெங்களூர் சங்கமத்தைச் சேர்ந்தவர்களுடன் சற்று நேரம் பேசிக் கொண்டிருந்தோம். பிறகு தாலிகட்டும் நிகழ்ச்சியையும் அரவான் முன் நிகழ்ந்த கும்மிக்கொட்டும் ஆட்டத்தையும் பார்த்துவிட்டு ஆஷா பாரதியுடன் அரைமணி நேரம் பேசிக்கொண்டிருந்தோம்.

"சிறுவயதிலேயே குடும்பத்தைவிட்டு துரத்தப்படுவதால் இவர்களுக்கு கல்வியறிவும் தொழிலறிவும் கிடைக்காமல் போகிறது. படிப்பறிவும் சமூக அங்கீகாரம் அற்ற எங்கள் சமூகத்தினர் 90% பேர் பாலியல் தொழிலையே நம்பி வாழ வேண்டியுள்ளது. இவர்களுக்கும் தங்களை இதிலிருந்து விடுத்துக் கொள்ளப் போதிய விழிப்புணர்வு இல்லை" எனக் குறிப்பிட்டார்.

"பத்து மணிக்குமேல் இங்கு தங்க முடியாது. இங்க நடக்கற அநியாயத்தை இதுக்குமேல பாக்க முடியாது" என எங்களிடம் விடைபெற்றுக் கொண்டு கிளம்பிவிட்டார்.

இவர்களை இப்படியே இந்நிலையிலேயே வைத்திருப்பதுதான் ஆண்களுக்காகச் சமூகம் வழங்கியுள்ள சலுகை. வீட்டில் மனைவி என்ற பாலியல் அடிமை. திரும்பிய பக்கமெல்லாம் பணத்தை வீசியெறிந்து அவர்களின் வக்கிரத்தைத் தீர்த்துக்கொள்ள பாலியல் தொழிலாளிகளை உருவாக்கி வைத்துக்கொள்வதுடன், கூடுதலாக அரவானிச் சமூகத்தையும் ஆண்களின் பாலியல் வக்கிரத்துக்குப் பலியாக்கிக் கொண்டிருக்கிறது நமது சமூகம். இந்தச் சமூகம் ஆண்களுக்குக் கட்டுத் தளையற்ற பாலியல் சந்தையைத் திறந்து வைத்துக்கொண்டு பெண்களின் கற்பைப் பற்றி மூச்சுமுட்டப் பேசுவதன் போலித்தனம் சகிக்க முடியவில்லை.

இரவு பத்துமணியளவிலேயே நிற்க இடமில்லாமல் கூட்டம் அலைமோதிக் கொண்டிருந்தது. டிஸ்கவரி தொலைக்காட்சியில் நீர்த்தேடி நாடுவிட்டு நாடு செல்லும் பெரும்திரளான மிருகங் களைக் காட்டி மிரட்சியூட்டுவார்கள். அதுபோல பத்து மணிக்கு

மேல் ஆண்கள் மந்தைமந்தையாய் தள்ளிக்கொண்டும் முட்டி மோதிக்கொண்டும் வரத்தொடங்கினர். நாங்கள் பதினொரு மணியளவில் அங்கிருந்து கிளம்பினோம். பேருந்து நிற்குமிடத்துக்கு வருவதற்குள் கையிலிருந்த தண்ணீர் பாட்டிலால் அடித்துக் கொண்டுதான் வரமுடிந்தது. போதையில் அடிவாங்கிக் கொண்டு மிரண்டு விலகினர். வயதுவித்தியாசமின்றி எல்லோரும் போதை யிலிருந்தனர். மனித உரிமை கழகத்தைச் சேர்ந்த நண்பர்கள் பேருந்துவரை வந்து வழியனுப்பி உதவினர். பேருந்து முக்கி முனகி நகர்ந்து அரை பர்லாங்கிலேயே இரண்டுமணி நேரம் நின்றுவிட்டது. அவரவர்களுக்கு வசதிபட்ட வாகனங் களில் இரவு ஒருமணி வரை கூட்டம் வந்துக் கொண்டேயிருந்தது. ஒரு மணிக்குப் பிறகுதான் எதிர்வரும் கூட்டம் சற்று குறைந்தது. அதன்பிறகு எல்லாப் பேருந்துகளும் நகர்ந்தன.

திருவிழாவுக்கு வருகிறவர்களை வரவேற்க பா.ம.கட்சியும் விடுதலைச் சிறுத்தை கட்சியினரும் வரவேற்பு பேனர்கள் வைத்திருந்தனர். அழகிப் போட்டிக்கு பரிசளிக்க வந்த 'பெண்ணே நீ' ஆசிரியர் கவிதாவை வரவேற்றும் பேனர்கள் வைக்கப்பட்டி ருந்தன. ஒரு லட்சம் பேர் இத்திருவிழாவுக்கு வந்திருப்பர். நூற்றுக்கும் குறைவான காவலர்களே பாதுகாப்புப்பணியில் இருந்தனர். இதில் நேர்த்திக்கடன் செய்யக் குடும்பத்துடன் குழந்தைகளுடன் வந்தவர்களும் உண்டு. சுற்றுப்புற மாவட்டங் களைச் சேர்ந்த சிறுவர்களுக்கும் ஆண்களுக்கும் எளிதாக உடலுறவு கிடைக்கும் சந்தையாகவும், சிறுவர்கள் ஆண்களின் வரைமுறையற்ற வக்கிரத்தையும் அத்துமீறலையும் பார்த்துப் பழகிக்கொள்ளும் சமூக செயல்முறை பயிற்சிப் பட்டறையாகவும் இத்திருவிழா இருந்தது. குடும்பத்தினருடன் வந்த குழந்தைகள் இந்த காட்சிகளை எப்படி எதிர்கொண்டு எதிர்காலத்தில் என்ன முன்மாதிரியுடன் ஆரோக்கியமாக வளர முடியும். ஆனால் பள்ளிகளில் முறைப்படி பாலியல் கல்வியை அறிமுகப்படுத்த மதவாதிகளும் அரசியல்வாதிகளும் விடுவதில்லை.

ஏனெனில் குழந்தைகளும் பெண்களும் பாலியல் விழிப் புணர்வு அடைந்தால் ஆண்களின் வக்கிரத்துக்குப் பலியாவதும் பாலியல் சுரண்டலுக்குள்ளாவதும் சில சதவீதம் குறைந்து போய்விடுமல்லவா? இந்தக் கூட்டத்தில் சமூகத்தின் அனைத்து வகுப்பினரும் இருந்ததில், தேசிய ஒருமைப்பாட்டையும் சமூக இடஒதுக்கீடு பிரதிநிதித்துவத்தையும் காணமுடிந்தது. ஆண்களின்

கற்பைப் பற்றி அரசியல்வாதிகளுக்கும் குடும்பப் பெண்களுக்கும் சந்தேகமோ கேள்வியோ கிடையாது. இவர்கள் குடும்பத்துக்குள் கொண்டு வருவது பால்வினைநோய் மட்டுமில்லை. ஒருவனுக்கு ஒருத்தி என்ற நமது பண்பாட்டு முழக்கத்தை மட்டுமில்லை. ஆணாதிக்க வக்கிரச் சீழ்பிடித்த இந்தக் கலாச்சாரத்தை முளைப்பாரி மாதிரி காலங்காலமாக பெண்கள் தலையில் சுமக்கவைக்கும் திறமையையும்தான். இப்படிப்பட்ட ஆண்களை ஏற்றுக்கொண்டு சகித்துவாழும் பெண்களின் அடிமை மனோவியலை நினைத்தால்தான் பயமாக இருக்கிறது.

குஷ்பு இட்லியும் தமிழ் அடிப்படைவாதமும்

பெண்ணின் சமூக மதிப்பு பின்னுக்குத் தள்ளப்பட்டு ஆணின் நலன்கள் முன்னெடுக்கப்பட்டும் ஆணாதிக்க மேலாண்மை உறுதி செய்யப்பட்டும் இலக்கியங்கள் உருவாக்கப் படும்போது அவை அறம், ஒழுக்கம் போன்றவற்றை மீறும் அதிகாரத்தை ஆணுக்கு வழங்கி பெண்ணை மட்டும் முடக்கி வைக்கின்றன. தனது சந்ததியைத் தாங்கிப் பேணி வளர்த்து சொந்த ரத்த உறவைக் காப்பாற்றும் தாதிகள் ஒரு பகுதியாகவும் தனது வரைமுறையற்ற பாலியல் இன்பத்தை அனுபவிக்கத் தேவையான பரத்தைகள் ஒரு பகுதியாகவும் பெண்ணினத்தை இரண்டாக்குகிறது. இரண்டாம் பகுதியினரை இழிவானவர்களாக நிறுத்திச் சமூகத்தின் ஒட்டுமொத்த வெறுப்பையும் அவமதிப்பை யும் புறக்கணிப்பையும் முதற்பகுதி பெண்களின் மூலமாகவே செலுத்துகிறது. ஆனால், முதல் பகுதி பெண்கள் பரத்தைகளிடம் உறவாடிவிட்டு வரும் கணவனையோ காதலனையோ புறக்கணிக்க முடியாது. அதற்கு அவர்களுக்கு எவ்வித உரிமையும் இச்சமூக இலக்கியங்கள் வழங்கவில்லை.

ஒழுக்கம் என்பது சங்ககாலத்திலேயே பெண்ணின் பாலியல் ஒழுக்கம் என்று திரிக்கப்பட்டு ஆணின் பாலியல் துய்ப்புக்கும் பாலியல் வன்முறைக்கும் வரைமுறையற்ற அதிகாரத்தைத் தமிழ்ச் சமூகம் வழங்கிவிட்டது. குற்றவுணர்வுடைய ஆண்மனம் சதா தொல்லைக்குள்ளாகிறது. தன் மனைவி எக்கணத்தில் தன்னைப் பழித்தீர்த்துக் கொல்வாள் என எண்ணி அஞ்சுகிறது. அந்த அச்சத்திலிருந்து மீளவும் தன் சமூகநிலையை உறுதி செய்து கொள்ளவும் பெண்ணின் உடல் இயக்கத்திற்கு எல்லையற்ற சட்ட திட்டங்களையும் விதிமுறைகளையும் வகுக்கிறது. அச்சட்ட திட்டங்கள் குடும்பத்தின் மூலம் பெண்ணுக்குப் பயிற்றுவிக்கப் படுகிறது. இவற்றை மீறும் பெண்களுக்கு மிகக் கடுமையான தண்டனைகளை வழங்குகிறது. இவற்றைக் காப்பாற்றும் பெண் களைத் தெய்வமாக்கிக் கொண்டாடுகிறது. ஒரு ஆண் தனக்கு

வழங்கப்பட்ட பெண்ணைத் தவிர வேறு பெண்களுடன் உறவு கொள்வது அதிகபட்ச இன்பமாகவும் கொண்டாட்டமாகவும் ஆண்மையின் பெருமை கூறுவதாகவும் இருக்கிறது. ஆனால் ஒரு பெண் தனக்கு வழங்கப்பட்ட ஆணைத் தவிர வேறு ஆண் களுடன் உறவுகொள்ளுதல் என்பதைவிட நட்பு கொள்ளுதல் என்பதுகூட மரணத்தை நோக்கிய விழைவாகி விடுகிறது.

ஆணின் வரைமுறையற்ற பாலியலைக் கொண்டாடும் பேரிலக்கியங்களுக்கு ஈடாக நாட்டுப்புறக்கதைகள் பெண்ணின் பாலியல் மீறலைப் பதிவு செய்கிறது. எல்லா விளைவுகளுக்கும் எதிர் விளைவு உண்டு என்பதன் விதிப்படி ஆணின் வரை முறையற்ற பாலியல் துய்ப்பு வெளிப்படையானது என்றால் பெண்ணின் வரைமுறையற்ற பாலியல் துய்ப்பு ரகசியமானது. ஆனால் ஆணாதிக்கச் சமூகம் இந்த யதார்த்தத்தை மறைக்க முயலுகிறது. ஏனெனில் ஆணின் அதிகாரம் ஒரு இடத்தில் இல்லாமல் ஆக்கப்படுவதை ஆணால் ஏற்க முடிவதில்லை. தன் கீழே பெண் அடங்கியிருக்கிறாள் என்பதன் மூலம் ஆண் அடையும் மகிழ்ச்சியை ஆணால் இழக்க முடிவதில்லை. ஒரு பெண்ணின் இயக்கம் முற்றாக ஒரு ஆணின் கட்டுப்பாட்டிலிருந்து விடுபடும்போது அவனால் கொல்லப்படுகிறாள். அக்கொலையாளி சமூக மானத்தை காத்த மாவீரனாக என்றும் கொண்டாடப் படுகிறான். இதன் மூலம் சமூகம் மீண்டும் ஆணின் ஆளுகைக் குள் பெண் உட்பட்டவள் என்பதைப் பகிரங்கமாக அறிவித்து உறுதி செய்கிறது.

ஒரு சமூகம் எந்த அளவுக்குப் பெண்களை ஒடுக்குகிறதோ அந்த அளவுக்கு பிற சமூகத்திடம் அடிமைப்பட்டும் அடி பணிந்தும் கிடக்கும். ஒரு சமூகத்தில் அறம், பொருள், இன்பம் என்ற சொற்களின் அர்த்தம், பெண், ஆண் இரு பால்களுக் கிடையே வேறுபடும்போது அச்சமூகம் ஆண்டான், அடிமை என்ற உளவியலால் இயக்கப்படுகிறது. தமிழர்கள் இந்த உளவியலால் கட்டமைக்கப்பட்டவர்கள். ஒரு பெண்ணின் சுதந்திரத்தால், இனத்தூய்மையும் இனத்தொடர்ச்சியும் பாதிக்கும் என நம்பும் ஒரு சமூகம் தன்னை வேறொரு சமூகத்தின் காலடியில் எழவே முடியாதபடி ஒப்படைத்து விடுகிறது. மறத் தமிழனின் வீரத்தைப் பற்றி மார்த்தட்டிக் கொள்ளும் தமிழன் 14ஆம் நூற்றாண்டுக்குப் பிறகு பிற நில/நாட்டினரிடம் அடிமைப்பட்டுக் கிடந்தது ஏன்?

உலகிலேயே அதிகமாக வைரம், தங்கம், தாமிரம் மற்றும் அடர்ந்த காடுகளையும் உயிரினங்களையும் இயற்கை வளங்களாகப் பெற்ற ஆப்பிரிக்க தேசங்கள் வல்லரசாக முடிய வில்லை. ஆனால் ஆப்பிரிக்காவின் வளங்களை அவர்களை வைத்தே கொள்ளையிட்ட ஐரோப்பிய நாடுகள் இன்று வல்லரசாக இருக்கின்றன. மீளவே முடியாத நோய்களுக்குள்ளும் வறுமைக்குள்ளும் உள்நாட்டு போருக்குள்ளும் சிக்கி மடிந்து கொண்டிருக்கிறது ஆப்பிரிக்க இனம். தன் இனப்பெண்ணை அதிகமாக ஒடுக்குமுறைக்கு உள்ளாக்கும் ஒரு சமூகம் தாழ்வுற்று இருக்க நேர்கிறது. இன்றும் இச்சமூகங்களில் பெண்களின் கிளிடோரிஸ் வெட்டப்படுகிறது. முகம் சிதைக்கப்படுகிறது. உதடுகள் துளையிடப்பட்டு மண் தட்டு சொருகப்படுகிறது. சில ஆப்பிரிக்க சமூகங்களில் திருமணத்திற்கு முன் குழந்தை பெற்றுவிட்ட பெண் கல்லெரிந்து கொல்லப்படுகிறாள்.

உலகமே இன்று பெட்ரோலியப் பொருட்களால் இயங்கிக் கொண்டிருக்கிறது. அரபு நாடுகளில் இன்று பெட்ரோல் எடுப்பது நிறுத்தப்பட்டால் உலகின் இயக்கமே குலைந்துவிடும். உலக இயக்கத்துக்கு எரிபொருளைக் கொடுக்கும் அரபு நாடுகள் எந் நாளும் வல்லரசாக முடியாது. இவை பெண்களின் புழங்கு வெளி யையும், காலத்தையும் கட்டுப்படுத்துகின்றன. பெண் உடல் மீது தனது எல்லையற்ற உரிமையை நிலைநிறுத்த எந்நேரமும் கவனத் துடன் இயங்கும் ஒரு சமூகம், ஏதாவது ஒரு சமூகத்தின் அல்லது பன்னாட்டு நிறுவனத்தின் மேலாதிக்கத்தின் கீழ் அடிமைப்பட்டும் சுரண்டப்பட்டும் தன்னுரிமை இழந்தும் கிடக்கும் என்பதற்கு அரபு தேசங்கள் உதாரணமாகின்றன. சமூகத்தின் சரிபாதியான பெண்களின் பங்கெடுப்பு இல்லாமல் எந்த ஒரு நாடும் ஒடுக்குமுறைக்கெதிரான போராட்டத்தில் வெற்றியையோ மிகப்பெரும் அறிவுப் பாய்ச்சலையோ சாதித்துவிட முடியாது. நவீன காலத்தின் பொருளாதார வாழ்வியல் போக்கிலிருந்து பெண்களை விலக்கி வைக்க முயலும் சமூகம் விரைவில் தன்னையே அழித்துக்கொள்ளும் அல்லது அந்நிய சக்தியால் அழிக்கப்படும். எந்தச் சமூகம் பெண்களுக்குப் பரவலான உரிமையையும் நீதியையும் வழங்குகிறதோ அச்சமூகம் முன்னேறிய சமூகமாகவும் மேலாதிக்கம் செலுத்தும் சமூகமாகவும் மாறும். அச்சமூகத்தில்தான் நவீன அறிவியல் கண்டுபிடிப்புகள் நிகழும். தன்னைத்தானே அறிவியல் கண்டுபிடிப்புகளால் புதுப்பித்துக் கொள்ளும் சமூகம்தான் வலிமையுடையதாக மாறும்.

சாதி, மதம், இனம் இவற்றின் அடிப்படையில் எழும் தேசியம் மற்றும் சமூகக் கட்டமைப்புகள், பெண்ணின் உடலை மையமாக வைத்து இயங்குகின்றன. சாதித் தூய்மை, மதத் தூய்மை, இனத் தூய்மை இவற்றை மையமாக வைத்து இயங்கும் சமூக அமைப்புகள் பெண்ணின் தூய்மை என்பதை வன்முறையுடன் வலியுறுத்துகின்றன. தமிழர்கள், குறுநில மன்னர்களாக ஆட்சி செய்தபோது படையெடுப்பில் கைப்பற்றிய தமிழச்சிகளை பரத்தைகளாக்கி பொது மகளிராக்கி வைத்தவர்கள். பேரரசர்கள் படையெடுப்பில் கைப்பற்றிய தமிழச்சிகளை தாசிகளாக்கி பொது மகளிராக்கி வைத்தவர்கள். மேல்சாதி பண்ணையார்கள் கீழ்சாதி தமிழச்சிகளைக் கொத்தடிமைகளாக்கி பொது மகளிராக்கியவர்கள். இன்று நவீன விஞ்ஞான வளர்ச்சியில் தனியார்க் கம்பெனி மற்றும் அரசுப் பொது நிறுவனங்களில் வேலைக்குச் செல்லும் தமிழ் பெண்களைப் பாலியல் வன்முறைக்குள்ளாக்குவதும் நம் தமிழர்கள்தான். நம் தலித் பெண்களை கூட்டாக பாலியல் வன்முறைக்குள்ளாக்குவதும் நம் சாதித் தமிழர்கள்தான். நம் தமிழ்ப் பழங்குடிப் பெண்களை பாலியல் வன்முறைக்குள்ளாக்கியதும் நம் தமிழ் அதிரடிப்படைதான். சிறுமிகளுக்கு பாலியல் கொடுமை இழைக்கும் உறவினர்களும் நம் தமிழர்கள்தான். இன்று தமிழ்நிலத்தில் பிழைப்பற்று மாற்றுப் பிழைப்பின்று நெடுஞ்சாலையோரம் பாலியல் தொழிலாளியாக்கி நிற்க வைத்ததும் நம் தமிழ் அரசியல்வாதிகள்தான். தமிழ்ச் சமூகம் இவ்வளவு பெண் உடல்களைச் சூறையாடியதைக் கொண்டாடி மகிழும் விதமாக தமிழ்ச் சினிமாவும் பெண்களை ஆணுக்கான காட்சி விருந்தாகப் படைக்கிறது. கோடிக்கணக்கான தமிழ் ஆண்களின் கனவுக் கன்னிகளாக அந்தந்த கால நடிகைகள் இருப்பதன் உளவியல் இன்னும் கேள்விக்குள்ளாக்கப்படாமலே தான் இருக்கிறது. குஷ்பு இட்லியை கலாச்சார உணவாக்கிக் கொண்டாடிக் கொண்டிருக்கிறார்கள் தமிழர்கள்.

பெண்ணைப் போற்றும், தெய்வமென மதிக்கும் சமூகம் எனத் தன்னை எப்போதும் முன்மொழிந்துகொள்ளும் ஒரு சமூகத்தின் வரலாறுதான் மேலே கூறப்பட்டது. இதன் வழி வளர்ந்த சமூகம், வளர்த்தெடுக்கப்பட்ட சமூகம் எப்படி ஒரு ஆரோக்கியமான சமூகமாக இருக்க முடியும். இச்சமூகத்தின் ஆண் உடல் பசியைத் தீர்த்துக்கொள்ள சிறுமிகள் வேண்டும். காதலிகள் வேண்டும. மனைவிகள் வேண்டும். பொது மகளிர் வேண்டும். அரவானிகள்

வேண்டும். விளம்பரங்கள் வேண்டும். திரைப்படங்கள் வேண்டும். இவை கலாச்சாரப் பெருமையாக்கப் படவும் வேண்டும்.

சமீபத்தில் நடிகை குஷ்பு தமிழ்ப்பெண்களின் கற்பை குறைத்து மதிப்பிட்டு கருத்துச் சொன்னார் என்று காரணம் கூறி தமிழ் அமைப்புகள் என்ற பேரில் சில கட்சிகளைச் சேர்ந்த ஆண்களும் பெண்களும் செருப்பு, துடப்பம் போன்றவற்றைக் கையிலேந்தி ஆர்பாட்டங்கள் நடத்தினர். (செருப்பபும், துடப்பமும் மட்டுமல்ல அரிவாள்மனையும் பெண்ணுக்கான ஆயுதம்தான். ஆனால் கட்சியினர் பெண்களிடம் அதைத்தரவில்லை. பயம் காரணமோ?) அந்நடிகையின் கொடும்பாவி எரிக்கப்பட்டது. அந்நடிகை மீது தமிழ்நாடு முழுவதும் 30க்கும் மேற்பட்ட வழக்குகள் தொடுக்கப்பட்டன. இங்கு மீண்டும் பெண்கள் இருநிலைகளில் நிறுத்தப்பட்டார்கள். ஒன்று குடும்பப் பெண். மற்றது சினிமா நடிகை என்ற ஒரு பொது மகள். அவர் கூறிய கருத்து மிகப்பெரிய பிரச்சினையாக உருவெடுத்ததற்கு வேறுசில காரணங்களை அரசியல் நோக்கர்கள் கூறுகிறார்கள். குஷ்புவின் அரசியல் பிரவேசத்தைத் தடுக்க, விஜயகாந்தின் அரசியல் எழுச்சியைக் கட்டுப்படுத்த. இந்த அரசியல் விஷயங்கள் எப்படியிருந்தாலும் இதற்குப் பணயமாக வைக்கப்பட்டு அரசியல் ஆக்கப்பட்டது தமிழ்ப் பெண் உடல்தான். தமிழ்ச் சமூகம் நிஜத்தை ஒருபோதும் விரும்புவதில்லை. தமிழ்ப் பெண்களின் கற்புக்கு காவலர்களாகத் தம்மை முன்னிறுத்திப் போராடிய விடுதலைச் சிறுத்தைகள் அமைப்பினரும், பாட்டாளி மக்கள் கட்சியினரும் சமூக யதார்த்தத்தை எதிர்கொள்ள மறுக்கிறார்கள். தமிழகம் முழுதும் தலித் பெண்கள் அதிகமாகப் பாலியல் வன்முறைக்கு ஆளாவது சாதி இந்துக்களால். தலித் பெண்களின் மீது தொடர்ந்து நிகழ்த்தப்படும் பாலியல் வன்முறைக்கெதிராக இந்த இரு அமைப்புகளும் இணைந்து இதுவரை ஏன் எந்த போராட்டத்தையும் முன்னெடுக்கவில்லை?

குஷ்புவுக்கு எதிரான போராட்டங்களில் பெண்கள் அதிக அளவில் பங்கெடுத்துக்கொண்டார்கள். இத்தமிழ்ப் பெண்கள் தங்கள் கணவன் அல்லது மகன் ஒரு சினிமா நடிகையின் போஸ்டரைத் தன் வீட்டில் ஒட்டும்போதோ ஓட்டல்களில் பரிமாறப்படும் குஷ்பு இட்லியை தின்னும்போதோ அவர்களுக்கு எதிராகச் செருப்பையும் துடப்பத்தையும் எடுக்காதது ஏன்? மேலும் தன் கணவனுக்கு, மகனுக்கு எதிராக வழக்கு

தொடுக்காதது ஏன்? குடும்பம் குடும்பமாக உட்கார்ந்து பெண்களை அவமதிக்கும் தமிழ்த் திரைப்படங்களைக் காலங்காலமாகப் பார்த்து புளகாங்கிதம் அடைவது ஏன்?

'பெண் திருமணத்துக்கு முன் உடலுறவு வைத்துக் கொள்ளலாம்' என்ற கருத்தை குஷ்பு பத்திரிகையில் தெரிவித்ததால் எதிர்க்கப்படுகிறார். அவரை தமிழ்நாட்டை விட்டு வெளியேற்ற வேண்டும் என்கிறார்கள். அதே கருத்தை தங்கர்பச்சான் தென்றல் என்ற படமாக்கிக் கொண்டாடினால் அசல் தமிழ்த் திரைப்படைப்பாளி என கிராமம் கிராமமாக கூப்பிட்டுப் பாராட்டுகிறார்கள். இதே கருத்தைச் சங்கராச் சாரியார் வேறுவகையில் மிக வக்கிரமாக 'வேலைக்குச் செல்லும் பெண்கள் ஒழுக்கக் கேடானவர்கள்' என்று சொன்னபோது இவர்கள் எங்கே போனார்கள். வேலைக்குச் செல்லும் தமிழ்ப்பெண்களின் கற்பை இழிவுபடுத்திய சங்கராச்சாரியை தமிழ்நாட்டை விட்டு வெளியேற்ற ஏன் போராட்டம் நடத்தவில்லை?

பெண்விடுதலை என்பது வேறு, பால் சமத்துவம் என்பது வேறு. இந்த நூற்றாண்டில் சாதி, மத, வர்க்க ஏற்றத்தாழ்வான சமூக அமைப்பில் ஆண் என்னவிதமான வாழ்க்கை வாழ்கிறானோ அதே மாதிரியான வாழ்க்கை தனக்கும் வேண்டும் எனக் கேட்பது பால் சமத்துவம். மேல்தட்டு வர்க்கப் பெண்கள் இந்த எல்லா வகையான சமூக வாய்ப்புகளையும் என்றோ அடைந்துவிட்டார்கள். அடித்தட்டுப் பெண்களின் விடுதலைக் கும் இவர்களுக்கும் எந்த உறவும் கிடையாது, எஜமானி என்பதைத் தவிர. பெண் விடுதலை என்பது ஐந்து நட்சத்திர ஓட்டல் கலாச்சாரம் அல்ல.

பெண்ணியம் அல்லது பெண் விடுதலை என்பது ஆண்களின் விடுதலையையும் உள்ளடக்கியது. மனித சமூகம் சாதி, மத தளைகளிலிருந்து விடுதலையடைந்து வரவேண்டும் என விரும்புகிறது. சாதி, மத வேறுபாட்டையும் அதன் அடிப்படையில் உருவாகிய அரசியல் சட்டதிட்டங்களையும் எதிர்க்கிறது. சாதி, மதத்தை முன்வைத்து நிகழும் வன்முறை களையும் எதிர்க்கிறது. குடும்பம் என்ற அமைப்புதான் சாதி, மத, சமூக வன்முறையின் கருவறையாக இருப்பதால் குடும்பம் என்ற அமைப்பைச் சிதைக்க வேண்டும் என்கிறது.

நம் தந்தையரைக் கொல்வது எப்படி

ஆண், இந்தக் குடும்பம் உற்பத்தி செய்த சாதி ஆணாகவும், இங்கு உள்ள மதங்கள் உற்பத்தி செய்த மத ஆணாகவும் இருக்கிறான். ஒரு ஆண் தன் சாதி, மதத்திலிருந்து என்று விடுதலையடைகிறானோ அன்றுதான் ஒரு பெண்ணியவாதி அவனை நேசிக்க முடியும். இந்தச் சமூகக் கட்டமைப்பில் ஒரு ஆண் தன் சாதி, மதத்திலிருந்து வெளியேற அவசியமில்லை. ஏனெனில் இவை அனைத்தும் அவனுக்காகவே உருவாக்கப் பட்டவை. இவ்வமைப்பு ஆண்களின் நலன்களைப் பேணிப் பாதுகாத்து அவர்களை ஊட்டி வளர்க்கும்போது அவர்கள் ஏன் இச்சுகவாழ்விலிருந்து வெளியேற வேண்டும் எனக் கேட்டுக்கொள்கிறார்கள்.

அறம், சமூக நீதி இவற்றின் ஈடுபாட்டால் இளமையில் கம்யூனிசம் போன்ற சோஷலிச தத்துவக் கோட்பாடுகளின் பின்னணியில் அரசியலுக்கு வருபவன் பின் அது தரும் கூடுதல் அதிகாரத்தைத் தன்சாதி, மத அடையாளத்துடன் இணைத்துக் கொள்கிறான். அறிவுஜீவி ஆண்கள் தன் சமூக அடையாளத்தி லிருந்து வெளியேறி விடுதலையாகி விடுவார்கள் என்ற நம்பிக்கையும் தற்போது பொய்த்துப் போய்விட்டது. தங்களின் அறிவுஜீவி அடையாளத்தைத் தன்சாதி, மத, குல பெருமையாகக் கொண்டாடத் தொடங்கிவிட்டார்கள். இவை எல்லாவற்றையுமே இன்று பெண்ணியம் சந்தேகிக்கிறது. கேள்வி கேட்கிறது. சாதி, மதத்திலிருந்து தன்னை துண்டித்துக் கொண்டு வெளியேறிய, அதன் அடையாளங்களைத் துறந்த மனிதர்கள், இணைந்து வாழும் ஒரு சமூகத்தைத்தான் பெண்ணியம் கனவு காண்கிறது. இத்தன்னிலைகள் பெருகி உருவாகும் குழுக்களுக்குள் பெண் தான் யாராக இருக்க வேண்டும் என விரும்புகிறாளோ அப்பொழுது அவள் அவளாக வாழ முடியும். அங்கு பெண் தனித்தும் வாழ முடியும். கூடியும் வாழ முடியும்.

இந்தச் சமூகக் கட்டமைப்பிற்குள்ளே ஒரு பிரிவு பாலியல் சுதந்திரம் வேண்டும் எனக் கேட்பது ஏற்கனவே அத்துமீறி ஆக்கிரமித்துக் கொண்டிருப்பவனுக்கு மேலதிகமாக தங்கள் உடம்புகளை வழங்கும் ஆபத்து நேர்ந்துவிடும். மேலும் பாலியல் சுதந்திரம் கிடைத்துவிட்டால் பெண்விடுதலை கிடைத்துவிடும் என நம்புவதும் போலித்தனமானது. இச்சமூகத்தில் பெண்கள் குடும்பத்தின் கட்டுப்பாட்டை மீறி பிற ஆண்களுடன் உறவு கொள்வது என்பது காலம் காலமாக நிகழ்ந்து கொண்டுதான்

இருக்கிறது. அப்பெண்கள் அனைவரும் விடுதலையடைந்த பெண்களாக ஏன் மாறவில்லை? அவர்களின் சந்ததிகள் ஏன் அவர்களின் வாழ்க்கை முறையைத் தொடர முடியவில்லை? தமிழ் நிலபிரபுத்துவ சமூகத்தில் கட்டமைக்கப்படும் கருத்தியல் மற்றும் வாழ்வியல் மதிப்பீடுகள் பெண்ணுக்கு எதிராக இருக்கும்வரை பாலியல் சுதந்திரம் என்பது, அதிகபட்சமான பெண்ணுடலை பெறக்கூடிய சாத்தியங்களை ஆணுக்கு ஏற்படுத்தித் தரும் வாய்ப்பாகத்தான் அமையும். எனவே பாலியல் மறுப்பு என்பதும்கூட பெண்ணியத்தின் ஒரு போராட்ட வடிவமே. ஒட்டுமொத்த சமூகப் புரட்சி என்பது பெண்விடுதலையை மையமாக வைத்தே இனி நிகழ முடியும். பாலியல் சுதந்திரத்தை மையமாக வைத்தல்ல. இச்சமூகம் பெண்ணுடலை நுகர் பொருளாக ஆக்கி வைத்திருக்கும்வரை அது நுகர்வுப் பொருளாக மட்டுமே பார்க்கப்படும். பெண் முதலில் தன்னுடலை விடுதலை செய்ய வேண்டும், ஜடத்திலிருந்து சக்தியாக.

நிலப்பிரபுத்துவ மதிப்பீடுகளைக் கொண்ட தமிழக, அரசியல்வாதிகளும் கல்வியாளர்களும் கலாச்சாரவாதிகளும் பெண் மீதான கட்டுப்பாடுகளை விதவிதமாக விதித்தபடி இருப்பது புதிய விஷயம் அல்ல. இவர்கள் அனைவருமே மனுவாதிகள்தான். இன்று பெரியாரியத்தை பேசுவது எந்த ஒரு அரசியல் அமைப்புக்கும் தவிர்க்க முடியாதது. ஆனால் பெரியார் என்பது எதிர்காலத்தில் தமிழ்ப் பெண்ணியத்தில் காட்டும் பெண்ணியம் என்பதைக்கூட எந்த ஒரு அரசியல் அமைப்பும் ஏற்றுக்கொள்வதில்லை. பெரியாரியம் மட்டுமே ஓர் அங்கமாக உயிர்வாழும் என்பது வெளிப்படையாகத் தெரிகிறது.

இன்று மூன்றாம் உலக, வளரும் நாடுகள் முதலாளித்துவ ஜனநாயகத்தைக்கூட பெண்களுக்கு வழங்க மறுத்தால், ஒரு சமூகம் தனக்குள்ளாகவே பிளவுபட்டு மோதி அழிய வேண்டிய நிலைக்குத் தள்ளப்படும். அல்லது வல்லரசுகள் மனித உரிமையைக் காப்பதாகக் கூறி ஆள உள்நுழைந்துவிடும். ஆப்கான் நமக்கு அருகில் இருக்கும் உதாரணம். தமிழ் அடிப்படைவாதம் என்பது தலிபானியமாக மாறிக்கொண்டிருக்கிறது.

பாசிசமே பண்பாடாய்

'எந்தப் பருவத்தினளாயினும், தனது இல்லத்திலே கூட எந்தப் பெண்ணும் தன்னிச்சைப்படி எச்செயலும் இயற்றலாகாது.' (மனு : 147)

'இளமையில் தகப்பன், பருவத்தில் கணவன், விதவையான பின் மக்கள் இவர்கள் காவலின்றிப் பெண்கள் தம்மிச்சையாக இயங்கலாகாது.' (மனு:148)

'தகப்பன், கணவன், மக்கள் இவர்களைத் தவிர்த்துத் தனித்திருக்க விரும்புதல் கூடாது. அப்படி தனித்திருப்பின், பிறந்தகம் புக்ககமாகிய இரு குலங்களுக்கும் நிந்தையுண்டாக்குவாள்.' (மனு:149)

ஒரு இனத்தின் மொழியை அழித்தால் அந்த இனம் அழிந்துவிடும் என்பது வரலாறு. அதுபோல் பெண்ணின் சிந்தனையை முடக்கினால் பெண்ணை அடக்கிவிடலாம் என்று கூறுகிறான் மனு. மனுவின் புத்திரர்கள் ஈராயிரம் ஆண்டுகளாக அப்பொன்மொழியின் அடியெற்றி வழிபிசகாமல் பயணிக் கின்றனர். பெண்கள் மீதான எல்லாவித வன்முறைகளுக்கும் அடக்குமுறைகளுக்கும் 'மனு சாஸ்திரம்' தமிழ்ச் சமூக உளவியலின் மைய பிரக்ஞையாக இருந்து தமிழர் வாழ்வியலை வழி நடத்திக்கொண்டிருக்கிறது. பௌத்தம், சமணம், மார்க்சியம் போன்ற அறங்கள் ஒவ்வொரு தனிமனித மதிப்பையும் சுய மரியாதையும் விடுதலையையும் பல குரல்களில் பேசினாலும் அதன் குரல்கள் மனுவால் அடக்கப்பட்டுவிட்டன. சில நூற்றாண்டுகளுக்கு முன் இந்தியாவில் காலூன்றிய இஸ்லாமும், கிருத்துவமும் கூடத் தப்பவில்லை. இம்மதங்கள் பெண்களின் மீதான கட்டுப்பாடுகளுக்கும் ஒடுக்குமுறைகளுக்கும் மனுவை ஸ்வீகரித்துக்கொண்டன. மனு சாஸ்திரம் நீதித்துறையால் அங்கீகரிக்கப்படாத சட்டமாக இருந்தாலும் இரண்டாயிரமாண்டு காலமாகச் சமூக நீதியாக தமிழனின் மூளையில் உறைந்து அவனை வழிநடத்திக்கொண்டிருக்கிறது. ஆனால் மனு தர்மத்தின் மீது கட்டமைக்கப்பட்ட தமிழர் பண்பாடு தற்போது நவீன பண்பாட்டு மாற்றத்திற்கு ஈடுகொடுக்க முடியாமல் சித்தம் கலங்கி தடுமாற்றமடைந்து வருகிறது இந்தப் பண்பாட்டு

பிறழ்ச்சிக்கும் பெண்கள் தான் காரணமெனக் கூறி மேலும் பெண் மீதான அடக்குமுறையை அதிகப்படுத்துகிறார்கள் தமிழர்கள். கலை என்ற பெயரில் குத்துப்பாட்டும் கோடம்பாக்கத்து வக்கிரமும் மனு சாஸ்திரத்தின் நவீன உத்தியாகத் தமிழர்களின் பண்பாட்டு அடையாளங்களாக உருமாற்றமடைந்து வருகின்றன. தமிழரின் சொல்லாடல் தமிழ்த் திரைப்படங்களின் உரையாடல் களால் ஆக்கிரமிக்கப்பட்டுள்ளது.

'பொருள், பிள்ளை இவற்றை விடவும், மனைவியைப் பிறர் கூடாமற் காத்தலே எவ்வருணத்தாருக்கும் மேலானதாகும்.' (மனு:358 அத்தியாயம் 8)

"பெண்ணொருத்தி எவ்வித ஆடவருக்குச் சூல் கொள்கின்றாளோ, அவ்விதமே குழந்தையைப் பெறுகின்றாள். ஆதலால் தூயதான சந்ததி அவளிடம் தோன்றும் பொருட்டு கூடா வொழுக்கமின்றி அவளைக் காப்பாற்றுக", என்றாலும் தங்கள் சாமர்த்தியத்தினால் மட்டுமே பெண்களைக் கூடாவொழுக்கத் தினின்றும் ஆடவர் யாரும் காப்பாற்றிவிட முடியாது. எனவே வீட்டிற்கு வேண்டிய பாத்திரம் முதலியவற்றைத் தேடிப் பெறுவதற்காக, பொருளை அவள்பால் கொடுத்தும், அதனைக் காப்பாற்றி வைத்து வேண்டியபோது அதனைச் செலவிடும்படி செய்தும், தட்டுமுட்டுச் சாமான்களைச் சுத்தமாக வைத்துக் கொள்ளச் செய்தும், வீட்டைத் துப்புறவாக்கி வைத்தல், தேவ பூசைக்கான ஏற்பாடுகளைச் செய்தல், அடுக்களைப் பொறுப்பு, பாத்திரம், படுக்கை முதலியவற்றைச் சரியாகக் கவனித்துக் கொள்ளல் போன்ற இன்றியமையாத இல்லத்துக் காரியங்களை மனைவிக்குக் கற்பித்து, அவற்றை அவளைக் கொண்டு செய்வித்தல் போன்றவற்றாலும் அவளது மனம் வேறிடம் செல்லாமற் காக்க. (மனு:9, 11 அத்தியாயம் 9)

உலகமயமாதலுக்கு மண் போனால் என்ன? பொருள் போனால் என்ன? தன் பெண் போகாமல் காப்பதே சிறந்த தமிழர் பண்பாடு. தூய தன் சாதி ரத்த வாரிசைக் காப்பாற்ற தமிழன் எப்படியெல்லாம் தலைகீழாகக் குட்டிக்கரணம் போட வேண்டியிருக்கிறது. இப்படிப் பெண்களுக்கு கற்பு காப்புக்கவசம் அணிவிக்க பரிந்துரை செய்யும் மனு பல இடங்களில் ஆதிக்கச் சாதியினரின் சொத்தைக் காக்க அந்தர் பல்டி அடிப்பதைப் பார்க்கலாம்.

ஒருவனுக்கு சந்ததியின்றிக் குலமே முடியுமானால் உற்றார் உறவினர் அனுமதியுடன் அவன் மனைவி தனது பங்காளி உறவுகளுடன் உடலுறவு கொண்டு பிள்ளை பெறலாம். *(மனு:59 அத்தியாயம் 9)*

பெரியோர் அனுமதியுடன் விதவையைக் கூட நேர்கிறவன், உடல்

எங்கும் நெய் பூசி இரவில் இருட்டான இடத்தில் அவளைக்கூடி, பிள்ளை பெறலாம். (மனு; 69 அத்தியாயம் 9)

இப்போது மனு 'பெண்களே கற்பை எரவானத்தில் சொருவி வைத்துவிட்டு போய் எவனோடாவது படுத்து பிள்ளை வாங்கிகொண்டு வாங்க' என்கிறான். அக்காலத்தில் வாரிசை பெற்றுக்கொடுக்க மனைவியை பிறருடன் உடலுறவு கொள்ள அனுமதித்தல். இக்காலத்தில் பதவி உயர்வுக்காக மனைவியை மேலதிகாரிக்கு விற்பது ஆணின் சுய லாபத்திற்கேற்பப் பெண்ணை ஏவல் பாவைகளாக்கி காலம் காலமாக ஆட்டுவிக்க மனுவின் வாக்கு வழிநடத்துகிறது.

இன்றைய ஆண் பகுத்தறிவாளனாகவும் நவீனமானவனாகவும் காட்டிக்கொள்ள வேண்டும். பொருளாதார வளர்ச்சியும் தேவை. நவீன சந்தைக் கடைவிரிக்கும் அத்தனை நுகர்வுச் சரக்குகளையும் கைப்பற்றிக்கொள்ள பெண்கள் படித்து வேலைக்குப் போகவும் வேண்டும். காதலை வளர்க்க ஆயிரமாயிரம் பக்கங்களை எழுதியும் குவிப்பார்கள். தமிழ்ச் சினிமா வரலாறு முழுக்க கதாநாயகனும் கதாநாயகியும் துரத்தித் துரத்திக் காதலிப்பார்கள். ஆனால் சமூகத்தில் சாதிக் கலப்பு மட்டும் எந்தத் தளத்திலும் நிகழ்ந்துவிடக் கூடாது. இன்றும் மரணதண்டனைகள் வீதிகள் தோறும் நிறைவேறிக்கொண்டுதான் இருக்கின்றன.

பொன், மண், பரி, பசு, சோறு, ஆடை, எள், நெய் இவற்றைக் கல்வியறிவில்லாதவன் தானம் பெற்றால், உலர்ந்த விறகில் தீப்பற்றித் தீய்தல் போல் அவன் தீய்ந்து போவான். பின்னர் மானிடப் பிறவியும் அவனுக்க வாய்த்தலரிது. (மனு:188)

மலடி, பிள்ளையைப் பறி கொடுத்தவள், நாடோடியாகப் போனவனுடைய கற்பு மனைவி, உற்றார் உறவினர் அற்ற பெண்மணி, விதவை இவர்களின் பொருளையும் அரசனே காக்கவும். (மனு:28 அத்தியாயம் 8)

பல நூற்றாண்டுகளாகக் கல்வி மறுக்கப்பட்ட பெண்கள் மற்றும் தாழ்த்தப்பட்டவர்கள் சொத்துரிமையை, செல்வம் சேர்ப்பதை மனு முற்றாகத் தடுக்கிறது. அப்படி சொத்தைப் பெற முயற்சித்தால் தீய்ந்து போவான் என சபிக்கிறது. இங்கு மனு 'கல்வியறி வில்லாதவன்' என்று ஆண்பாலில் விளித்தாலும் பெண்கல்வி கடந்த நூற்றாண்டு வரை மறுக்கப்பட்டிருந்ததை நாம் அறிவோம். நம் சமூகத்தில் பெண்களுக்கு சொத்தே கொடுக்கப்படுவதில்லை. தவறி கணவன் வழியில் வந்த வாரிசற்ற

சொத்தைக்கூட அனுபவிக்க பெண்களுக்கு உரிமையில்லை என்கிறான் மனு.

பெண் தன்னிச்சையாக செயல்படக்கூடாது. பெண்ணுக்கு சொத்து கொடுக்கக் கூடாது. பெண் சாதி மீறி காதலிக்கக் கூடாது. பெண் தன் கொடுமைக்கார இழி நடத்தையுடைய கணவனாயினும் கற்புநெறி பேணி கணவனைத் தெய்வமாக வணங்க வேண்டும். வேறு ஆடவனை நாடக்கூடாது. விதவை மறுமணமோ காதலோ செய்யக் கூடாது. ஏதோ ஒரு பெண் இவ்விதிகளை மீறி நடந்துவிட்டால் அவளுக்கு மரண தண்டனை உறுதி. காலங்காலமாக பெண்ணுக்கு கொலை மிரட்டல் விடுக்கும் தமிழ்ச் சமூகம் எப்படிப் பெண்ணை போற்றியச் சமூகமென கூசாமல் பொய்யுரைக்க முடிகிறது.

> கள்ள நட்பினால் ஒரு பெண்ணை உலகம் நிந்திப்பதுடன் இறந்த பின் அவள் குள்ள நரியாகவும் பிறந்து, வெண்குட்டம் முதலிய வினை நோய்களையும் பெறுவாள். *(மனு:164)*

> கைம்மையில் காய், கனி, கிழங்கு இவற்றால் சிற்றுணவு கொண்டு காலந் தள்ளலும், மற்றொருவன் பெயரை நாவாற் கூற விரும்பாமையும் வேண்டும். *(மனு:157)*

> 'மனைவியிழந்தவன் விதிப்படியே மறுமணம் செய்து கொண்டு, அன்றாட ஐம்பெரு வேள்வி முயன்று, தன் வாழ்வின் இரண்டாம் பகுதியை இல்லறத்ததாக்கிக் கழிக்க வேண்டியது' *(மனு:169)*

கைபெண் கூட மனதாலும் பிற ஆடவனை நினையாமல் வாழ வேண்டும். ஆனால் மனைவி இழந்த ஆண் விதிப்படி மறுமணம் செய்துகொள்ள வேண்டுமாம். பெண்களுக்கு உதவாத சமூக விதியை ஆண்களுக்கு மட்டும் எந்தப் பெண் பிரதிநிதிகளை ஆலோசித்து சமூக விதியாக்க முடிந்தது.

2004இல் தமிழக கடலோரத்தில் சுனாமி தாக்கியதில் பத்தாயிரத்துக்கும் மேற்பட்ட மீனவ மக்கள் பலியாயினர். ஆயிரக் கணக்கில் குடும்பங்கள் உறவுகளை இழந்து தவித்தன. சுனாமியில் மனைவியை இழந்த ஆண்களுக்கு உறவினர்கள் கன்னிப் பெண்களை பேசி மணமுடித்து வைத்தனர். ஆனால் கணவனை இழந்த ஆயிரக்கணக்கான இளம் பெண்களை மணக்க எந்த ஆண் மகனும் முன்வரவில்லை (மனைவியை பலிகொடுத்தவர் கூட) எந்த உறவினரும் முயற்சிக்கவுமில்லை. எத்தனை பெரியார் வந்தாலும் மனுவை வெற்றிக்கொள்ள முடியாது போலும்.

இந்துமதச் சடங்கு சம்பிரதாயங்களையும் மனு சாஸ்திரத்தையும் எதிர்த்த பெரியார் மாற்று கலாச்சாரத்திற்கான மாற்று அழகியலுடைய வாழ்கை முன்மாதிரியை உருவாக்கி அளிக்கத் தவறிவிட்டார். குடும்பத்திற்குள் எல்லா சடங்கு சம்பிரதாயங்களையும் நீக்கிவிட்டு குடும்ப உறவுகளுக்கிடையில் குறிப்பாகப் பெண்/ஆண் உறவுக் கிடையிலான சமத்துவத்தையும் அதை ஏற்றுக்கொள்ள குடும்பங்களை தயார்படுத்தாமல் விட்டதால் குடும்பங்களுக் கிடையே ஒரு கலாச்சாரத் தடுமாற்றம் நிகழ்ந்தது. அவ்விடத்தில் மாற்றுக் கலை வடிவங்களுக்கு இடமளித்து வாழ்க்கையைக் கொண்டாடக் கற்றுத் தரப்படவில்லை. வெற்றிடத்தை நோக்கிப் புயலடிப்பது போல குடும்பத்திற்குள்ளிருந்து துடைத்தெறியப்பட்ட இந்துமதச் சடங்குகள் போன வேகத்திலேயே திரும்பவந்து கோலோச்ச சிம்மாசனமளிக்கப்பட்டுவிட்டன. ஆனாலும் அவர் காலத்தில் சுயமரியாதை குறித்தும் பெண்ணுரிமை குறித்தும் பேசியதே பெரிய விஷயமாகத்தான் தோன்றுகிறது. இன்று, பிற்பட்டோருக்கான இடஒதுக்கீடு தவிர வேறு எந்த பிரச்சனையும் கையில் எடுப்பதில்லை கழகத்தினர்.

மனு தீண்டத்தகாதவர்களின் பட்டியலை கீழே அடுக்குகிறார்.

> கலப்புச் சாதியில் பிறந்தவர்கள், விலக்கான பெண்கள், வேதத்திற்கு மாறாகத் துறவு பூண்ட பெண்கள், விபசாரிகள், சூல் அழித்தவர்கள், கொண்டவனுக்குக்கிரண்டகம் செய்தவர்கள். (மனு 85, 90)

மேற்கண்ட அனைத்தும் பலவகையில் இன்றுவரை தொடர்ந்து வரும் நடைமுறை என்றாலும் இந்துமத தர்மத்திற் கெதிராக துறவு பூண்ட பெண்களையும் தீண்டத்தகாதவரென அடையாளங்காட்டுவது. இன்று சிந்திக்கும் பெண்களை கண்டு சமூகம் மிரள்வதை வைத்து நாம் புரிந்துகொள்ள முடியும். பெண் மொழி என்று ஒன்று உருவாகும்போதே அழித்துவிட்டால் தொடர்ந்து பெண்களைத் தன் கைப்பாவைகளாகவே இயக்கிக் கொண்டிருக்கலாமென கனவு காண்கிறது ஆணுலகம்.

சுய சிந்தனையுடைய பெண் தமிழ்க் கலாச்சாரத்தையும் மரபையும் சமூக மதிப்பீடுகளையும் கேள்வி கேட்கத் தொடங்கு கிறாள். காலங்காலமாக கோடிக்கணக்கான பெண்களின் சுதந்திரத்தைப் பலி கொண்டு வீற்றிருக்கும் தமிழ்ப் பண்பாட்டின் பலிபீடத்திலிருந்து தனது தலையை விடுவிக்க முயற்சிக்கிறாள். குலப்பெருமை பேசும் தமிழ் இலக்கிய வரலாற்று புனைவுப் புரட்டுகளில் சொட்டும் பெண்ணின் குருதியைத் தடவி

அடையாளம் காண்கிறாள். தனக்கான சமூக வெளி, மொழி வெளியை உருவாக்க நினைக்கிறாள். தான் அடைந்த வலியையும் தொலைத்த இன்பத்தையும் கணக்குப் பார்க்கிறாள். தனது வாழ்வுரிமை, பேச்சுரிமை, கருத்துரிமை, படைப்புரிமை குறித்து உங்கள் செவிபறைகள் கிழிந்து போகுமளவுக்கு அவள் குரலெழுப்பவில்லை என்றாலும் சமூகத்தின் மீதான, தனக்கு அளிக்கப்பட்ட வாழ்வின் மீதான அதிருப்தியை அடிக்கோடிட்டு எழுதத் தொடங்கிவிட்டாள்.

வாழ்வை, வெளியை, மொழியை, காதலை, காமத்தை, கனவை, தன்னுணர்வை, இயற்கையை மற்றும் அவளுக்கு மறுக்கப்பட்ட அனைத்தையும் அவளின் மொழியுடல் தீண்டிக் களிக்கிறது. தீட்டெனக் களங்கம் கற்பிக்கப்பட்ட தன்னுடலை உயர்த்திப்பிடித்துப் பாடுகிறாள், கொண்டாடுகிறாள். தன் பூப்புக் குருதியால் ஆராத்தி எடுத்து விடியலை அழைக்கிறாள். அவளின் பெண்மொழி அடையாளம் காட்டிய மனித ஆபாசத்தை மறைக்க முடியாமல் கத்துகிறீர்கள். அவளின் உடல்மொழி உங்கள் வக்கிரங்களை எரிப்பதைத் தாங்க முடியாமல் அலறுகிறீர்கள். உங்களால் தண்டிக்கப்பட்ட உடலையே இன்று உங்களுக்கு எதிரான ஆயுதமாக உயர்த்திப் பிடிக்கிறாள். அவ்வுடல் ஆயிரம் சூரியனின் நெருப்பென ஆண் மேலாதிக்கத்தை எரிக்கத் துவங்குகிறது.

ஆணாதிக்கச் சமூகம் பெண்களைச் சுற்றி எழுப்பியிருக்கும் பண்பாட்டுச் சிறையின் அஸ்திவாரத்தையே நிர்மூலமாக்கிச் சிதைக்க வேண்டியிருக்கிறது. நம்மைச் சிறுமைபடுத்தி இழிவு படுத்தும் சடங்குகளை விரட்டி அடிக்க வேண்டியுள்ளது. செவ்விலக்கியங்கள் உருவாக்கியுள்ள நமக்கெதிரான சொல்லாடல் களுக்கு எதிர்ச்சொல்லாடலை உருவாக்க வேண்டியுள்ளது. நமக்கெதிராகப் பின்னிப் பிணையப்பட்ட கதையாடல்களின் தடயத்தை அழித்து நமக்கான பண்பாட்டை மறு ஆக்கம் செய்ய வேண்டியுள்ளது. நமக்கான மரபை, வரலாற்றை, வாய் மொழிக் கதைகளை, பழமொழிகளை, நாட்டுபுறக் கதைகளை, காவியங்களை, கவிதைகளை, புனைவுகளை, பாடல்களை, நாடகங்களை, நடனங்களை, திரைப்படங்களை உருவாக்க வேண்டிய பெரும் கடமை நமக்குள்ளது. அதற்கான நமது உரையாடலை உரத்த குரலில் தொடங்குவோம்.

பெண்கள் சந்திப்பு, 2008
கனடா,

கடவுளின் கண்களால் வாசிக்கப்படும் பெண்மொழி

சொற்களில் பெண்/ஆண் பால் அடையாளத்தை வெளிப்படுத்தும் பிறமொழிகளுடன் ஒப்பிட நேரும்போது தமிழர்களாகிய நாம் தமிழின் சிறப்பை உணர்ந்து தலை நிமிர்ந்து நம் தாய்மொழி தமிழ் என்று உரத்துச் சொல்லலாம். இன்று பல நாடுகளில் பெண்ணியவாதிகள் தங்கள் மொழியில், சொற்கள் ஆண்பால் பெண்பால் என பிரிந்து பெரும்பாலான பெண்பால் சொற்கள் இழிவைக் குறிப்பதாக இருப்பதை எதிர்த்துப் போராடிக் கொண்டிருக்கிறார்கள். குறிப்பாக பிரான்ஸ் நாட்டு பெண்ணியவாதிகள் பாலினப் பாகுபாட்டையும் முரண்பாடுகளையும் உடைய பிரெஞ்ச் மொழியின் கட்டமைப்பை மாற்றியமைக்க பல ஆண்டுகளாகப் போராடி வருகின்றனர் (உதாரணமாக செடி, பூ, மீன், தவளை, இங்க் பேனா, ஒழுக்கம், அவசத்தம், இசைகேடு, பன்றி புரளும் சகதி, திகில் போன்றவை பெண்பால். மலை, யானை, கப்பல், பால்பாய்ண்ட் பேனா, பட்டயம், நாணயம், வார்த்தை, பேச்சு போன்றவை ஆண்பால்). இது சிறிய உதாரணம் தான். பெனுவா க்ரூட், ஹெலன் சிசு போன்ற பெண்ணியவாதிகள் அகராதி அகராதியாக இந்த முரண்பாட்டை விளக்குகிறார்கள்.

தமிழ்மொழி பெண்ணினத்தை அதன் அடிப்படையிலேயே தரம் தாழ்த்திவிடவில்லை என்றாலும் மொழியின் மேல்கட்டு மானமான அடைமொழிகள், வசைச்சொற்கள், சொலவடைகள், நாட்டார் இலக்கியங்கள், செவ்விலக்கியங்கள் என மொழியின் பயன்பாடு ஆணாதிக்க கருத்தியலையும் அரசியலையும் வளர்க்கும் பாதுகாக்கும் துணைக் கருவிகளாகவே செயல்படுகின்றன. உதாரணமாக, அறிஞன், புலவன், எழுத்தாளன், கவிஞன் போன்ற அறிவை அடையாளப்படுத்தும் சொற்களுக்கு பெண்பால் சொற்கள் இல்லை. ஆனால் பெண்ணை இழிவு படுத்தும் சொற்களான விதவை, வேசி, வாழவெட்டி, மலடி, விபச்சாரி போன்ற இழிவுச் சொற்களுக்கு ஆண்பால் சொற்கள் இல்லை. இதுதான் ஆணாதிக்க மொழி அரசியல். மொழி

தொடர்ந்து ஆண் சார்புக் கருத்தியலையும் அழகியலையும் அதன் மதிப்பீடுகளையும் பேணும் நிறுவனமாக செயல்பட்டுக் கொண்டிருக்கிறது. மொழியால் புறக்கணிக்கப்பட்ட பெண், தனக்கான மொழியை அல்லது ஆணாதிக்க கருத்தியல் மதிப்பீடுகளை மறுக்கும் மொழியை உருவாக்க வேண்டிய மொழி அரசியலுக்குள் கொண்டுவந்து நிறுத்தியுள்ளது. மொழிக்குள் இயங்க முனையும் பெண் முதலில் பெண் என்னும் பிம்பத்தை, மொழி மூலம் சமூகத்திற்குள் கட்டமைத்து எழுப்பப்பட்ட இழிவு களை, பிரமைகளை, புனைவுகளை உடைக்க வேண்டியிருக்கிறது. பிறகு பெண் என்னும் இருப்பை மொழிக்குள் புதிதாக கட்டமைக்க வேண்டியிருக்கிறது. மொழியால் உருவாக்கப்பட்டு காப்பாற்றப்படும் கலாச்சாரம் என்பது ஆணாதிக்க கலாச்சார அரசியலாக, சமூகத்தின் அறமாக, ஒழுக்கமாக, சட்டமாக இருக்கிறது. அச்சட்டத்தை நடைமுறைப்படுத்தும் கண்காணிப்பு, காவல், தண்டனை போன்ற துணை அமைப்புகளின் கொலைக் கரங்கள் காலம் காலமாக பெண் இனத்தை மட்டுமே அழித்துக் கொண்டிருக்கின்றன என்று சொல்வதற்காக, யாரும் வரலாற்றுச் சான்று வேண்டுமென கோரமாட்டார்கள் என்று உறுதியாக நம்புகிறேன்.

பெண் எழுத்தின் முதல் கட்டம் பெண்ணினத்திற்கு இழைக்கப்பட்ட அநீதியையும் கொடுமையையும் பதிவு செய்வது மற்றும் கேள்விக்குட்படுத்துவது. இரண்டு: பெண் இருத்தலுக்கான வரையரைகளென ஏற்கனவே கூறப்பட்டவைகளை மறுத்து புதிய மதிப்பீடுகளுடன் தன்னைத் தானாக நிலைநிறுத்துவது. மூன்று: மொழிக்கு தனக்கான புனைவை மறுக்கட்டமைப்பு செய்து புதிய கலக மொழி மூலம் மொழியின் பழைய எல்லைகளை மீறுவது. நான்கு: மொழிப்பரப்பில் குறுக்கும் நெடுக்குமாக இடையீடு செய்து அதிகாரத்தின் மையப்படுத்தப்பட்ட ஒற்றை அர்த்தத்தைக் குலைத்து அதிகாரத்திற்கு எதிரான பன்முகப்பட்ட அர்த்தங்களை உருவாக்குவது.

நீலி குறித்த நாட்டுபுறக் கதையை மறுவாசிப்புக்குட்படுத்தும் போது தனக்கு இழைக்கப்பட்ட அநீதிக்கு எதிராக எழும் பெண் நிஜ உருவில் நீதி பெற முடியவில்லை என்றாலும் பேயாக மாறிப் பழித்தீர்த்துக்கொள்வதன் மூலம் பெண்ணின் இயல்பு மற்றும் அறமென வகுக்கப்பட்ட மரபு இங்கு மீறப்படுகிறது. புல், கல் போன்ற ஜடப்பொருட்களும் குஷ்டரோகி மற்றும் கொலைகாரனை

பெண்ணுக்குக் கணவனாக கற்பித்துக் கொண்டிருப்பதுதான் தமிழ் மரபு. பழிவாங்குதல் மற்றும் கணவனை கொல்லுதல் இரண்டும் தமிழ் மரபில் அங்கீகரிக்க முடியாத சமூக வழக்கம். இந்தத் தமிழ் நிலத்திலிருந்துதான் மீள் யதார்த்தத்தின் மூலம் ஒரு விதி மீறல் நீலி கதைக்கூறலில் நிகழ்த்தப்படுகிறது.

காதலி, மனைவி, பரத்தை என்று தமிழ் நிலப்பரப்பில் நிலைநிறுத்தப்பட்டுள்ள பெண் இருப்பை மீறிய பெண்ணிருப்பு மதிக்கப்படாத ஏற்றுக் கொள்ளப்படாத நிலையில்தான் சங்க இலக்கியத்தில் நீலகேசி, கவுந்தியடிகள், மணிமேகலை போன்ற அபூர்வமான ஞானப் பெண்களைக் காண முடிகிறது. மேலும் ஔவை போன்ற ஒரு கலகக் கவியும் நம் முன் உள்ளார். 'மூட்டு வென்கொல்' பாடலும், 'நாடா கொன்றோ காடா கொன்றோ' பாடலும், 'எத்திசை செல்லினும் அத்திசை சோறோ' போன்ற பாடல்களும் இன்றைய நவீன தமிழ் பெண்கவிகள் கூட கையிலெடுக்கத் தயங்கும் பெண்ணிய அரசியல் பிரகடனங்களாக இருக்கின்றன. பக்தி இலக்கியத்தில் ஆண்டாள் தன் இருப்பை தன்னை தானாக நிலைநிறுத்தி தன் காதலை உலகுக்குப் பகிங்கரப்படுத்தும் மீறலைச் செய்கிறார். ஆன்மீகமும் துறவும் ஆண்களின் அறமாக முன்னிருத்தப்பட்ட மத உலகில் தன் அறத்தை இல்வாழ்வை துறந்து ஆன்மீகம் நோக்கி நகர்த்துகிறார் புனிதவதி.

இருபதாம் நூற்றாண்டின் முதல் பெண் எழுத்தாளரான கோதைநாயகியின் குரல் ஆணாதிக்க சமூகத்தின் குரலாகவே பதிவாகி மிதவாத சீர்திருத்தக் கருத்துக்களுடன் அமிழ்ந்து விட்டது. அதன்பின் திராவிட இயக்க எழுச்சியால் உருவான போராளி மூவலூர் ராமாமிர்தம் நவீன இலக்கியத்திற்குள் கொண்டு வரப்படாமலும் அடையாளங்காட்டப்படாமலும் போனதற்கு அவரின் ஆணாதிக்க அரசியல் எதிர்ப்பு காரணமாக இருக்கலாம். மேலும் அவர் முழுமையாக சாதி, மதத்தை எதிர்த்து களத்தில் நின்று போராடியதும் மற்றொரு காரணம். புத்திசாலி யான, வீரமான பெண் என்றால் நம் தமிழ் இலக்கியவாதிகளுக்கும் மற்றும் இயக்கவாதிகளுக்கும் பிடிக்காது. அவர் காலத்திலும் அதற்குப்பின் பலபத்தாண்டுகள் நவீன இலககியம் என்பது பிராமணர்களின் பிடியிலிருந்ததையும் நாம் கவனத்தில் கொள்ளவேண்டும். மனு தர்மத்தை எதிர்த்துப் போராடிய பெண்ணை பிராமண எழுத்தாளர்களின் இலக்கியப் பேச்சிலும்

எழுத்திலும் எதிர்பார்ப்பது நமது முட்டாள்தனம். இருபதாம் நூற்றாண்டின் முதல் பெண்ணியவாதியாக அவரை நாம் தைரியமாக கூறலாம்.

70களில் எழுதத்துவங்கிய அம்பையின் கதைகளில் பெண் இருப்பையும் நிலையையும் அவள் நசிவையும் ஆணாதிக்கத்தின் வறட்டு முகத்தையும் வெளிப்படையான ஒரு உரையாடலாக மாற்றினார். ஹெப்சிபா ஜேசுதாசன் மற்றும் பா.விசாலம் போன்றவர்களின் நாவல்கள் தன் எதிர்காலத்தை தீர்மானிக்கப் பெண் எடுக்கும் போராட்டத்தைப் பேசுகிறது. 80களில் வெளிவந்த சிவகாமியின் நாவல்கள் ஒடுக்கப்பட்ட தலித் பெண்களின் வலியையும் ஆணின், ஆணாதிக்க அரசியலின் குரூர முகத்தையும் காட்சிப்படுத்துகின்றன. இவரின் தொடர்ச்சியாக வந்த பாமாவின் படைப்புகள் தலித் பெண்களின் வலிகளைப் பேசிய அதே தருணத்தில் அப்பெண்களின் தைரியத்தையும் விவேகத்தையும் அதிகாரத்திற்கு எதிரான அவர்களின் போராட்டத்தையும் பேசியதன் மூலம் ஒடுக்கப்பட்ட பெண்களின் பிரதிநிதிகளாக அவர்களை அடையாளம் காணமுடிந்தது. பெண்ணியம், உடலரசியல், பாலரசியல், தலித்தியம், சுற்றுச் சூழலியல், உலகமயமாதல் போன்ற அரசியல் கருத்தியலின் வழியாக அப்பிரதிகளை அணுகும்போது அப்பிரதிகளுக்குள் இன்று மூன்றாம் உலக ஒடுக்கப்பட்ட பெண்கள் எதிர் கொண்டுள்ள எல்லாவித பிரச்சினைகளையும் சவால்களையும் நாம் புரிந்துகொள்ளமுடியும். அதே வேளையில் அவர் தன் கதைகளில் இச்சாதியச் சமூகத்தில் எதிர்க் கதாப்பாத்திரங்களாக பெண்களை நிறுத்தி பெண் மற்றும் தலித்திய அழகியலையும் கொண்டாடுகிறார். மத்தியதர மற்றும் விளிம்பு நிலை மக்களின் வாழ்வைப் பதிவாக்கியவை சூடாமணி, திலகவதி, அழகியநாயகி அம்மாள், தமயந்தி மற்றும் தமிழ்ச்செல்வி ஆகியோர் படைப்புகள்.

நவீன தமிழ் இலக்கியத்திற்குள் பெண் படைப்பாளிகள் பத்தாண்டுக்கு ஒருவர் என அடையாளம் காணும் போக்கு 90களில் உடையத் தொடங்கியது. புத்தெழுச்சியுடனும் வேகத்துடன் இளம்பெண்கள் நவீன தமிழ் இலக்கியத்திற்குள் நுழைந்து இலக்கிய வெளியை ஆக்கிரமிக்கும் காலமாக இருபதாம் நூற்றாண்டின் பிற்பகுதி மாற்றப்பட்டது. ஈழ தேசிய இனப் போராட்டத்தின் துயரத்தையும் அவலத்தையும் பதிவு செய்து

1986 களில் வெளிவந்த 'சொல்லாத சேதிகள்', 'செல்வி, சிவரமணி கவிதைகள்' போன்ற ஈழத்துப் பெண் கவிஞர்களின் தொகுப்புகள் தமிழில் நவீன பெண் எழுத்துக்கு முன் உதாரணமாக இருந்து முடங்கிக்கிடந்த தமிழகப் பெண்கள் மத்தியில் ஒரு எழுச்சியையும் விழிப்பையும் உருவாக்கியதை குறிப்பிடலாம்.

90களில் எழுதத் தொடங்கிய பெண்கவிஞர்களில் பெரும்பாலானோர் சமூகத்தால் அங்கீகரிக்கப்படாத பெண்ணின் கனவையும் நசிவையும் வலியையும் எழுதத் துவங்கியதன் மூலம் பெண்ணின் குரலால் அவள் இருப்பை மொழிவெளிக்குள் நிலைப்படுத்தினர். பல பெண் படைப்பாளிகள் பெண்ணியம், உடலரசியல், பாலரசியல், தலித்தியம், உலகமயமாதல் மற்றும் சுற்றுச்சூழல் போன்ற அரசியல் கருத்தாக்கச் சொல்லாடல் வழியாக மொழியையும் அதன் சமூகக் கலாச்சார ஆணாதிக்க அதிகாரக் கட்டுமானங்களையும் உடைக்கத் துவங்கியுள்ளனர். இப்பெண்களின் படைப்பெழுச்சியை வரலாற்றில் ஆவணப் படுத்தும் முகமாகத் தமிழகத்திலும் ஈழத்திலும் மற்றும் புலம்பெயர்ந்த அயலிலும் பெண்களின் கவிதை, கதைத் தொகுப்புகள் வெளியிடப்பட்டன. பறத்தல் அதன் சுதந்திரம், உயிர்வெளி, மறையாத மறுபாதி, வெளிப்படுதல், எழுதாத என் கவிதை, அம்மா, பெண்கள் சந்திப்பு மலர்கள், ஊடறு, பெயல் மணக்கும் பொழுது, மை போன்ற பெண்களின் தொகுக்கப்பட்ட நூல்கள் வெளியாயின. மற்ற எந்த இந்திய மொழிகளிலும் இல்லாத அளவிற்குத் தமிழ் மொழியில் மட்டும் இன்று நூற்றுக்கணக்கான பெண்கள் எழுதிக் கொண்டிருக்கிறார்கள். அவர்களின் தொகுப்புகள் நூல்களாக அச்சாகி வெளிவந்து கொண்டிருக்கின்றன. பெண் எழுத்துக்கான வாசக மற்றும் விற்பனைச் சந்தையும் உலகமெங்கும் குறிப்பிடும்படியான வளர்ச்சியை நோக்கிச் சென்றுகொண்டிருக்கிறது.

தமிழ்ச் சமூகத்தைக் காலம் காலமாக அடிமைச் சமூகமாக வழிநடத்தும், பெண் இருப்பையும், சுயமரியாதையையும் இழிவுபடுத்தும் சாதி, மதம், குடும்ப அமைப்பு மற்றும் ஆண்மைய அரசியல் அமைப்பிலிருந்து, பெண் தன்னை வெளியேற்றிக் கொள்ளும் முதல் கட்ட அரசியல் தமிழ் இலக்கியப் பரப்பில் இதன் மூலம் எழத்தொடங்கியுள்ளது. மேலும் அவ்வமைப்பின் மீதான விசாரணைகளும் கேள்விகளும் எழுத்தின் மூலம் முன்னெடுக்கப்படுகின்றன. இந்த மாற்றம் மற்றும் பெண்களின்

அறிவெழுச்சியைக் கண்டு அச்சமடைந்த தமிழ் சனாதனச் சூழலும் தமிழ்க் கலாச்சாரக்காவலர்களும், பூர்ஷ்வா பெண்ணியவாதிகளும் பெண் எழுத்திற்கு எதிரான கண்டனங்களையும் அச்சுறுத்தல்களையும் தாக்குதல்களையும் தொடுத்துக் கொண்டிருக்கின்றனர். தமிழ்க் கலாச்சாரக் காவலர்கள் பெண்கள் இப்படி இதுபோலத்தான் எழுத வேண்டும் என்று வகுப்பெடுக்கிறார்கள். நம் தமிழ்ச் சமூகம் திரும்பத் திரும்ப ஆணாதிக்க வெறிப்பிடித்த வன்முறையான தன் முகத்தை வெளிப்படுத்திக் கொள்ள இருபத்தொன்றாம் நூற்றாண்டிலும் வெட்கப்படவில்லை என்பதுதான் உண்மை.

நவீன பெண் எழுத்து அமைப்பாக்கப்பட்ட அரசியலுடன் முன்னெடுக்கப்படாமல் சிதறலாக உருவெடுத்ததன் மூலம் அது குழு சார்ந்த அரசியல் அடையாளத்துடன் வலுவடையாமல் போகும் நிலையும் உருவாகியுள்ளது. இன்று பெண் எழுத்தின் கருத்தியல் மற்றும் தத்துவார்த்த தளங்களைத் தீர்மானிப்பதில் சில குழப்பங்களும் முரண்பாடுகளும் நிறைந்து இருப்பதாக சுட்டிக்காட்டப்படுகிறது. பெண்ணியத்தால் தகர்க்க வேண்டிய அமைப்புகளாக அடையாளம் காணப்படும் குடும்பம், சாதி, மதம், ஆணாதிக்க மேலாண்மை அரசியல் மற்றும் உலகமயமாதல் போன்ற பெரும் கட்டுமானங்கள் அசைக்க முடியாத பலத்துடன் நாளுக்கு நாள் உறுதி அடைந்து வருகிறது. பெண் எழுத்து என்று ஒரு இலக்கிய வகைமையாக உருவாக முடியாது என்றும் சிலர் பேசி வருகின்றனர். ஐரோப்பாவில் இதற்கான இயக்கங்கள் 60 களிலேயே தோன்றிவிட்ட போதும் தமிழில் தற்போதுதான் இதன் அரசியல் கருத்தாக்கம் வலுப்பட்டுவரும் நேரத்தில் இவர்கள் சற்று மௌனமாக உள்நாட்டு, வெளிநாட்டு பெண் இலக்கியத்தை அவதானித்தல் நன்று. தலித்தியம், பெண்ணியம் போன்ற இலக்கிய அரசியல் சொல்லாடல்கள் தமிழில் உருவானபோதும் இப்படித்தான் பலர் கூச்சலிட்டனர்.

பெண் எழுத்து அல்லது பெண்ணிய எழுத்து என்பது தமிழ்ச் சூழலில் ஆணாதிக்கம் மட்டுமில்லாமல் சாதி, மதம் மற்றும் தற்போது உலகமயமாதல் போன்ற நிறுவனங்களின் கருத்தியலுக்கு எதிர்க் கருத்தியலை உருவாக்கும் ஒரு அரசியலாகும். இந்த ஆண் மேலாண்மை சமூக அரசியல், கலாச்சார நிறுவனங்களில் ஒன்றை எதிர்த்து ஒன்றை ஆதரிப்பது அல்லது ஒன்றை தவிர்த்துவிடுவது போன்ற நடவடிக்கைகள் எதிர்அரசியல் அல்லது மாற்று அரசியல்

மற்றும் பெண்ணிய அரசியல் நடவடிக்கையாக எக்காலத்திலும் மாற முடியாது. இது மேலும் மேலும் ஆணாதிக்க கட்டமைப்புக்கே வலுச்சேர்க்க உதவும். ஆணாதிக்க மேலாண்மை சமூக நிறுவனங்களையும் அதன் கட்டுமானங்களையும் தகர்க்கும் நிர்மூலமாக்கும் மொழி பெண் மொழியாக, பெண் எழுத்தாக விரிவடைய முடியும்.

முடிவாக, விளிம்புநிலைப் பெண்ணாக இருந்து எழுதப்படும் எழுத்து விளிம்புநிலை அரசியல் கருத்தாக்கத்துடன் அணுகப்பட வேண்டும். பெண் எழுத்தை கடவுளின் கண்களால் வாசிக்காதீர்கள். பெண்ணாக இருந்து அதிலும் ஒடுக்கப்பட்ட பெண்ணாக இருந்து வாசியுங்கள்.

பின்னுரை: 90களுக்கு முன் தமிழில் பெண்கள் அங்கொன்றும் இங்கொன்றுமாக விரல்விட்டுச் சொல்லக்கூடிய அளவில் எழுதிக்கொண்டிருந்த காலக்கட்டத்தில் சில ஆண் எழுத்தாளர்கள் பெண் பெயரைத் தங்கள் புனைப்பெயராகக் கொண்டு எழுதியும் நூல் வெளியிட்டும் வந்தனர். ஆனால் 90களுக்குப்பிறகு நவீன தமிழிலக்கியத்தின் புத்தெழுச்சி என்று கொள்ளத்தக்க வகையில் நூற்றுக்கணக்கானப் பெண்கள் எழுதத்துவங்கினர். தமிழ் நவீன இலக்கியச் சூழலில் பெண் எழுத்துக்குக் கிடைத்த வரவேற்பும் அங்கீகாரமும் நிலைத்து விடாமல் செய்யப் பல சதிகளும் அதன் தொடர்வினையாக அரங்கேறத் தொடங்கியிருக்கின்றன. உலகின் வேறெந்த மொழியிலும் நிகழாத கொடுமையான அப்பட்டமான ஆணாதிக்கத் திமிருடன் ஆண்கள் பெண்களின் பெயரில் எழுதி பெண் எழுத்தின் அடையாளத்தை வரலாற்றில் குழப்பவும் அழிக்கவும் முனைந்துள்ளனர். தமிழில் எழுதும் பெண்கள் படைப்புகளை தொகுக்கவும், ஆய்வு செய்யவும் முனையும் போது பல தணிகைகளையும் மீறி ஆண் போலிகள் பெண் அட்டவணைக்குள் நுழைந்துவிடுகின்றனர்.

நம் தந்தையரைக் கொல்வதெப்படி

தந்தைவழி ஆட்சியின் கொடூரத்துக்குள் காலம் காலமாய் வாழ நிர்பந்திக்கப்பட்டவர்கள் நாம். நம் நலனுக்காக என்று கூறி அடிமைத்தனத்தின் நஞ்சைப் பாலாடையில் புகட்டு பவர்கள் நம் தந்தையர். ஆதிக்கத்துக்கு அடிபணியும் வித்தையை கற்பிக்கும் பயிற்சியாளரும் இவர்தான். இதுதான் வாழ்வின் பேறு எனப் போதிக்கும் மதகுருவும் இவ்வாழ்வொழுங்கு முறையாகப் பின்பற்றப்படுகிறதா என கண்காணிக்கும் காவல்காரரும் இவரே. இந்தக் காவல்துறையின் துணை ஊழியராக இருக்க தாய் நிர்பந்திக்கப்படுகிறாள். தாய்க்குப் பெண் என்ற அடையாளம்கூட தற்காலிகமாக மறுக்கப்படுகிறது. தாய் மகளை கண்காணிக்க வேண்டும், மகள் தாயை கண்காணிக்க வேண்டும், உளவுபார்க்க வேண்டும். இருவரும் ஒரே வலியையுடையவர்கள் என்றாலும் எதிரெதிராக வலியை செலுத்திக் கொள்ளும்படி ஒரே கூண்டுக்குள் அடைக்கப்பட்டவர்கள். ஒரு ஆண் தந்தை, கணவன் என்ற இரட்டை உரிமைகொண்டு மனைவி, மகள், தாய் என்ற மூன்று அடிமைகளுக்கு எஜமானனாக இருக்கிறான். சமூக ஒழுக்க வரையறைகளும் விதிகளும் மீறப்பட்டால் தண்டனை விதிக்கும் நீதிபதியாகவும் அதை செயல்படுத்து பவனாகவும் இருக்கிறான். குடும்பம் என்பது ஒரு சிறுசிறை யாகவும் அதில் தந்தை என்பவன் சிறை அதிகாரியாகவும் இருக்கிறான்.

ஒரு தந்தைக்கு தன் மகளுடன் ரத்தம் சம்மந்தப்பட்ட உறவு மட்டும் போதுவதில்லை. அவளை சமூகத்துக்கு நல்ல அடிமை யாக உருமாற்றித் தரும் நல்ல மேய்ப்பன் என்ற அங்கீகாரமும் தேவைப்படுகிறது. பலியாடுகள் தாங்களே பலிபீடங்களைத் தேர்ந்தெடுப்பதற்குக் காதல் என்ற பெயரும், குடும்பப் பலி பீடத்திற்குக் கொண்டு நிறுத்துவதை திருமணம் என்ற பெயரும் அளிக்கப்படுகிறது. இக்குடும்பத்திலிருந்து இன்னொரு குடும்பத்துக்குப் போகும் பெண், அவள் ஏற்றுக்கொண்ட அல்லது அவள் மீது திணிக்கப்பட்ட ஆணுக்கு அவள் உடல் வெளியையும் புழங்குவெளியையும் உடமையாகக் கொடுக்கிறாள்.

இந்த உடமைப்பொருள் இனி இன்னொருவனின் ஆயுள் காவலில் நீடிக்கும். இந்த ஆயுள் தண்டனையை ஏற்றுக்கொண்டு தொண்டூழியம் செய்வதற்கு ஏற்ப ஒரு பெண்ணைப் பழக்கவே இவ்வளவு சிரத்தை எடுத்துக்கொள்கிறான் ஒரு தந்தை.

குடும்பம் என்பது என்ன? இனத்தொடர்ச்சி அறுபடாமல் தொடருவதற்கான ஒரு அமைப்பு தானே என்று மிக எளிமையாகத் தோன்றலாம். அது மட்டுமே அதன் கடமை இல்லை என்பதுதான் யதார்த்தம். தன் ரத்தம், தன் சாதி, தன் மதம், தன் இனம் என்பவற்றுக்குள் வேறு மற்றும் பிற என்பவை நுழையாமல் காவல் புரியும் ஒரு சுயநல அமைப்பு. இந்தியச் சமூகத்தில் தீண்டாமையை பயிற்றுவிக்கும் குருகுலமாக குடும்பத்தைப் பாதுகாப்பது சமூக ஆணின் கடமையாகிறது. இந்தப் பயிற்சியை அறிந்தும் அறியாமலும் பெற்றுக்கொண்ட பெண்களும் குழந்தைகளும் இதே வன்முறையை செலுத்துகிறவர்களாக செயல்படுவது தான் இந்தியச் சமூகத்தின் அச்சமூட்டும் ஒரு அவலம்.

பாமாவின் “எளக்காரம்” மற்றும் “தீர்ப்பு” என்ற இரு கதைகளிலும் இந்த அவலம் அச்சமூட்டும் வகையில் நம் முகத்தில் வந்து மோதுகிறது. ஊர்ச்சாதிக் குழந்தைகளின் பிஞ்சு ரத்தத்தில் தீண்டாமை நஞ்சை குடும்பத்தினர் ஊட்டச்சத்துபோல் ஊட்டி வளர்க்கிறார்கள். அக்குழந்தைகள் பள்ளிகளில் தம்முடன் படிக்கும் தலித் குழந்தைகளின் மீது தீண்டாமை வன்கொடுமையைச் செலுத்துகிறார்கள். இதை ஆதிக்கச்சாதி ஆசிரியர்கள் கண்டிக்காததோடு அங்கீகரிக்கவும் செய்கிறார்கள். இந்தச் சமூக யதார்த்தத்தை ஒரு ஆவணம் போல் விளக்குகிறார். இந்தச் சமூக அவலத்துக்கும் கொடுமைக்கும் காரணமாக அமைவது குடும்பத்தினால் சமூக ஒழுங்கு என்ற பெயரில் கற்பிக்கப்பட்ட மனித நேயமற்ற மன அமைப்பு.

இது சமூக ஏற்றத்தாழ்வுகளை உருவாக்குவதுடன் நியாயப்படுத்தவும் செய்கிறது. இந்த அமைப்பில் எந்த மாற்றமும் நெகிழ்வும் நிகழவிடாமல் கவனமாகப் பார்த்துக்கொள்கிறது குடும்பம். ஒரு குடும்பத்தின் கடமை தனது சாதிக்குள் அடங்கி நடக்கும் அடிமைகளை உருவாக்குவதும் தமக்குக் கீழ் உள்ளவர்களை அடிமைப்படுத்தும் ஆதிக்க குணமுடையவர்களை உருவாக்குவதுமென இரண்டு வகையில் நடக்கிறது. சாதிக் கலப்போ சாதி அடுக்குமுறையைக் கலைக்கும் நகர்வோ ஒரு

பெண் மூலம் நிகழ முடியும் என்ற நிலையில் பெண்ணுடைய உடம்பும் மனமும் மிகக் கடுமையாகக் கண்காணிக்கப்பட்டு சாதித் தூய்மை பாதுகாக்கப்படுகிறது. இதை மீறும் சாத்தியம் ஏற்படாத வகையில் ஒரு பெண்ணின் மீது எல்லாவிதமான வன்முறை யையும் செலுத்தி அடக்கி ஒடுக்குவதன் மூலம் சமூகம் ஒரு பெண்ணொடுக்குதல் சமூகமாக உருவாகிறது. இதைச் செயல் படுத்தும் பிரதிநிதியாக தந்தை நியமிக்கப்படுவதும் அந்தப் பணிக்கு சன்மானமாக பல உரிமைகள் சலுகைகள் வழங்கப் படுவதும் நடந்துவருகிறது.

குடும்பத்தில் உள்ளவர்களின் அடிப்படைத் தேவைகளை வழங்க முடியாதவனாக இருந்தாலும், சமூக ஒழுங்குகளின் காவல்காரன் என்ற உரிமையை ஒரு ஆண் விட்டுக் கொடுப்ப தில்லை. காவல் புரியும் ஒரே ஒரு அதிகாரமே கடைசிவரை ஆணுக்கான சமூக அங்கீகாரத்தை வழங்கிவிடுகிறது. இந்தக் காவல் கண்காணிப்பு உரிமை சமூக, குடும்ப நிகழ்வுகளின் ஒவ்வொரு கட்டத்திலும் கூடுதல் சலுகையையும் கூடுதல் பங்கு அளவையும் ஆணுக்கு நிரந்தரமாகப் பெற்றுத்தந்து விடுகிறது. இந்த கூடுதல் பங்கு பெண்ணைவிட எல்லாவற்றிலும் ஆணுக்குக் கூடுதல் இன்பத்தையும் வலிமையையும் கொடுப்பதை நியாயப் படுத்துகிறது. தன்னைத்தானே தற்காத்துக்கொள்ள முடியாத அளவுக்கு பலமற்றவளாக பெண்ணை மாற்றிவிட்டு, பிற இனம் மற்றும் சமூகத்திடமிருந்து அவளைப் பாதுகாக்கும் பெரிய பணியை ஆணிடம் வழங்கியதன் மூலம் அரசு, அரசியல் அனைத்திலும் ஆணை மையமாக்கி விடுவதுடன் பேரதிகாரம் உடையவனாகவும் உருவாக்கிவிடுகிறது. அச்சம் என்ற ஒன்றால் பீடிக்கப்பட்ட பெண் எப்பொழுதும் தனது அடிமைத்தனத்தை பாதுகாப்பு என்று நம்பி இரட்டை அடிமைத்தனத்தை ஏற்றுக் கொள்ள வேண்டிய சமூக உளவியல் வரலாற்று அடிப்படையில் தொடர்ந்து வருகிறது.

எனவே ஒரு ஆணின் சமூக உரிமைகள் கடமைகள் என்பவை எந்த நிலையிலும் பெண்ணுக்குச் சமமாகவோ கீழாகவோ இருந்து விட நேர்வதற்கு அனுமதிக்கப்படுவதில்லை. கற்பு, தனிமனித ஒழுக்கம் போன்ற சமூக விதிகளை ஆண் மீறும்போது அது அவன் சுதந்திரத்தின் அடையாளமாகவும் ஆணின் சாகச மாகவும் பெருமைப்படுத்தப்படுவதுண்டு. பெண்ணைவிட எல்லா விதத்திலும் மேலானவன் உயர்ந்தவன் என்ற மன அமைப்பில்

ஒரு துணிச்சலை இச்சமூகம் வழங்குகிறது. சமத்துவம், சமநீதி என்பவை முதலில் பெண்ணுக்கும் ஆணுக்கும் இடையில் அமையவேண்டியது என்பதைப் பற்றி பொதுவான சமூக அரசியல் இயக்கங்கள் அக்கறைக் கொள்வதில்லை. இதற்குத் தனியான கருத்தியலும் இயக்கமும் போராட்டமும் இடையில் தேவைப்படுகிறது. சாதி, வர்க்கம், இனம் போன்றவற்றுக்கு சமத்துவம், சமநீதி என்பவை மையப்படுத்தப்படும் அளவுக்கு பாலின ஒடுக்குமுறை என்பது ஒரு மிக முக்கியமான பிரச்சனை யாக எடுத்துக்கொள்ளப்படுவதில்லை. சமூகம் என்ற அமைப்பு மட்டுமின்றி சமூக மாற்றம் பற்றிய கோட்பாடுகளும் ஒரு கட்டம் வரை ஆணை மையமாகக்கொண்டே இருந்து வந்துள்ளது. பெண்ணியம், பெண் விடுதலை என்ற மிகத் தனித்த அரசியல் உருவாகும் வரை வரலாற்றின் மிகப்பெரிய புரட்சிகர கருத்தியல் கள்கூட பெண்ணின் இடம்பற்றி சரியான கருத்துக்களைக் கொண்டிருக்கவில்லை.

ஒடுக்கப்பட்ட சமூகத்திற்குள்ளும் ஒரு ஒடுக்கப்பட்ட பிரிவாக பெண் இன்றுவரை இருக்க நேர்ந்திருக்கிறது. இந்தியச் சூழலில் ஒடுக்கப்பட்டவர்களிலும் ஒடுக்கப்படும் நிலையில் தலித் பெண்கள் வைக்கப்பட்டுள்ளனர். தலித் பெண்கள் குடும்ப வன்முறைக்கும், சாதிய வன்முறைக்கும், போலீஸ் போன்ற அதிகார நிறுவனங் களின் வன்முறைக்கும் தொடர்ந்து ஆளாகவேண்டிய மிகக் கொடுமையான நிலையில் இருக்கின்றனர். பிற சாதிப் பெண்கள் மீதான சமூக வன்முறை என்பதும் பாலியல் வதைகளும் அவர்களின் சாதியின் அடிப்படையில் நடப்பதில்லை. ஆனால் தலித் பெண் என்பதாலேயே அவர்கள் மீதான சாதிய, பாலியல் வன்கொடுமைகள் கட்டவிழ்த்துவிடப்படுகின்றன. தலித் பெண் என்ற ஒரே அடையாளம் பல சமயங்களில் அச்சமூகப் பெண்களை பாலியல் வன்முறைக்கு உட்படுத்தி விடுகிறது. அதைவிடவும் தலித் அல்லாத சமூகத்தினர் அந்த வன்முறையை மிக இயல்பான ஒன்றைப்போல புறக்கணித்துவிடும் நிலையும் இங்கு இருக்கிறது.

கிராமியச் சூழலில் மிகச்சிறு வயதில் பாலியல் கொடுமைக் குள்ளாகும் பெரும்பான்மையான பெண்கள் தலித் பெண் களாகவே இன்றுவரை இருக்கிறார்கள். இதைப் பற்றிய பிரக்ஞையும் எதிர்ப்புணர்வும் தலித் அரசியல் மூலமே முதன் முதலில் உருவானது. (வன்கொடுமை என்பது பாலியல் சார்ந்தது மட்டுமில்லை என்றாலும் இந்தியச் சமூகங்களில் இதுவே மிக

உச்சகட்ட குறியீட்டு வன்முறையாக உணரபட வேண்டியுள்ளது. சொற்கள், சைகைகள், வசைகள், நடத்தப்படும் முறைகள் என எத்தனை வகையான வன்முறைகள் இந்தியக்கிராமச் சூழலில் தலித் பெண்கள் மீது தினமும் செலுத்தப்படுகின்றன என்று எண்ணிப் பார்க்கும்போது இந்திய அறம், அன்பு என்பதைப்பற்றிய கேவலமான பொய்கள் நமக்குப் புரியவருகிறது.)

தலித் அரசியல் உருவான அதே சூழலில் தலித் பெண்ணியமும் உருவாக வேண்டிய தேவை இதன் மூலம்தான் உணரப்படுகிறது. எந்த ஒரு பொதுவிடுதலையும் பெண் விடுதலையையும் உள்ளடக்கியதுதான் என்று சொல்லிவருவது மிக மோசமான ஆணாதிக்க அரசியலின் அடையாளம். இப்படி இல்லாமல் தலித் பெண்ணியம் என்ற ஒரு பிரக்ஞை உருவாகி யுள்ளது மிக ஆக்கப்பூர்வமானது. இந்திய அரசியலில் தலித் அரசியலின் உருவாக்கத்திற்கு எவ்வளவு முக்கியத்துவமும் தேவையும் உள்ளதோ அதே அளவுக்குத் தலித் பெண்ணியத்திற்கும் தேவையும் முக்கியத்துவமும் உண்டு. ஒருவகையில் தலித் பெண்ணியம் என்பதே இந்திய மாற்று அரசியலின் மிகமிக அடிப்படையான முதல்கட்ட இயக்கமாக இருக்கவேண்டி யிருக்கிறது. இந்தத் தலித் பெண்ணியப் பார்வை எல்லா அரசியலுக்கும் வழிகாட்டு நெறியாகவும் வழி மாறும்போது கேள்வி கேட்கும் நெறியாகவும் இருக்ககூடியது. இதனை மறுக்கும் அல்லது வெறுக்கும் எந்த ஒரு சமூக அரசியல் கோட்பாட்டையும் புரட்சிகர கோட்பாடு என்று ஏற்றுக்கொள்ள முடியாது.

இந்தப் பார்வை தமிழ் தலித் பெண் எழுத்துக்களை வாசிக்கும் போதெல்லாம் மீண்டும் மீண்டும் எனக்குள் உறுதிப்படுகிறது. ஒவ்வொரு தலித் பெண் எழுத்தும் எனக்குப் புதிய புதிய எதிர்ப்புப் புரிதல்களை, மாற்று அழகியல் மற்றும் அரசியலை நினைவூட்டிக்கொண்டே இருக்கிறது. வேறு எந்த எழுத்துக் களிலும் காணப்படாத அளவுக்கு இந்திய யதார்த்தம் என்பது வலிமையாகவும் ஆழமாகவும் இவர்களுடைய எழுத்துக்களில் இயல்பாகப் பதிவாகிவிடுகிறது. மிக எளிமையான ஒரு வாக்கியம் கூட எனக்கு மிக நீண்ட வரலாற்றுக் கொடுமைகளை நினைவூட்டி எதிர் அரசியல் பற்றிய கேள்விகளை எழுப்பிவிடுகிறது. அழகியல், கலை இலக்கியம், அறம், ஒழுக்கம் என்பவை பற்றிய மிக அடிப்படையான சிக்கல்களை இவை வெளிப்படுத்திவிடுகின்றன.

பாமாவின் ஒரு சிறுகதையை இங்கு வாசிப்போம், கதையின் தலைப்பு "எளக்காரம்".

"பள்ளிக்கொடத்த பூரா கூட்டிப் பெறுக்கி அள்ளுறது நம்ம பிள்ளைகதானாம். அந்த பிள்ளைக வந்து அலுங்காமெ குலுங்காமெ படுச்சுட்டுப் போவாகளாம்." என்கிறாள் சின்ன பொண்ணுவுடன் படிக்கும் பெண்ணின் தாய். அவளே தொடர்ந்து சொல்கிறாள்.

"எங்க வீட்டுக்காரம் போயி கேட்டதுக்கு, நம்ம பிள்ளை கதாஞ் சுத்தமா நல்லாக் கூட்டுதுகளாம். அந்தப் பிள்ளைகளுக்குச் சரியாக் கூட்டத் தெரியலைன்னு பசப்பி உட்டுடாக."

"இது நல்ல வேலதாண்டி. அப்ப நம்ம பிள்ளைக நல்லா கூட்டிக்கிட்டே இருக்கட்டும்; இந்தா நம்ம வயக்காட்டுகள்ள ரணபாடுபட்டு வேல செய்ய அவுக ஒக்காந்து சொகமா திங்கறாகள்ள, அது கணக்காதான்." என்கிறாள் சின்னப் பொண்ணுவின் அம்மா பரிபூரணம். இந்த எளிமையான ஒரு உரையாடல் இந்தியச் சமூகத்தின் மிகப் பழமையான கருத்தியல் வன்முறையை நம் முகத்தில் வந்து அறையும்படி உணர்த்தி விடுகிறது.

இந்த ஆண்டு உயர்கல்வியில் இட ஒதுக்கீட்டை அனுமதிக்கக் கூடாது என்று போராடிய மேல்சாதி வெறியர்கள் உங்களுக்கு இடஒதுக்கீடு கொடுத்துவிட்டு நாங்கள் என்ன தெருக்கூட்டப் போக வேண்டுமா எனத் தெருப் பெறுக்கும் போராட்டம் நடத்தினார்கள். உயர்கல்வி கற்று நாங்கள்தான் உயர்பதவிக்குப் போக வேண்டும். நீங்கள்தான் தெருக்கூட்ட வேண்டும் என்று தங்களின் சாதிவெறியை வெளிப்படையாகக் காட்டினார்கள். இது இன்றைய சமூக எதார்த்தம். இந்தச் சாதிவெறியை பள்ளிக்கூடங்கள் கற்றுத் தருவதைத்தான் பாமாவின் "எளக்காரம்" கதை பேசுகிறது. மிக எளிமையான இந்தக் கதை மிக சிக்கலான வலிகளை நமக்கு ஞாபகப்படுத்துகிறது.

பாமாவின் மற்றொரு கதையான "பொன்னுத்தாயி" இந்தியக் குடும்பம் பற்றிய மயக்கங்களையும் மாயைகளையும் உடைக்கிறது. பொன்னுத்தாயி என்ற பெண் தன் குடிகாரக் கணவனுடன் வாழப்பிடிக்காமல் தனது நான்கு குழந்தைகளையும் அவனிடத்திலேயே விட்டுவிட்டு தாய்வீட்டுக்கு வந்துவிடுகிறாள். தன்னுடன் வந்துவிடும்படி கணவன் தகராறு செய்கிறான்.

அப்போது ஏற்பட்ட சண்டையில் அவளது மண்டை உடைந்து ரத்தம் கொட்டுகிறது. அத்துடன் காவல் நிலையம் சென்று முறையிட்டு தன் கணவனுக்குத் தண்டனை வாங்கித் தருகிறாள். ஊர் அவளை இதற்காக இழிவாகப் பேசுகிறது. குழந்தைகளை விட்டுவந்த அவளை பாசமற்றவள் என்று குற்றம்சாட்டுகிறது. என்றாலும் தனது கணவனை பிரிந்து தனித்து வாழ முடிவு செய்துவிட்ட அவள் தன் தாலியை அறுத்து எறிந்துவிடுகிறாள். அதைவிற்றே தனக்கென்று ஒரு சிறு பழ வியாபாரத்தைத் தொடங்குகிறாள். இக்கதையில் தாய்மை, தாலி, குடும்ப வன்முறையைச் சகித்துக்கொள்ள வேண்டும் என்ற விதி என்பவை கடுமையாக கேள்விக்குள்ளாக்கப்படுகிறது. அவள் சிந்தும் ரத்தமும் அவள் எடுக்கும் முடிவும் மறுக்க முடியாத உண்மை களாக உறைந்துவிடுகின்றன. இப்படி ஒரு கதை நிகழ்வை தலித் பெண்ணியப் பார்வையில் மட்டும்தான் எழுதவும் புரிந்து கொள்ளவும் முடியும்.

"ஒத்த" என்ற பாமாவின் மற்றொரு கதை இல்லாமல்லி என்ற பெண்ணைப் பற்றியது. சிறுமியாக இருக்கும் போது பன்றிக்கடித்து அவளது வலது மார்பு ஊனமாகிவிடுகிறது. வளர்ந்த பிறகு ஒற்றை மார்பகத்தோடு இருக்கும் அவளை ஊரார் "ஒத்த" என்று கேலியாகக் கூப்பிடுகிறார்கள். அவளுக்கு அதனால் திருமணமும் நடக்கவில்லை. அவளின் முப்பது வயதில் வயற்காட்டில் புல்லறுத்துக் கொண்டிருக்கும் போது ஒரு மேல்சாதிக்காரன் கேவலப்படுத்தி பேசுவதுடன் அவள் ஒற்றை மார்பைத் தொட முயற்சிக்கிறான். அப்பெண் அரிவாளால் அவனைத் தாக்க அவனது ஒருகண் குருடாகி விடுகிறது. "இப்பிடிச் செஞ்சாத்தான் பெயல்களுக்குப் புத்தி வரும்" என்று ஒரு பாட்டி சொல்கிறார். இச்செய்தி ஊர்முழுக்க பரவியபின் அப்பெண்ணை யாரும் ஒத்தை என்று கேலி செய்வதில்லை.

ஒரு தலித் பெண்மீது பாலியல் வன்முறை செலுத்துவதை தினசரி செயல்போல் மிகச்சாதாரணமாக ஒரு மேல்சாதி ஆண் நடந்துகொள்வதை நேரடியான எளிய மொழி நடையில் இக்கதை விளக்குகிறது. அதற்காக கிராமத்தில் பெரிய எதிர்ப்பு ஒன்றும் ஏற்படவில்லை என்ற குறிப்பும் தரப்படுகிறது. இந்த தனிப்பட்ட எதிர்த்தாக்குதல் மட்டுமே ஒரு எதிர்ப்பாக இருக்கிறது. கண் தாக்கப்படுதல் ஒரு சிறிய எதிர் வன்முறை அடையாளமாக வைக்கப்படுகிறது. இவை மேலோட்டமாக ஒரு சம்பவத்தைச்

நம் தந்தையரைக் கொல்வது எப்படி 41

சொல்வதுபோல் தலித் சமூகத்தின் மொத்த வலியையும் கூறிவிடுகிறது. இந்த எளிமை சார்ந்த உரையாடல் வழியாக மிகப்பெரிய வரலாற்று வன்முறைகளை நினைவூட்டுவதுதான் தலித் எழுத்துக்களின் தனிப்பட்ட வலிமை. அதிலும் தலித் பெண் படைப்புகள் இரட்டை வன்முறையின் பல்வேறு அடுக்குகளையும் மிகத் தீவிரமாகப் பேசுகின்றன.

பாமாவின் "கருக்கு", "சங்கதி", "வன்மம்" என்ற மூன்று நாவல்களும் தலித் சமூகத்தின் வாழ்வியல், சமூகவியல் அவலங்களை விரிவாகப் பதிவு செய்கின்றன. கதை சொல்லும் மொழி தலித் வட்டார வழக்கில் அமைத்து ஒரு பொது மொழி நடைக்கு எதிர்க் கதைக்கூறலை உருவாக்குகிறது. கருக்கு, சங்கதி இரண்டு நாவல்களும் 'தன்வாழ்க்கை' கதைகளாக அமைந்து ஒரே சமயத்தில் தலித் மற்றும் பெண் என்ற இரு அடையாளங் களின் சிக்கல்களை நேரடியாகவும் ஒரு கால கட்டத்தின் பின்னணியிலும் பேசுகின்றன. அதே சமயத்தில் தலித் பெண்ணியப் பார்வை கொண்ட படைப்பாளரின் எண்ணங் களையும் பதிவு செய்கின்றன. தலித் சமூகத்தின் வாழ்க்கைமுறை, கிராமத்தின் சாதிய அமைப்புமுறை, அவற்றுக்கிடையிலான முரண்பட்ட வன்முறை நிறைந்த உறவுகள் அதற்குள் நிகழும் தனிமனித வாழ்வு என்பதை ஒரு பெண்ணின் நினைவு வழியாகச் சொல்லப்படுகின்றன.

இந்நாவல்களின் சொல்லும் முறை தமிழ் நாவல்களின் பழகிய வடிவத்திலிருந்து முற்றிலும் மாறி நேரடித்தன்மையும் கடுமை நிறைந்த பேச்சும் கொண்டவையாக உள்ளன. நாசுக்கான உரையாடல்கள் என்ற தமிழின் கதைச் சொல்லும் மரபு அரசியல் நோக்கத்தோடு மீறப்பட்டுள்ளது. இந்த மீறல் தலித் வாழ்வின் இருப்பையும் இயக்கத்தையும் தீவிரமாக அரசியல்படுத்தும் உத்தியாகச் செயல்படுகிறது. இந்த நாவல்களின் வாசிப்பின் ஊடாக எத்தனையோ கேள்விகளும் தலித் வாழ்வின் வரலாற்றுப் பதிவுகளும் அடுக்கடுக்காக வெளிப்படுகின்றன. தீண்டாமை கொடுமையிலிருந்துத் தப்பிக்க எண்ணி மதம்மாறிய தலித்துகள் அங்கும் தலித் கிருத்துவர்கள் என்ற பெயருடன் அதே அளவு கொடுமையை அனுபவிக்கும் சமூக அவலம் இவர் நாவல்களின் பின்னணியாக அமைந்துள்ளது.

தலித் சமூகத்தின் தினசரி வாழ்கைக்கான போராட்டங்கள் ஒருபுறம், தங்கள் உயிரைப் பாதுகாத்துக் கொள்ளவேண்டிய

போராட்டம் ஒருபுறம், தங்களுக்கான அடையாளத்தைக் கட்டி எழுப்ப வேண்டிய போராட்டம் ஒருபுறமென பலகட்ட போராட்டங்களுக்கு இடையே ஒரு பெண்ணாக இருத்தல் என்பதின் பயங்கரத்தை கருக்கு, சங்கதி என்ற இரண்டு நாவல்களும் ஒரு அடங்கிய தொனியில் அதே சமயம் மிகத் தீவிரமாகப் பதிவு செய்கின்றன. தலித் வாழ்க்கையில் திணிக்கப்பட்ட வறுமை மற்றும் பயம் என்ற வலிகளுக் கிடையேயும் மனித உறவுகளின் மென்மை, எளிய மனங்களின் சிறு சிறு சந்தோஷங்கள், கனவுகள் அனைத்தும் கூட மனதைப் பற்றும் வகையில் பதிவாகியுள்ளன. மற்ற கதை கூறல்களைப் போல இல்லாமல் இவை ஒவ்வொன்றுக்கும் கூடுதல் அரசியல் அர்த்தமும் தொடர்ந்து உருவாகிக் கொண்டேயிருக்கின்றன. ஒடுக்குதலை பதிவு செய்யும் அதே வேளையில் அதிலிருந்து விடுபடவேண்டும் என்ற ஏக்கமும் கனவும் தொடர்ந்து நினைவூட்டப்படுகிறது. தலித் பெண்ணிய பிரக்ஞைதான் இந்த நினைவூட்டும் மொழிக்கு அடிப்படையாக உள்ளது.

"எங்க ஊரு ரொம்ப அழகான ஊரு." என்று தொடங்கும் "கருக்கு" நாவல் "நாய்க்கமார்க் கிட்டதா நெலமே இருக்குது. ஒவ்வொரு நாய்க்கமாரு காடுகளும் பல மைல்களுக்கு பரவிக் கெடக்கும்." எனக்கூறி காடு, மலை, கழனி, கம்மாய், குளம் என்று பரந்து கிடக்கும் வெளியில் வெறும் கூலிகளாக மட்டும் நிறுத்தப் பட்டுள்ள மனிதர்களைப் பற்றிப் பேசுகிறது. இவர்களுக்கான புழங்கும் வெளி, பொது வெளி இரண்டையும் போராடித்தான் பெற வேண்டியிருக்கிறது. தலித்துகளின் மீது நடத்தப்படும் தாக்குதல்களும் சுரண்டல்களும் இல்லாத ஒரு இடத்தை, உலகை கதைசொல்லி வாழ்க்கை முழுவதும் தேடிக்கொண்டே இருக்கிறார். ஆனால் தீண்டாமை காற்றுபோல் எல்லா வெளியிலும் இயல்பாகப் புழங்கிக் கொண்டிருக்கிறது. சமூகத்தின் சகல அமைப்புகளும் சாதியின் பெயரால் நடத்தும் அவ மரியாதையையும் கொடுமைகளையும் வன்முறைகளையும் கண்டு முடங்கிவிடாமல் திமிறி எழுகிறார். விடுதலையைத் தேடி கன்னியாஸ்திரியாக மாறுகிறார், பிறகு தனது அடையாளத்தை மீட்டெடுக்க கன்னியாஸ்திரி மடத்திலிருந்தும் வெளியேறுகிறார். இம்முடிவு இவரின் சுதந்திரப் பிரகடனமாகப் பதிவாகிறது.

"சங்கதி" நாவலோ ஒரு ஒடுக்கப்பட்ட சமூகத்திலும் ஒடுக்கப் பட்ட இனமான பெண்களைப் பற்றியது. இந்நாவலும்

கதைசொல்லியை முன்வைத்து பாலின ஒடுக்குமுறை பற்றிப் பேசுகிறது. தலித் பெண் என்ற அடையாளத்தை நேரடியாக முன் வைத்துக் கூறப்படும் இவ்வாழ்க்கைக் கதை பல்வேறு விதமான பெண்களையும் அவர்களின் வாழ்க்கைப்பாடுகளையும் அவர்களுக்குள்ளாகவே ஏற்படும் தவறான புரிதல்களையும் பற்றி விரிவாகப் பேசுகிறது. தலித் சமூகத்துக்குள்ளேயே பெண்கள் விடுதலை நோக்கி நகர்வதை கசப்புடன் எதிர்கொள்ளும் நிலை பற்றியும் துயரத்துடன் கூறுகிறது. பெண்கள் கல்வி பெறுவதையோ சிந்திப்பதையோ மகிழ்ச்சியுடன் ஏற்றுக்கொள்ள முடியாதவர்களின் அறியாமை பற்றியும் முறையிடுகிறது. சாதிக் கலப்பு ஏற்படுவதன் தேவை சில இடங்களில் சுட்டிக் காட்டப்படுகிறது. ஆனால் கதையின் இலக்கு தனித்த அடையாள முடைய சிந்திக்கும் பெண்ணைப் பற்றியதாக அமைந்துள்ளது.

ஒடுக்கப்பட்ட இரு சாதிகளுக்குள் நேரும் வன்முறையை துயரத்தோடு பதிவு செய்யும் நாவல் “வன்மம்”. ஒரே வகையான ஒடுக்குமுறைக்கு உட்பட்ட இரண்டு தலித் சாதிகள் அரசியல், சமூக விழிப்புணர்வு இன்றி ஒருவருக்கொருவர் மோதிக் கொள்வதும் அதற்குப் பின்னணியில் ஆதிக்கசாதியினரின் திட்டமிட்ட தூண்டுதல் இருப்பதும் பதிவு செய்யப்படுகிறது. சாதி மோதல் வன்முறையின் போது அதிகமாக பாதிக்கப் படுகிறவர்களாக பெண்கள் இருப்பது தெளிவாக விவரிக்கப் படுகிறது. காவல்துறை சட்டம் ஒழுங்கு பாதுகாப்பு என்ற பெயரில் தலித் பெண்களை வீடு புகுந்து தாக்குவதும் இழிவுபடுத்துவதும் ஒரு தேசிய நடைமுறையாக மாறிவிட்ட கொடுமை ஒரு உதாரண ஆவணமாக பதிவு செய்யப்பட்டுள்ளது. இரு தலித் சாதிகளுக் கிடையில் நேரும் மோதலில் பலர் இறந்துவிட, சடலங்களைப் பெற்றுக்கொள்ளச் செல்லும் பெண்களை காவல்துறையினர் கைது செய்து சித்திரவதை செய்கிறார்கள். இந்த ஒரு சித்தரிப்பே தலித் பெண்கள் விலங்குகளுக்கும் கீழான ஒரு நிலையில் நடத்தப்படுவதை அதன் கொடூரத்தோடு விவரித்துவிடுகிறது.

தலித் பெண்களைப் பற்றி பாமாவின் நாவல்கள் விவரிக்கும் முறை அவர்களின் சில தனிப்பட்ட வலிமையான பண்புகளை சொல்லிச் செல்கிறது. உழைப்பு என்பதோடு சமூகச் செயல்பாட்டுப் போராட்டங்களில் அதிகமாக பங்கெடுத்துக் கொள்கிறார்கள் என்பதும் தாக்குதல் போன்றவற்றைக்கூட நேரடியாக எதிர்கொள்கிறார்கள் என்பதும் இவருடைய

எழுத்துகளில் பதிவாகிறது. எந்தவொன்றைப் பற்றியுமான பெண்களுடைய கருத்து இவர் எழுத்துக்களில் முதன்மை பெறுகிறது.

"பழயன கழிதலும், ஆனந்தாயி" என்ற இரு நாவல்கள் மூலம் தலித் பெண்பார்வை பற்றிய விரிவான விவாதத்தைத் தொடங்கிவைத்த சிவகாமி, தமிழில் எழுதிவரும் பெண் எழுத்தாளர்களில் முக்கியமானவர். தலித் அரசியலிலும் தலித் பெண்ணியத்திலும் தொடர்ந்து பங்களித்து வருபவர். இயக்க நடவடிக்கைகளில் நேரடியாகச் செயல்படுகிறவர். இவருடைய எழுத்துக்களில் தலித் சமூகத்திற்குள் பெண்கள் நடத்தப்படும் முறைபற்றிய கடுமையான விமர்சனங்கள் முன்வைக்கப் படுகின்றன. பழையன கழிதல் நாவலில் தலித் அரசியலில் ஈடுபட்டுள்ள ஒரு ஆணின் கீழ் அவனது குடும்பத்துப் பெண்கள் படும் கொடுமையை ஈவு இரக்கமின்றி சித்தரித்துள்ளார். பெண்ணின் பார்வையிலிருந்து அடக்க முடியாத கோபத்துடன் இந்தக் கடுமை பீறிட்டு வெளிப்படுவதை காண முடிகிறது. சாதி என்பதைக் கடந்த ஆண்மையின் அதிகாரக் கடுமை பழியன கழிதல் நாவலில் மிக விரிவாகப் பேசப்படுகிறது. காத்தமுத்து என்ற அரசியலில் ஈடுபடும் ஊர் பெரிய மனிதர் ஆதிக்க சாதியினரின் கொடுமைகளை எதிர்த்து நிற்கும் அதே வேளையில் தனது உறவினர்கள் மற்றும் குடும்பத்தினரிடம் துரோகம் செய்தல், பழிவாங்குதல், கொடுமைப்படுத்துதல் போன்றவற்றைச் செய்கிறார்.

இதனை ஒரு பெண்ணின் பார்வையிலிருந்து கதை சொல்லி அதிக கோபத்தோடு விவரித்துச் செல்கிறார். இதன் மூலம் தலித் அரசியலுக்கு இருக்க வேண்டிய பெண்ணியப் புரிதலை வலியுறுத்தவே செய்கிறார். முதல் பார்வையில் ஒரு தலித் அரசியல்வாதியை கொடூரமானவனாக சித்தரிப்பது போன்ற தோற்றத்தை இந்நாவல் தந்தாலும் அடிப்படையான மாற்றத்தையும் கருத்தியல் தெளிவையும் இந்நாவல் முதல் தேவையாக வலியுறுத்துகிறது. இது பெண் என்ற பார்வையின் மூலம்தான் சாத்தியமாகியிருக்கிறது.

சிவகாமியின் "ஆனந்தாயி" நாவலோ தலித் பெண்களின் துயரம், கொடுமை அனைத்தையும் அச்சமூட்டும் வகையில் விவரிக்கும் ஒரு எழுத்து. நிலையான நீடித்த ஒரு துயரம், ஆறுதலே இல்லாத ஒரு தொடர்வலி என இந்த நாவல் மனதை பிழியும்

வகையில் நீண்டு செல்கிறது. இந்தத் துயரம் தலித் சமூகத்தின் நீண்ட வரலாற்றுத் துயரக் குறியீடாகவும் தொடர்ந்து நினைவில் வைக்கப்படுகிறது.

ஆனந்தாயியின் கணவன் பெரியண்ணன் கேள்வி முறையற்று வீட்டுக்கே பிற பெண்களை அழைத்துவந்து அவர்களுடன் உடலுறவு கொள்கிறான். இதனால் எழும் சச்சரவுகளில் ஆனந்தாயி தினம் தினம் அவனிடம் அடிப்பட்டுச் செத்துச் செத்துப் பிழைக்கிறாள். லெட்சுமி என்ற பெண்ணுடன் தனிக் குடித்தனம் நடத்திவரும் இவன், காலப்போக்கில் அவள் நடத்தையில் சந்தேகம் கொண்டு அவளை தனக்கே உடமையாக்க வேண்டி வீட்டுக்கே அழைத்துவந்து வைத்துக்கொள்கிறான். இதனால் எழும் குடும்பச் சண்டைகள் அடிதடிகள் என தொடரும் வாழ்கையிலிருந்து லெட்சுமி தப்பிக்க நினைக்கிறாள். இந்த நரகத்திலிருந்து விடுபட்டால் போதுமென்று பழக்கமாகும் ஆண்களுடன் சில முறைகள் ஓடிப்போகிறாள். அவள் எங்கு சென்றாலும் பெரியண்ணன் அவளைத் தேடி இழுத்துவந்து கொடூரமாக அடிக்கிறான்.

ஒவ்வொரு முறையும் அவளைத் தேடிக் கண்டுபிடிக்கவே தனது சொத்தையெல்லாம் விற்றுத் தீர்க்கிறான். அவள் ஓடிப் போகும் ஒவ்வொரு முறையும் இப்படிதான் நடக்கிறது. ஆனந்தாயி இவனை திருமணம் செய்துகொண்ட நிர்பந்தத்துக்காக இவனிடம் வதைபடுகிறாள் என்றால் லெட்சுமி அவனிடம் அடைக்கலம் வந்த பாவத்துக்காக இவனிடம் கொடுமைப் படுகிறாள். ஆனந்தாயியின் மகள் கலாவுக்கு தாயைப் போலவே ஒரு வாழ்க்கை அமைந்துவிடுகிறது. அவர்கள் இருவருமே தங்கள் கணவன்மாரிடம் எந்நேரமும் உதைபட்டுச் சாகும் நிலையில் உயிரைக் கையில் பிடித்துக்கொண்டு வாழ்ந்து கொண்டிருக் கிறார்கள். இவர்கள் பேச்சற்ற பெண்கள். தன் வாழ்க்கையைத் தானே தீர்மானிக்கத் தெரியாதவர்கள். இவர்கள் தப்பித்துச் சென்று இந்த உலகின் எந்த மூலையிலும் ஒளிந்து கொள்ள சக்தியற்றவர்கள். ஒரு ஆண் தான் ஒரு ஆண் என்ற காரணத்தைக் கொண்டே பெண்களின் மீது எல்லாவித வன்முறையையும் செலுத்தும் உரிமை எடுத்துக்கொள்வதை இந்த நாவல் மிகக் கடுமையாகப் பதிவு செய்திருக்கிறது.

இந்த வன்முறை சாதிப் பிரிவுகள் தாண்டி நிகழ்வதும் நியாயப்படுத்தப்படுவதும் இவ்வளவு கடுமையாகப் பதிவாவதற்கு

சிவகாமியின் பெண்ணியப் பார்வையே காரணமாக இருப்பதை அவரது எழுத்துக்கள் ஒவ்வொன்றிலும் உணர முடிகிறது. இந்த பெண்ணியப் பார்வை ஏற்கனவே நினைவில் இல்லாதவற்றை நினைவுக்குக் கொண்டுவரும் புதிய கதைகூறலை சாத்தியமாக்குகிறது.

இந்த நினைவு ஏற்கனவே இருந்த இலக்கிய வரலாற்று மறதிகளை உடைத்து ஒவ்வொரு பேச்சையும் அரசியலாக்கும் செயலைச் செய்கிறது. இவரின் இரண்டு நாவல்களுமே தந்தை என்ற ஆண் பாத்திரத்தின் கொடூர முகத்தை வெளிப்படுத்துகின்றன. தலித் அல்லாத சாதிகளின் அதிகாரத் தந்தையையும் தலித் சமூகத்துக்குள் உள்ள அதிகாரத் தந்தையையும் ஒரே சமயத்தில் எதிர்கொள்ளும் கொடூரத்தை இவருடைய பெண்கள் அனுபவிக்கிறார்கள். சாதிகளை நிலைநிறுத்தும் தந்தை அதிகாரம், சாதிக்குள் பெண்ணின் இடத்தை வரையறுக்கும் தந்தை அதிகாரம் இரண்டையும் எதிர்கொள்வதற்கான அரசியல் தலித் பெண்ணிய அரசியலின் பேச்சாக தலித் பெண் எழுத்துக்கள் இருக்கின்றன.

தற்போது பெண்விடுதலை, பெண்ணியம் என்ற குரல் எழும்போது அதை முடக்க எல்லா பக்கங்களிலிருந்தும் மிரட்டல்கள் விடப்படுகின்றன. பெண் விடுதலையின் அடிப்படையுடன் தலித் பெண்ணியம் சேரும்போது உண்மையான ஆண் அதிகாரம், தந்தையதிகாரம் என்பவற்றின் பிரதிநிதிகள் யார் என்பது எதிர்நிலையில் அடையாளப்படுத்தப்பட்டுவிடும். இந்த அடையாளப்படுத்தலின் அரசியலும் மறதிக்கு எதிரான அரசியலும் ஒரு வன்முறையுடன் தான் எழுத்தில் தொடங்க வேண்டியிருக்கிறது.

இந்த அரசியலின் தொடர்ச்சியை கோட்பாட்டு வகை எழுத்தில் அரங்க மல்லிகாவிடமும் கவிதை எழுத்தில் சுகிர்தராணியிடமும் காண முடிகிறது. வெளிப்படையான பேச்சு. மௌனத்தைக் கலைக்கும் தொந்தரவுகள். மறதியை உடைக்கும் நினைவுகள் என அமைதியைக் குலைக்கும் எழுத்துக்கள் இனி நிறைய தலித் பெண் படைப்பாளர்களிடமிருந்து உருவாக இருக்கிறது. அதற்கான அழுத்தமும் வலியும் தற்போதுதான் உணரப்பட்டு வருகிறது. சுகிர்தராணியின் இக்கவிதை இம்மாற்றத்தை முன்மொழிவதாக இருக்கிறது.

நம் தந்தையரைக் கொல்வது எப்படி

மெல்லிய
புலால் நாற்றம் வீசுகின்ற
நானும்
தசைகளை முற்றாகப்
பிய்த்தெடுத்த எலும்புகள் தொங்கும்
என் வீடும்
கொட்டாங்கச்சியில் தோலைக்கட்டி
பறையொலி பழகும்
விடலைகள் நிறைந்த
என் தெருவும் ஊரின் கடைசியில் இருப்பதாக
நினைத்துக் கொண்டிருக்கிறார்கள்
நான் சொல்லிக் கொண்டிருக்கிறேன்
முதலில் இருப்பதாக.

வன்கொடுமையே வாழ்வியல் அறம்

தமிழ்ச் சமூகத்தில் பெண் தன் உயிர்ப்பைத் தொடர மூவாயிரமாண்டுகளாக யாசித்து நிற்க வைக்கப்பட்டிருக்கிறாள். கருவிலிருந்தே தொடரும் மரணப் போராட்டம் அவளின் இறுதி மூச்சுவரை தொடர்கிறது. சாதி, மதம், மரபு, பண்பாடு, ஒழுக்கம் என்னும் கலாச்சாரக் காவலர்களைக் கொண்டு பெண்ணை இச்சமூகம் இமிபிழறாமல் கண்காணித்து அவளின் தன்னிச்சையான இயக்கத்தை ஒடுக்குகிறது. அதே சமயம் சமூக விருப்பத்திற்கேற்ப அவளுக்கெதிரான கொடூர வழக்கங்களை அவளே செயல் படுத்தும் ஏவல் பாவையாகவும் மாற்றிவிடுகிறது.

உலகில் பல சமூகங்கள் பெண் சிசுக் கொலையைச் சமூக வழக்கமாகவே கடைபிடித்து வந்துள்ளன. குறிப்பாக எஸ்கிமோக்கள் 'பெண்கள் தங்கள் சமூகத்துக்கு அதிகம் தேவை யில்லை' எனக் கொன்றுவிடுவதாக மானுடவியல் அறிஞர்கள் கூறுகிறார்கள். இவ்வழக்கம் இந்தியாவில் இன்றும் பரவலாக நடைமுறையில் உள்ளது. சீனர்கள் முன்பு பெண் குழந்தைகள் பிறந்தவுடன் கால்களைக் கட்டிவிடுவார்கள். பெண்கள் வேகமாகவும் சுறுசுறுப்பாகவும் செயல்படக் கூடாதென்று. சில வகை ஆப்பிரிக்க பழங்குடி இனத்தவர் பெண்களுக்கு சமூக வழக்கம் என்ற பெயரில் உதட்டில் துளையிட்டு பெரிய மண் தட்டுகளைப் போட்டுவிடுகின்றனர். பெண்கள் அதிகம் பேசுபவர்கள் என்று அப்பேச்சைத் தடை செய்வதற்காக இவ்வழக்கம் கடைபிடிக்கப்படுகிறது. இவர்கள் வளர வளர இத்தட்டுகளின் அகலம் அதிகரித்துக்கொண்டே போகும்.

இதைவிடக் கொடூர வழக்கம் ஒன்றும் ஆப்பிரிக்க இனக்குழுக்களிடையே இன்றும் நடைமுறையில் உள்ளது. பெண்ணின் பிறப்புறுப்பு உணர்வு மொட்டை (கிளிடோரிஸ்) பருவ வயதில் அறுத்து எடுத்துவிடுவது. ஆண், பெண் உடலுறவின்பத்தின் போது பெண்கள் அவ்வின்பத்தை அனுபவிப்பது தடைசெய்யப்படுகிறது. அச்சமூக ஆண்கள்

மட்டுமே கலவியில் கிடைக்கும் இன்பத்தை அனுபவிக்க உரிமையுள்ளது. சில நூற்றாண்டுகளுக்கு முன்பு ஐரோப்பியச் சமூகங்களில் பெண்களின் பிறப்புறுப்பை உலோகத்தாலான கவசம் போட்டு பூட்டும் வழக்கம் இருந்தது. ஆண்கள் தங்கள் மனைவிகளுக்கு இந்த கற்பு இடைவாரை போட்டுப் பூட்டி அதன் சாவியை எடுத்துக் கொண்டு போய்விடுவர். அந்த இடைவாரில் ஒரு சிறு துளை மட்டுமே இருக்கும். அதன் வழியே சிறுநீர் மற்றும் மாதவிலக்கு குருதி வெளியேறும். அவர்கள் தங்களின் பிறப்பு உறுப்பை சுத்தம் செய்யக்கூட முடியாது. பிறப்புறுப்பில் நோய்கிருமிகள் தொற்றி பிறப்புறுப்பு அழுகி அப்பெண்கள் இறக்க நேரிட்டது. இதன் பிறகே இந்த வழக்கம் ஒழிந்தது.

தென்கிழக்கு ஆசியாவில் உள்ள ஒரு பழங்குடிச் சமூகத்தில் பெண் குழந்தைகளின் கழுத்தில் வளையமாக கம்பிகளைச் சுற்றிவிடுகின்றனர். அவர்கள் வளர வளரக் கம்பி வளையத்தின் எண்ணிக்கையைக் கூட்டிக்கொண்டே போகின்றனர். அவ் வளையத்திற்குள் விஷப்பூச்சிகள் புகுந்து கடித்தால் கூட ஒன்றும் செய்ய முடியாது. எறும்பு கடித்தால் சொறிந்துகொள்ள முடியாது. அவர்களின் கழுத்து சிறுத்து காற்றுபோகாமல் வெந்து புண்ணாகி நீர்வடிந்து பிறகு ஒருவழியாக பழகிவிடுகிறது. குதிரைக்கு கடிவாளம் போட்ட மாதிரி அக்கம் பக்கம் பார்க்காமல் அவர்களின் பார்வை தடை செய்யப்படுகிறது. உலகில் பெண்கள் மீது நடக்கும் வன்கொடுமைகளைப் பட்டியலிட்டுக்கொண்டே போகலாம்.

தேசம், மொழி, சாதி, மதம் கடந்து பெண்கள் மீதான வன்முறையும் பெண்களுக்கு இழைக்கப்படும் அநீதியும் காட்டு மிராண்டித்தனமான நடைமுறையும் காலப் போக்கில் சிற்சில மாற்றங்களை அடைந்து பல்வேறு வடிவில் இன்றும் தொடர்ந்து கொண்டுதான் இருக்கின்றன. இக்குரூர வழக்கத்தினால் பெண்கள் உடல், மன ரீதியாக பலமாகப் பாதிக்கப்படுகின்றனர். இவ்விதம் பாதிக்கப்பட்ட ஆரோக்கியமற்ற இச்சமூகப் பெண் களால் உருவாக்கப்படும் சந்ததிகள் குற்றவுணர்வுடைய சமூகத்தினராகவே வளர்கின்றனர். எந்தச் சமூகத்தில் பெண்கள் மீதான வன்முறையும் ஒடுக்குமுறையும் குறைவாக இருக்கிறதோ அச்சமூகம் ஆளும் சமூகமாகவும் பெண்களை அதிகமாக ஒடுக்கும் சமூகம் அடிமைப்பட்ட சமூகமாகவும் மாறுகிறது. பெண்களின் மீதான வன்முறையும் ஒடுக்குதலும் குறைவாக

உள்ள ஐரோப்பிய சமூகங்கள் இன்று வல்லரசாகவும் பொருளாதார வளர்ச்சியுடைய சமூகமாகவும் பெண்களின் மீது அதிக வன்முறை செலுத்தும் மூன்றாம் உலக சமூகங்கள் அடிமைப்பட்டும் கையேந்தியும் கிடக்கின்றன. பெண்ணின் இருத்தலைக் குலைக்கும், கட்டுப்படுத்தும், கண்காணிக்கும் பல்வேறு சமூக நடைமுறைகளும் கடைபிடிக்கப்படும் பழக்க வழக்கங்களும் அவளின் வாழ்க்கையைக் குதறிக் கூறுபோட்டு விடுகின்றன. மன, உடலளவில் கோழைகளாக வளர்க்கப்படும் பெண் இச்சமூகக் கொடுமைகளையும் அநீதிகளையும் எதிர்க்க முடியாமல் மனநிலை பிறழ்ந்த பெண்ணாக உருவாக்கப்படுகிறாள்.

குடும்பம், சமூகம், சாதி, மதம் மற்றும் அரசதிகார அமைப்பு என்ற ஐந்து பெரு நிறுவனங்களும் பெண்ணின் இருத்தலை மிக மோசமாக ஒடுக்குகின்றன. இந்த ஒடுக்குதல் பொருளாதாரத்தில் முன்னேறிய, நடுத்தர மற்றும் மிகவும் பின்தங்கிய என்ற பாகுபாட்டின் அடிப்படையின் கீழ் வித்தியாசப்படுகிறது. இந்திய கிராமங்களில் இந்து மதக் கலாச்சார பழக்க வழக்கங்களால் அதிகம் பலியாக்கப்படுவது மிகவும் பிற்படுத்தப்பட்ட, தாழ்த்தப் பட்ட, விளிம்புநிலைப் பெண்களே. பெண் என்பதால் சரியான உணவு கிடைக்காமல் தண்டிக்கப்படுவது. குடியிருக்க வீடு மறுக்கப்படுவது, அதிகமான உடல் உழைப்புச் சுரண்டல், சிறுவயதிலேயே பாலியல் சுரண்டலுக்குள்ளாவது, திருமணம் என்ற பெயரில் பாலியல் வன்முறைக்குள்ளாக்கப்படுவது, திருமண வியாபாரத்தில் வரதட்சணைக் கொடுமை, ராசி மற்றும் தோஷம் காரணங்களைச் சொல்லி கொடுமைக்குள்ளாக்குவது, தொடர்ந்து பெண் குழந்தை பெற்றெடுக்கும் பெண்ணைக் கொடுமைப் படுத்துவது, மலடி, இளம் விதவை என்று அவமதிக்கப்படுவது, குழந்தைகளுடன் துரத்தப்படும் பெண்கள் அற்பக் காரணங் களுக்காக ஆண்களின் அறிவிக்கப்படாத யுத்தத்தில் தினம் தினம் கொல்லப்படுவது நம் சமூகத்தில் தனக்கான வாழ்க்கையைத் தேர்ந்தெடுத்துக்கொள்ள விடாமல தடுக்கப்பட்ட தண்டிக்கப்பட்ட பெரும்பான்மையான பெண்களின் வாழ்க்கை இதற்குள்ளேயே முடிந்து போகிறது. தலித் பெண்கள், மனநிலை பிறழ்ந்த பெண்கள், பேய் பிடித்ததாக கதை கட்டிவிடப்பட்ட பெண்கள் மற்றும் லெஸ்பியன்கள் மீது தொடுக்கப்படும் வன்முறை என்பது எல்லாவற்றையும் விட மிகக் கொடுமையானது. போரால், புலம் பெயர்தலால் பெண் மீது தொடுக்கப்படும் திணிக்கப்படும்

வன்முறை மற்றும் அதன் பின்விளைவுகள் தலைமுறை தலைமுறையாய் வற்றா ஊற்றென சுரந்து கொண்டேயிருக்கிறது. பெண்மீது இச்சமூகம் நிகழ்த்தும் பிரத்தியேகமான இத்தகைய வன்கொடுமையைத்தான் நம் சமூகத்தின் கலாச்சாரம் என்கிறது தமிழர் நாகரீகம்.

இந்த வன்முறையையும் வன்கொடுமையையும் வாழ்க்கை மரபாகக் கொண்டுவந்து நிறுத்தியது மனு சாஸ்திரம். பெண் மீது நிகழ்த்த வேண்டிய சித்திரவதைகளைப் பட்டியல் போட்டு அளிக்கிறது மனுநீதி. குடும்பம், மதம், எழுத்து, காட்சி ஊடகங்கள் மற்றும் அரசியலதிகார கட்டமைப்புகள் அனைத்தும் மனு தர்மத்தின் குரலிலேயே பேசுகின்றன. 'கள்ளக் காதலன்' வைத்திருந்த மனைவியை கொன்ற கணவனை விடுதலை செய்கிறது நீதித்துறை. 'கணவனுக்கு துரோகமிழைத்த பெண்ணை கணவன் கோபப்பட்டு கொல்வது இயல்பானது திட்டமிட்ட வன்முறை இல்லையென' வரலாற்று சிறப்பு மிக்கத் தீர்ப்புகளை நம் நீதிமன்றங்களும் உள்ளூர் கட்ட பஞ்சாயத்துகளும் வழங்கிக் கொண்டு வருகின்றன. இதையே அடிப்படையாகக் கொண்டு பெண்கள் 'கள்ளக் காதலி' வைத்திருந்த கணவனைக் கொன்றிருந்தால் ஆணினமே பூண்டோடு அழிந்து போயிருக்கும். என்ன செய்வது பெண்களின் தயவில் உயிர்ப்பிச்சையில் வாழ்ந்து கொண்டிருக்கிறார்கள் ஆண்கள்.

எல்லாவித சராசரி சமூக வன்முறைகளையும் தாண்டிப் பிழைத்துத் தெளிந்த சில பெண்கள் பேசவோ எழுதவோ வந்தால் தமிழகப் புரட்சியாளர்கள் சிவப்புக் கம்பள வரவேற்பளிக் கிறார்கள். ஆனால் தரை விரிப்பை எங்கள் குருதியால் தான் சிவப்பாக்க விரும்புவார்கள். பெண்ணுரிமையையும் மாற்றுக் கலாச்சாரத்தையும் பேச, எழுத துணிந்ததனால் கடந்த இருபது ஆண்டுகளாக தொடர்ந்து அவமானப்படுத்தப்பட்டும் வன்முறைக்குள்ளாகியும் வருகிறேன். தோழர்கள் என்று கைகுலுக்கிக்கொள்ளும் மார்க்சியவாதிகளால், தமிழ்த் தேசியவாதிகளால் மற்றும் அறிவுஜீவிகளால். இவையெல்லாம் நான் 'பெண்' அவர்கள் மொழியில் சொல்ல வேண்டுமானால் 'காலால் மூத்திரம் பெய்யும் பொட்டக் கழுதை' என்பதனால் மட்டும் நேர்ந்தவை என்பதைச் சொல்லத் தேவையில்லை.

மாலதி மைத்ரீ

கலகக்காரர்கள், சமூகப் புரட்சியாளர்கள் என்ற அடை மொழிக்குரிய ரவிக்குமாரும், அ.ராமசாமியும் சேர்ந்து நடத்திய ஊடகம் பத்திரிக்கையில் 1992ல் என் பிறந்தநாளைக் குறிப்பிட்டு ஆபாசமான பிறந்தநாள் வாழ்த்து எழுதினார்கள். அதற்கடுத்த தலித் கலைவிழாவில் என்னை அவர்களின் மனைவிமார்களை விட்டு அவமானப்படுத்தித் தாக்க முற்பட்டனர். ஒழுக்கமற்றவள் என்ற பிம்பத்தை உருவாக்கி புரட்சிகர ஒழுக்கவாதிகள் ஜமாத் தங்கள் ஆள்பலத்தையும் அரசியல் பலத்தையும் கொண்டு என் நண்பர்கள் என்னுடன் தொடர்புகொண்டால் அவர்களும் குழுவிலிருந்து விலக்கப்படுவார்கள் என மிரட்டப்பட்டனர். இது இன்றுவரை தொடர்கிறது. இரண்டாண்டுகளுக்கு முன் கவிஞர் சுகிர்தராணியிடம் ரவிக்குமார் மாலதி மைத்ரியுடன் நட்பு வைத்துக்கொள்ளக் கூடாதென அறிவுறுத்தியதாக சுகிர்தராணி தெரிவித்தார். 'வக்கிரம் பிடித்தலையும் வாழ்கையில் திருப்தி யடையாத பெண்கள்' எனச் சினிமா பாடலாசிரியன் பழனி பாரதியால் பிரபல வெகுசன பத்திரிக்கை குங்குமத்தில் பெண் கவிஞர்களை அவமானப்படுத்த முடிகிறது. விஜய் தொலைகாட்சி நேர்காணலில் சினிமா பாடலாசிரியன் சினேகன் 'இப்படி எழுதும் பெண்களை மௌண்ட் ரோட்டில் நிற்க வைத்து பெட்ரோல் ஊற்றி கொளுத்துவேன்' என்று கொலைவெறிப் பிரகடனம் செய்ய முடிகிறது. தமிழ் தேசிய கவிஞர் அப்துல் ரகுமான் 'இப்பெண்களை கண்டால் அறைவேன்' எனத் தைரியமாக நண்பர்களிடம் பேச முடிகிறது. புதுச்சேரி நண்பர்கள் தோட்டம் இலக்கிய அமைப்பு பக்கம் பக்கமாக ஆபாசமாக வசைபாடி 'நீ இப்படி தொடர்ந்து எழுதினால் நடப்பதே வேறு' எனக் கடிதம் மூலமாக எனக்கு மிரட்டல் விடுக்க முடிகிறது. ஊடகங்களில், இலக்கிய அரங்குகளில், மதுக்கூடங்களில், நேர்ப்பேச்சுகளில் எழுதும் பெண்களைத் தரக்குறைவான ஆபாசமான வார்த்தைகளால் அவமானப்படுத்துவது இப்போதும் தொடர்ந்து கொண்டுதான் இருக்கிறது.

இப்படித் தண்டிக்கப்பட்ட நான் செய்த குற்றமென்ன? பெண்ணாகப் பிறந்தது மட்டுமல்ல, எழுத வந்ததுதான். பெண்ணாகப் பிறந்தால் குடும்ப ஆண்கள் உங்கள் மீது உரிய முறையில் தனிச்சிறப்பாக கவனித்துக்கொள்ளுவார்கள். அந்த சிறப்புக் கவனிப்பிலிருந்து தப்பி எழுத வந்துவிட்டால் அறிவுஜீவிகள் ஒட்டுமொத்த ஆண் சமூகத்தின் பிரதிநிதியாக

நின்று மிகச்சிறப்பாக நம்மைக் கவனித்துக்கொள்வது அவர்களின் ஆணியக் கடமையல்லவா? ஒரு தப்புக்கொட்டை முளைந்து நாளை தோப்பாகிவிட்டால் எதிர்கால ஆண் சந்ததிகளின் கையிலிருந்து அதிகாரம் பறிக்கப்பட்டுவிட்டால் இரவு தூக்கமிழந்து தவிப்பார்கள் போலும். உலகமயமாதலா, விடுதலையா, ஜனநாயகமா, வாழ்வுரிமையா, கருத்துரிமையா இதெல்லாம் அடிப்படை பிரச்சனையா? இந்தப் பேராசான்கள் அறிவாளிகள் கூடித் தமிழ்நாட்டுப் பெண்களுக்கு சீருடை வழங்கி சட்டமியற்றியது போக, சட்டசபையைக் கூட்டி பெண்கள் பேசுவது, எழுதுவதற்காக ஆண்களால் அங்கீகரிக்கப்பட்ட பிரத்யேகமான மொழி அகராதியை உருவாக்க ஆணையிடலாம். அதை செம்மொழி உயராய்வு மையம், மொழியியல் வல்லுனர் குழு அமைத்து பெண்களுக்கான தணிக்கை செய்யப்பட்ட மொழி அகராதியைத் தயாரித்து அளிக்கலாம். பள்ளி, கல்லூரி மாணவிகளுக்கு தமிழ் பண்பாட்டுச் சீருடையை பரிந்துரை செய்த அரசல்லவா நம் திராவிட அரசுகள். ஈவ் டீசிங், பாலியல் பலாத்காரம் நாளுக்கு நாள் அதிகரித்துக்கொண்டே போவதற்கு சகல தரப்பினரும் பெண்கள் வெளிஉலக நடமாட்டம் அதிகரித்ததே காரணமெனப் புலம்பிக்கொண்டிருக்கிறார்கள். பெண்களைப் பாதுகாப்பதே எங்கள் கொள்கை, எங்கள் ஆட்சி பெண்களுக்கான ஆட்சி. ஆகவே பெண்கள் பாதுகாப்பாக வீட்டிலேயே இருங்கள். உங்களைக் காப்பாற்ற ஆண்கள் இருக்கிறார்கள். நாளையிலிருந்து பெண்கள் வீட்டைவிட்டு வெளியில் வரக்கூடாது எனச் சட்டம் போடப்பட்டாலும் ஆச்சரியமில்லை.

போரற்ற, அதிகாரமற்ற உலகில் எப்படி ஆண்களால் வாழ முடியாதோ அதே போல் பெண் அற்ற உலகை இந்த ஆண்களால் கற்பனை செய்யக்கூட முடியாது. கழிப்பறை வாசலில் எழுதியிருக்கும் பெண் என்ற வார்த்தையைக்கூட அவர்களால் எளிதாக கடந்து சென்றுவிட முடிவதில்லை. பெண்பால் பெயர் என்பதே விற்பனை சரக்கு என்ற உத்தியில் ஆண்கள் பெண்கள் பெயரில் எழுதுவது உச்சகட்ட வன்முறை. மொழியில் கூடப் பெண்ணின் தனித்த அடையாளத்தை அழிக்கத் தொடுக்கப்பட்ட மறைமுக யுத்தமிது. ‘மனதளவில் நாங்கள் பெண்ணாகவும் பாலற்றும் இருக்கிறோம் பாலற்ற சமூகத்தை உருவாக்க நினைக்கிறோம். இது எங்கள் சுதந்திரமென’ பல ஆண்குரல்கள் எழுகின்றன. பெண்

என்பதாலேயே காலங்காலமாக வன்முறையையும் அடக்கு முறையும் எதிர்கொண்டு எங்கள் அடையாளத்துக்காகப் போராடி எங்களை நிலைநிறுத்தத் தொடங்கும்போதே பெண்களின் தனித்த வரலாற்று அடையாளத்தை குழப்பவும் அழிக்கவும் முனைகின்றனர். ஒரு தலித் அல்லாதவர் தலித் அடையாளத்தை எடுத்துக்கொள்ள முடியுமா? ஒரு வெள்ளையன் கருப்பன் அடையாளத்தை எடுத்துக்கொள்ள முடியுமா? அது எப்படி அவ்வினத்தின் மீதான வன்முறையோ அதுபோல் பெண் அடையாளத்தை எடுத்துக்கொள்வதும் எங்கள் மீதான வன்முறைதான். இது ஒரு இன ஒடுக்குமுறை. ஆணினம் வேறு பெண்ணினம் வேறு. இருவேறு துருவங்கள் அல்லது இருவேறு உலகங்கள். ஈராக் மக்களுக்கு விடுதலை அளிக்க வந்த ரட்சகன் நானென புஷ் சொல்வது போலுள்ளது இவர்களின் குரல்.

பால் அடையாளம் சார்ந்து எவ்விதமான சமூக வன்முறை களாலும் ஒடுக்கமுறைகளாலும் பாதிக்கப்படாத இவர்கள் பலவகைகளில் இவ்வித வன்முறைத் தாக்குதல்களைப் பெண்கள் மீது செலுத்திக்கொண்டே பெண்கள் பெயரில் எழுதக் களம் புகுந்துள்ளனர் தமிழ் மறவர்கள். பெண்ணாக இருந்து இப்படி எழுதுவதா உன்னை ஒழித்துவிடுகிறேன் என்று நெஞ்சில் குத்துவது முதல் வகை என்றால், பெண்ணை போற்றுகிறேன் மதிக்கிறேன் என்ற பெயரில் பெண் பெயரை ஆண்கள் எடுத்துக்கொண்டு முதுகில் குத்துவது இரண்டாவது வகை. சரித்திரத்தில் சராசரி பெண்களின் தடங்களை அழிப்பதில் மட்டுமல்ல சிந்திக்கும் பெண்களின் தடங்களை அழிக்கக்கூட புதிய உத்திகளை உலக ஆண் சமூகத்துக்கு வழங்கத் தகுதியுடையவனெனத் தமிழன் நிரூபித்து விட்டான். பன்நெடுங்காலமாகப் பரத்தை வழிப் பிரிவைப் பாடி பெருமை கொண்டவன் மட்டுமல்ல கோயில் கட்டி குடமுழுக்கு நடத்தி ஆயிரமாயிரம் தேவரடியார்களை வழிவழியாக பாலியல் அடிமைகளாக்கி உலகுக்கு அளித்தவன் தமிழன். தமிழன் என்ற இனமுண்டு அவனுக்கு தனித்த குணமுண்டு என்பது இதுதான் போலும்.

பெண்கள் சந்திப்பு 2008
கனடா,

இன்பம் ஆணுக்கு தண்டனை பெண்ணுக்கு

களிப்பு, துய்ப்பு, இன்பம், கொண்டாட்டம் இவை மனித உயிர்களுக்கு மட்டும் உரிய உணர்ச்சிகள் இல்லை. இவை உலக ஜீவராசிகளின் உயிர்த் தொடர்ச்சி அறுபடாமல் காக்கும் ஜீவ சக்தி. ஆனால் நம் பெரும்பாலான இந்தியச் சமூகங்களில் இன்று ஆட்டம், கொண்டாட்டம் என்பது பொதுவெளியில் ஆண்கள் ஆட, சமூகம் ரசிப்பதும்; உள் அரங்கில் பெண்கள் ஆட, ஆண்கள் ரசிப்பதுமாக இருக்கிறது. ஒரு பிரிவினர் தமது சுகத்திற்காகப் பிறரை பயன்படுத்தும்போது அது சுரண்டலாக மாறுகிறது. வர்க்கச் சுரண்டலைப் போல இது பாலின்பச் சுரண்டல். பொதுவெளியில் பெண்களின் உடல் இயக்கம் தடை செய்யப்படுகிறது. மறைமுக வெளியில் அவளது உடல் பாலின்பத்திற்காக இயக்கப்படுகிறது.

சமூகப் பொதுவெளியில் பெண்களுக்கான உடை வரையறை களும் நடைமுறைகளும் அச்சு, காட்சி ஊடகவெளிகளில் அனு மதிக்கப்படுகின்றன. அதுபோல் சமூகப் பொதுவெளியில் தடை செய்யப்பட்ட பெண்களின் ஆட்டம் திரைப்படம் மற்றும் உல்லாச விடுதிகளின் கூடாரத்துள் அனுமதிக்கப்படுகிறது. அனை வருக்கும் வரையறுக்கப்பட்ட சமூக ஒழுக்கம் ஒன்றாகவும் ஆனால் அது நடைமுறையில் சாத்தியமற்றதாகவும் உள்ளது. இந்த முரண்பட்ட சமூகக் கலாச்சார வெளிக்குள் வகுத்துக் கொண்ட, பின்பற்றப் படவேண்டும் என்று வலியுறுத்தப்பட்ட துய்ப்பு தொடர்பான செயல்பாடுகள் பெண்களுக்கு முற்றிலுமாகத் தடை செய்யப்படுகிறது. ஆனால் ஆண்கள் தடையற்ற சுதந்திரத்துடனும் தன்னிச்சையுடனும் காலங்காலமாக அனுபவித்து வருகின்றனர். இதன் தொடர் வினையாக பெண் உடலை நுகர்வுப் பொருளாக மாற்றிப் பொதுச் சமூக மனோநிலை சுவீகரித்துக் கொள்கிறது. இதன் விளைவாக ஆரோக்கியமான மனநிலையற்ற வக்கிரம் பிடித்த மனிதச் சமூகம் உருவாகிறது.

இந்த ஆணாதிக்க மேலாண்மைச் சமூகம் பெண் உடலை குடும்ப வெளிசார்ந்த இடத்தில் புனித பிம்பமாகவும் அதன் அகம்சார்ந்த துய்ப்புவெளியில் நுகர்வுப் பொருளாகவும் வைத்திருக்கிறது. ஏற்றத்தாழ்வான சாதிப் படிநிலையுடைய

இந்தியச் சமூகங்கள் பெண்களை வீட்டு விலங்கு, செல்லப்பிராணி, சர்க்கஸ் விலங்கு போன்று வளர்த்தெடுத்து வருவதை இதன் அடிப்படையிலேயே புரிந்துகொள்ள முடியும். சமூகம் விலங்குகளைத் தன் வசம் பழக்குவதற்கும் பெண்களைப் பழக்குவதற்கும் ஒரே மாதிரியான உத்தியையே கையாள்கிறது.

தமிழகத்தில் அறுவடை மற்றும் பிறவிழாக்களை ஒட்டி நடைபெற்ற ஊரே சேர்ந்து பங்கெடுக்கும் கோலாட்டம், கும்மி மற்றும் துணங்கைக்கூத்து போன்ற கலை வடிவங்கள் இன்று முற்றிலுமாக வழகொழிந்து வருகின்றன. (இன்று இவை மேடைக் கலையாகி விட்டன) சில பழங்குடிச் சமூகங்களில் மட்டுமே ஆட்டம் கொண்டாட்டம் பொதுமைப்படுத்தப்பட்டு இன்றும் தொடர்கிறது. இராசா ராணி ஆட்டம், குறவன் குறத்தி ஆட்டம், கரகாட்டம் போன்ற நாட்டுப்புறக் கலைக்கேளிக்கை ஆட்டங்களில் தாழ்த்தப்பட்ட சமூகப் பெண்கள் ஆட, ஊர் சாதிக் கூட்டம் ரசிப்பது; பழந்தமிழகத்தில் நிலவிவந்த சதிர் போன்ற செவ்வியல் (சின்ன மேளம், பெரிய மேளம் உட்பட) நடனங்கள்; ஒதுக்கப்பட்ட 'தாசி' பெண்கள் ஆட ஆண்கள் ரசிப்பது; சிலர் ஆட பலர் ரசிப்பது. அதுவும் சமூகத்திலிருந்து தனிமைப்படுத்தப்பட்ட பெண்கள் ஆட ஆண்கள் ரசிக்கும் அந்தக்கால வழக்கம்தான் இன்று வெவ்வேறு வடிவங்களில் காலமாற்றத்திற்கு உட்பட்டு மதுவிடுதி நடனமாகப் பரிணாம வளர்ச்சி பெற்றிருக்கிறது.

கலைவடிவங்களை சமூகக் கலைஞர்கள் பொதுவெளியில் நிகழ்த்துவது வேறு; பிறரை அனுமதிக்காத குறிப்பிடப்பட்ட பகுதி யினருக்காக நிகழ்த்துவது வேறு. ஒன்று: அங்கீகரிக்கப்பட்ட கலை வடிவமாக இருந்தாலும் அது ஒடுக்கப்பட்ட பெண்களை பொது வெளியில் ரசிக்கும் மேல்சாதி ஒடுக்குமுறைக் கலாச்சாரம். இரண்டு: ரகசிய தனியிடங்களில் பெண்களை ஆடவிட்டு ரசித்த படி குடித்து, கூத்தாடி தன் வரைமுறையற்ற சுதந்திரத்தைப் பறைச்சாற்றும் வக்கிரக் கலாச்சாரம்.

குடும்ப வெளிக்குள் ஆணின் உடல் இச்சையைத் தீர்க்கும் பெண் பத்தினியாகவும், பொதுவெளிக்குள் ஆணின் உடல் இச்சையைத் தீர்க்கும் பெண் பரத்தையாகவும் இருக்கச் சமூகம் உருவாக்கி வைத்திருக்கிறது. நவீன தாசி ஆட்டத்தின் அரங்கமாக நம்நாட்டு மதுவிடுதிக் கூடங்கள் மாறிவிட்டன. ஆண்களின் காமப்பசிக்குத் தீனிபோட பொதுமகளிர் தேவைப்படுவது போல ஆண்களின் மன அயர்ச்சியைப் போக்கவும் அவன் தன்னைத்

தொடர்ந்து காமக் கருவியாகப் புதுப்பித்துக் கொள்ளவும் இது போன்ற நிகழ்வுகள் தேவை. இதற்காக ஆண் சமூகம் அல்லும் பகலும் அயராது பாடுபட்டு தனக்காக ஊழியம் செய்ய உருவாக்கப்பட்டதுதான் இந்த பாலியல் அடிமைக் கலாச்சாரம்.

ரியா, டெல்லியிலிருந்து ரயிலில் மும்பை சென்று மது விடுதிகளில் சில வாரங்கள் தங்கி ஆடிவிட்டு டெல்லி திரும்புகிறாள். பிறகு சில நாட்கள் ஓய்வுக்குப் பின் மீண்டும் மும்பை செல்கிறாள். இப்படத்தில் தன் வாழ்கையைச் சொல்லும் ரியா, தன்னைப் போன்ற ஆயிரக்கணக்கான நடனப் பெண்களின் பிரதியாகிறாள். "பதிமூன்று வயதில் திருமணமாகி பதினேழு வயதில் இரண்டு குழந்தைகளுக்குத் தாயாகி இருபது வயதில் விவாகரத்து பெற்றேன். எப்படி சமைப்பது, ஆணுடன் எப்படி பழகுவது என்று எதுவுமே எனக்குத் தெரியவில்லை. என் வயதொத்த பெண்கள் தெருவில் விளையாடிக் கொண்டும் படித்துக் கொண்டும் இருந்தபோது குடும்பத்தின் எல்லா பாரங்களும் என் மீது ஏற்றப்பட்டிருந்தது. சமைக்கத் தெரிய வில்லை, கணவனுடன் பழகத் தெரியவில்லை என்று தினமும் என்னைக் கொடுமைப்படுத்தினர். எனக்கு ஒரே சிந்தனை மட்டும் தான் இருந்தது; இக்கொடுமையிலிருந்து எப்படி மீள்வது. மீண்டுவிட்டேன், அனால் என் குழந்தைகள் எனக்குக் கிடைக்க வில்லை" என்கிறாள்.

நவநாகரீகத் தோற்றத்தில் இருக்கும் ரியாவுக்கு தன் பெயரைக்கூட எழுதத் தெரியவில்லை. பாஸ்போர்ட் எடுக்க விண்ணப்பப் படிவத்தில் கையெழுத்திட அவளின் தங்கை உதவுகிறாள். தன் தந்தை இறந்தபின் தாய், தங்கை, தம்பிக்காகவும் குடும்பத்தை நடத்தவும் சிறு சிறு கம்பெனிகளில் வேலை செய்ததாகச் சொல்கிறாள். வருமானம் போதாமல் கஷ்டப்படும் போதுதான் தன்பகுதி பெண்கள் மூலமாக பூகொடுத்து வரவேற்கும் பணிப்பெண்ணாக வேலைக்குச் சேர்ந்ததாகவும் அதற்குக் கிடைத்த குறைந்த ஊதியம் போதவில்லை என்பதால் நடனப்பெண்ணாகப் பணிபுரியத் தொடங்கியதாகவும் சொல்கிறாள். இத்தொழில் தனக்குப் பிடித்திருப்பதாகவும் தனது குடும்பத்திற்குத் தேவையான வருமானம் கிடைப்பதாகவும் குறிப்பிடுகிறாள். தான் சுதந்திரமாக இருப்பதாகவும், தான் விரும்பிய இடங்களுக்குச் செல்ல முடிவதாகவும் சொல்கிறாள். ஆனாலும் டெல்லி போலீஸ் அடிக்கடி வீட்டுக்கு வந்து என் அம்மாவை மிரட்டுவதால் சமூக உறவு பாதிக்கப்படுவதாகவும் குறிப்பிடுகிறாள்.

மும்பை ரயில் பயணத்தில் தன் தாயைப்பற்றி பேசும்போது சொல்கிறாள் “என் தந்தை தினமும் குடித்துவிட்டு வந்து அம்மாவை அடிப்பார். என் அம்மா அவ்வளவு துன்பத்தையும் தாங்கிக் கொண்டார். இவன் சாவமாட்டானா என்று எதிர் பார்த்தார். என் தந்தை இறந்த பிறகு அக்கொடுமைகளிலிருந்து அவருக்கு விடுதலை கிடைத்தது. இப்பொழுதுதான் சந்தோஷத்தை அனுபவிக்கிறார்” இது இந்திய கணவன் மனைவி உறவு குறித்து தெரிவிக்கப்பட்ட தைரியமான கருத்து.

மும்பைக்கு வரும்போது ஏஜெண்ட் வீட்டில் தங்குகிறாள். அவன் மனைவியும் இவளுடன் நடனமாடுகிறாள். கூட்டுக் குடும்பம்போல் ஐந்தாறு பெண்கள் ஒன்றாகத் தங்கி ஒன்றாகச் சமைத்துச் சாப்பிட்டு மாலையில் தங்கள் குழந்தைகளிடம் ‘அம்மா ஆபீஸ் போறன் டாட்டா சொல்லு’ என்றதும் அழும் குழந்தையை கணவனிடம் விட்டு விட்டு மதுவிடுதிக்குச் செல்கிறார்கள். ஒப்பனை அறையில் தங்களை அலங்கரித்துக் கொண்டு அன்றைய பேஷன் ஆடைகளை அணிந்து குறை இருட்டில் சினிமாப் பாட்டு பின்னணியில் அலற கண்ணாடிக் குவளை சத்தமும் குடிகாரர்களின் உளறலும் நிறைந்த கூடத்தின் நடுவில் ஆடத் தொடங்குகின்றனர். ஆண்கள் தள்ளாடியபடியே வந்து ரூபாய் நோட்டுகளால் அபிஷேகம் செய்கின்றனர். உடனே பணியாட்கள் அப்பணத்தைப் பொறுக்குகிறார்கள்.

“இதற்காக மாதம் பத்தாயிரம் ரூபாய் அந்த முதலாளி கொடுக்கிறான். வாடிகையாளர்கள் கொட்டும் பணம் மொத்தமும் முதலாளிக்கே. பரிசுப் பொருட்கள் கொடுத்தால் இன்றைய சந்தை விலையில் பாதி விலையை முதலாளிக்குக் கொடுத்துவிட வேண்டும். மேலும் பணம் கொட்டும் வாடிக்கையாளர்களை தொடர்ந்து வரவைத்தால்தான் எங்களுக்குத் தொடர்ந்து அங்கு வேலை கிடைக்கும். ஒவ்வொரு பெண்ணும் தனக்கான பணம் கொட்டும் பல வாடிகையாளர்களை வைத்திருக்க வேண்டும். ஏஜெண்டுகள் வாடிக்கையாளர்களுடனான் தொடர்பு வைத்துக் கொள்ளச் சொல்லி கட்டாயப்படுத்துகிறார்கள். பகலில் அவ்வாடிக்கையாளர்களடன் செல்போனில் தொடர்புகொண்டு கிளுகிளுப்பாகப் பேச வேண்டும். அவர்களுடன் சினிமா பீச் என்று கம்பெனி கொடுப்பதும் சில சமயங்களில் அவர்களுடன் உடலுறவுக்குச் சம்பதிப்பதும் நேர்கிறது” என்கிறாள் ரியா.

இப்படம் ஒரு ஆண்டுகாலம் தொடர்ந்து ரியாவின்

வாழ்கையைப் பதிவு செய்கிறது. மும்பை அரசாங்கம் பார் நடனத்திற்கு தடை விதித்ததும் இவள் பெங்களூர் நகரத்தில் சில மாதம் நடனமாடப் போய்வருகிறாள். பிறகு அரபு நாடுகளுக்குச் சென்று வருகிறாள். அதுவும் சரிவராமல் தான் காதலித்து வந்தவனை திருமணம் செய்துகொண்டு கணவன் வீட்டுடன் வாழ்கிறாள். "தான் விரும்பிய இக்குடும்ப வாழ்க்கை தன்னை வீட்டுக்குள்ளேயே அடைத்து வைத்திருப்பதாகக் குறை படுகிறாள். தன்னை தனியே காய்கறி வாங்கக்கூட அனுப்பப் பயப்படுகிறார் என் மாமியார். என்னுடைய கடந்தகால வாழ்க்கை யாருக்கும் தெரிந்துவிடக் கூடாது என்று நினைக்கின்றனர். வீட்டுக் குள்ளேயே அடைந்து கிடப்பதாலும் வீட்டாரின் மேலதிகக் கண் காணிப்பு வளையத்துக்குள் அடைப்பட்டுக் கிடப்பதாலும் ரொம்ப நாட்கள் இவ்வாழ்க்கையை நான் தொடர முடியாது என்று நினைப்பதாகவும்" சொல்கிறாள். இத்துடன் இப்படம் முடிகிறது.

நடுத்தர மற்றும் நட்சத்திர மதுவிடுதிகளில் ஆடும் பெண்கள் பெரும்பாலும் படித்த, ஓரளவு வசதியோ அல்லது பெரும் பணக்காரக் குடும்பங்களிலிருந்து விரும்பி வந்த மாடல் அழகிகளோ ஆவர். அடித்தள மத்தியதர வர்க்க மதுவிடுதிகளில் ஆடும் பெண்கள் பெரும்பாலும் வறுமையின் பிடியிலிருந்து தப்பிக்கவே வருகின்றனர். இப்பெண்களின் பூர்வீகத்தை ஆராய்ந்தால் மேலும் அதிர்ச்சி தருகிறது. பன்னாட்டு வளர்ச்சித் திட்டங்களால் அகதியாக்கப்பட்டு தங்கள் நிலத்தைவிட்டு துரத்தப் பட்ட பழங்குடிப் பெண்கள், வறட்சியால் பஞ்சம் பிழைக்க வேலை தேடி நகரத்தின் வீதிகளில் அலையும் கிராமப்புற பெண்கள், நகரமயமாதலில் பாதிக்கப்பட்டு வேலையிழந்தப் புறநகர் பெண்கள். இந்த நடனப்பெண்கள் எழுபத்தைந்து சதவீதம் பேர் அதிகம் படிப்பறிவில்லாதவர்கள். மும்பை அரசாங்கம் மது விடுதி நடனத்தைத் தடைசெய்த போது அதிகமாகப் பாதிக்கப்பட்டது இப்பெண்களே. ஏனெனில் கிராமத்தில் விவசாயமும் பொய்த்து விட்டது. படிப்பு இல்லாததால் நகரத்திலும் வேலை கிடையாது.

சென்ற ஆண்டு மகாராஷ்டிரா அரசு பார் நடனத்தைத் தடை செய்ததை எதிர்த்தும், ஆதரித்தும் பல போராட்டங்கள் நடந்தன.

1. பெண்ணியவாதிகளும் பல முற்போக்குக் குழுக்களும் மனித உரிமை அமைப்புகளும் அரசுக்கு எதிர்ப்பு தெரிவித்தனர். அவர்களை நடனமாட அனுமதிக்கவேண்டும் என்றும் அரசுக்குக்

கோரிக்கை விடுத்தனர். வேலையிழக்கும் பெண்கள் நேரடியாக விபச்சாரத்திற்குத் தள்ளப்படும் அபாயம் அதிகரித்துள்ளதாகவும் எச்சரித்தனர். இதனால் ஏற்படும் சமூக பாதிப்பும் எய்ட்ஸ் போன்ற நோய்களும் மிகப் பெரிய பிரச்சனையாக எதிர்காலத்தில் உருவாகி அரசுக்கு சமூக, பொருளாதார நெருக்கடியை உருவாக்கும் என்று சுட்டிக் காட்டினர்.

2. ஆனால் சில பெண்ணியவாதிகளும் பிற்போக்கு சக்திகளும் நம் குடும்ப ஆண்களும் பெண்களும் அரசின் உத்தரவை வரவேற்றனர். இதனால் நம் கலாச்சாரம் தூய்மை அடையும். இதேபோல் பாலியல் தொழிலாளியையும் ஒழித்துவிட்டு சமூகத்தை ப்ளீச் செய்துவிடுங்கள் என்கின்றனர். அதற்காக இப்பெண்களைத் தூக்கில் போடக்கூட இவர்கள் தயார்.

சபா திவான் எடுத்த "டெல்லி மும்பை டெல்லி" என்ற விவரணப்படத்திலிருந்து பல உண்மைகளை என்னால் தெரிந்து கொள்ள முடிந்தது. இதையொட்டி சில அநீதிகளும் புரியவந்தது. இந்தியா போன்ற மூன்றாம் உலக நாட்டில் கிட்டத்தட்ட 40 கோடி மக்கள் வறுமைக்கோட்டிற்கு கீழ் வாழ, இந்த பார்களுக்கு வரும் ஆண்களின் பாக்கெட்களில் எப்படி இவ்வளவு அபரிமிதமான பணம் சேர்கிறது வாரி இறைப்பதற்கு. இந்த ஆண்கள் மிகவும் அபாயகரமானவர்கள். இவர்கள் இரவு விடுதிக்குவர லஞ்சம் வாங்கத் தயங்காத அரசுத்துறை அதிகாரிகள். பன்னாட்டு நிறுவனங்களுக்கு நாட்டையே விற்று ஊழலில் திளைக்கும் அரசியல்வாதிகள். உல்லாசமாக வாழ கூலிப்படையாக இருக்கத் தயங்காத கொலைகாரர்கள். அதிக லாபம் சம்பாதிக்க உணவுப் பொருளில் நச்சுப்பொருள்களை கலக்கத் தயங்காத வியாபாரிகள். போலி மருந்துகளைத் தயாரித்து கொள்ளையடிக்கும் முதலாளிகள். கொத்தடிமைகளாக வேலைவாங்கி சொத்துச் சேர்க்கும் பண்ணையார்கள். இதுபோல் கூறிக்கொண்டே போகலாம். அறமற்ற முறையற்ற வழிகளில் வரும் கருப்புப் பணம் இந்த வழிகளிலும் வாரி இறைக்கப்படுகிறது.

இந்த மதுவிடுதிகளையும் விபச்சார விடுதிகளையும் நடத்துபவர்கள், அங்கு வேலை செய்யும் பணியாளர்கள், அங்கு வரும் பல்லாயிரக்கணக்கான வாடிக்கையாளர்கள் இவர்கள் யாரும் வேற்றுக் கிரகவாசிகள் அல்ல. இவர்கள் இந்திய தந்தைமார்கள், கணவன்மார்கள், சகோதரர்கள். விபச்சார விடுதிக்கோ உல்லாச நடன விடுதிக்கோ செல்லும் ஆண்களின்

அந்தஸ்துக்கும் கௌரவத்துக்கும் சமூகத்தில் எந்த பங்கமும் இழப்பும் நேர்வதில்லை. சமூகக் கலாச்சார ஒழுக்க மதிப்பீடு களுக்கும் வாழ்வியல் நெறிமுறைகளுக்கும் இவர்கள் என்றும் கட்டுப்பட்டவர்கள் இல்லை. இவர்கள்தான் நமது அரசு அதிகாரிகள், இவர்கள்தாம் நமது நாட்டின் பாதுகாப்புப் பணியில் உள்ளவர்கள், இவர்கள்தாம் நம்மை ஆண்டு கொண்டிருப் பவர்கள், இவர்கள் தாம் பெண்கள் ஒழுக்கத்துடன் வாழ வேண்டும் என்று போதிப்பவர்கள். இந்த மகான்கள் சகல உரிமைகளுடன் சுகபோகத்துடன் இங்கு வாழ்ந்து வரும்போது இத்தொழிலுக்கு பல்வேறு வாழ்வியல் நிர்பந்தங்களாலும் வறுமையாலும் தள்ளப்பட்ட பெண்கள் சமூகத்தால் ஒதுக்கப் படுவதும் பழிக்கப்படுவதும் தண்டிக்கப்படுவதும் ஏன்? பெண்களை மட்டும் குற்றவாளியாக்கி தண்டிக்க நினைப்பவர்கள் முதலில் தங்கள் வீட்டு ஆண்களிடமிருந்து சமூகத் தூய்மை யாக்கத்தைத் தொடங்குங்கள்.

சபா திவான் இயக்கிய "டெல்லி மும்பை டெல்லி" ஆவணப்படம் 26.2.2006 அன்று டெல்லி, இந்தியன் ஹபிடட் மையத்தில் திரையிடப்பட்டது. இத்திரையிடலுக்குப் பின் இப்பெண்களின் மீது செலுத்தப்படும் சமூகக் கொடுமைகளையும் நிர்பந்தங்களையும் பற்றி விவாதித்தோம். "சில நடனப் பெண்கள் தங்கள் குழந்தைகளை வெளி மாநிலத்தில் விடுதிகளில் தங்கி படிக்க வைக்கிறார்கள். அல்லது வெளிமாநிலத்தில் உள்ள தங்கள் பெற்றோரிடம் விட்டு வைத்திருக்கிறார்கள். அதனால் குழந்தைகள் நோயுறும்போது மிகுந்த மனஉளச்சலுக்கு உள்ளாகிறார்கள். குழந்தைகளைப் பார்க்கப் போனால் வேலைபோகும் அபாயம். ஏஜெண்ட் மற்றும் போலீஸ் தரும் தொல்லைகள். தங்களுடனே இருக்கும்படி குழந்தைகளின் வற்புறுத்தலும் நிர்பந்தமும் தன் உறவினர்களும் சமூகமும் தரும் புற நெருக்கடிகள் என இப்பெண்கள் பன்முக நெருக்கடிகளுக்கு இடையில் சிக்கித் தவிப்பதாக" சபா திவான் தெரிவித்தார்.

டெல்லி மும்பை டெல்லி (2006)
ஆவணப்படம்
இயக்கம்: சபா திவான்

‘கீதாரி’
தனது வீடுகளைச் சுமந்தலைபவர்களின் கதை

இன வரைவியல் பேசும் நாவல்கள் பெருகும் காலமிது. தற்காலத் தமிழ் நாவல்களை ஐந்து வகைமைக்குள் அடக்கிவிடலாம். சுயசரிதை வகை நாவல்கள். இன வரைவியல் நாவல்கள். வரலாற்று நாவல்கள். சமூக நாவல்கள். மெட்டா பிக்‌ஷன் வகை அல்லது நான் லீனியர் வகை. சுயசரிதை வகைமைக்குள் கருக்கு, கவலை, குழந்தைகள் பெண்கள், ஆண்கள் போன்ற நாவல்களைக் குறிப்பிடலாம். இன வரைவியல் நாவல்களில் கோபல்ல கிராமம், கடல் புரத்தில், கோவேறு கழுதைகள், சங்கதி, கீதாரி, நெடுங்குருதி, சோளகர் தொட்டி, ஆழி சூழ் உலகு, இரண்டாம் ஜாமங்களின் கதை போன்றவற்றைச் சேர்க்கலாம். வானம் வசப்படும் வகை எழுத்துக்களை வரலாற்று நாவலுக்குள் உள்ளடக்கலாம். சமூக நாவல்களின் களத்துக்குள் ஜெயகாந்தன், அசோகமித்திரன், பாவண்ணன், நாஞ்சில் நாடன், பெருமாள் முருகன் போன்றோரின் படைப்புகளைக் குறிப்பிடலாம். இந்த நான்கு வகைகளுமே யதார்த்த வாதத்தை மறுதலிக்காதவை மற்றும் ஒரு குறிப்பிட்ட வகைமைக்குள் இருக்கும் நாவல்கள் மற்ற மூன்று வகைமைக்குள்ளும் வந்து போகும் சாத்தியங்களை உள்ளடக்கியதாகவே இருக்கின்றன. வாக்குமூலம், ஜே ஜே சிலகுறிப்புகள், விஷ்ணுபுரம், சொல் என்றொரு சொல், அட்டபாண்டிஸ் மனிதன் மற்றும் சிலருடன் போன்ற மெட்டா பிக்‌ஷன் வகை நாவல்கள் தமிழில் எழுதப்படுவது மிகக் குறைவு. வாழ்ந்த அனுபவத்தை எழுதிச் செல்வது இலக்கியம் எனச் சொல்லப்படுகிறது. சிறுகதை, நாவல் என்ற வகைமைக்குள்ளடங்கும் உரைநடை இலக்கியமானது பெருமளவில் வாழ்பவனுபவங்களைத் தொகுத்துக் கதையாக்கித் தருவதாகவே உள்ளது.

தான் சார்ந்த தன் மண்சார்ந்த மனிதர்களின் வாழ்க்கையை நாவலாக்குவதும் அல்லது அவ்வாழ்வை நமக்கு நாமே சொல்லிக் கொள்வதும் இங்கு அதிகமாகவே பிரதியாக்கப்பட்டிருக்கின்றன. இங்கு எழுத்தில் கண்டுபிடிப்புகள் எதுவும் நிகழ்வதில்லை. ஒரு சமூகத்தின் மேன்மையையோ அல்லது அதன் அவலத்தையோ ஒரு கதைசொல்லி திரும்பவும் நமக்கு நினைவுறுத்துவதுபோல் எழுதிச்செல்லப்படுகிறது. ஆனால் மெட்டா பிக்ஷன் வகை நாவல்கள் கண்டுபிடிப்புகளாக அமைகின்றன. இங்கு நிகழ்ந்த கதையையும் காலத்தையும் வரலாற்றையும் எடுத்துக் கொண்டாலும் அவற்றின் நிகழ் களனையும் காலத்தையும் கலைத்தோ அல்லது சிதைத்தோ அதன் மனோவியலை வேறொரு காலத்துடன் மற்றும் நிகழ்வுடன் இணைத்து அர்த்தங்கொள்ளத் தூண்டுவது அல்லது அதன் தர்க்கத்தையும் அர்த்தத்தையும் சிதைத்துப் பார்த்து நிகழ்வின் வன்முறையை எழுத்தில் பெருக்கிக் காட்டுவது. இந்த மாதிரியான எழுத்துக்கள் தமிழில் குறிஞ்சி பூப்பது போல்தான் அரிதாக நிகழ்கின்றன.

தன் உடலுடன் கூரையைச் சுமந்தலையும் நத்தையென நகர்ந்து கொண்டிருக்கும் நாடோடி இடையர்களைப் பற்றிய கதையிது. ராமு கீதாரியை மையப்படுத்தி பேசத்தொடங்கும் கதையில் கரிச்சா, சிவப்பி, வெள்ளைச்சாமி ஆகியோர் அழுத்தமான மற்றும் அச்சமூகத்தின் கதாப்பாத்திரங்களாக வந்தாலும் இந்த மூவரும் ஒரு வகையில் அக்குடும்பத்துக்குள் வந்து சேர்ந்த அந்நியர்கள். இந்த மூன்று அந்நியர்களுடனும் அவர் மனைவி இருளாயியும் மகள் முத்தம்மாவும் மைய நிகழ்வின் குறுக்கும் நெடுக்குமாக வந்து போகிறார்கள். சிறுமி கரிச்சாவின் காலத்திலிருந்து தொடங்கும் நாவல் இருபத்தியாறாவது அத்தியாத்தில் அவள் மரணத்துடன் முடிகிறது.

ராமு கீதாரியின் வளசைக்குக் கால்போக்கில் வந்து சேர்ந்த பைத்தியக்காரி பெற்றுப்போட்டுவிட்டுச் செல்லும் இரட்டைப் பெண் குழந்தைகளின் வளர்ச்சியின் போக்கில் இடையர்களின் வெட்டவெளி வாழ்வு பின்திரையாக அல்லது அரங்காக மாற்றப் பட்டுள்ளது. கரிச்சாவுக்கு வாய்த்த வெட்டவெளியும் தான் சமைத்த பிடிச்சோறும் கூடத் தனக்கானதாக கிடைக்க முடியாத ஊர் மனிதனின் குடும்பத்துக்கு வந்துசேர்ந்த சிவப்பி, இந்தியா முழுவதும் உள்ள லட்சகணக்கான குழந்தைத் தொழிலாளிகளின் உருவகமாக வந்து பெரிய மனிதர்களின் குரூரத்துக்குப் பலியாகிறாள்.

ஊருக்குள் நடக்கும் மற்றொரு கொலையும் இங்கு பேசப்படுகிறது. அது சித்திரம் என்ற பெண்ணைப் பற்றிய கதை இடைச் செருகலாக கரிச்சாவுக்கும் சிவப்பிக்கும் இடையிலான உரை யாடலில் பதிவாகும்போது இது 'பொல்லாத ஊரு' என்ற செய்தி, கிராமம் பெண்ணுடலை அடுக்கி எழுப்பப்படும் கல்லறை என்பதாக உணர்த்த முயல்வதன் மூலம் சிவப்பியின் அகால மரணத்தை எதிர்கொள்ள நம்மை ஒரு வகையில் ஆயத்தப்படுகிறது.

சேர்வையுடன் உறவுக்கொண்டதற்காகத் தன் மனைவியைக் கொன்று பிறகு தானும் தூக்கிட்டுக்கொண்ட தந்தையின் கடனுக்காக வெள்ளைசாமியும் அவன் அண்ணனும் சேர்வையின் கொத்தடிமைகளாக வேலை செய்கிறார்கள். இரவோடு இரவாக ராமு இவர்களைக் கடத்திக்கொண்டு போய் அண்ணனை அவர்களின் உறவினரிடம் விட்டுவிட்டு, வெள்ளைச்சாமியை தனது வளசைக்குக் கொண்டு வந்து இடையனாக வளர்தெடுத்து, வாலிபத்தில் அவன் பங்கு ஆட்டைப் பிரித்துக் கொடுத்து கரிச்சாவையும் அவனுடன் விட்டுவிட்டு மகள் முத்தம்மாவின் குடும்பத்துடன் போய் சேர்கிறார் ராமு கீதாரி.

கரிச்சாவின் திருமணப் பேச்சின் போது வெள்ளைச்சாமிக்கும் கரிச்சாவுக்குமான உறவுக்குறித்து சந்தேகம் கொண்டு தீட்டுத் துணியை நிரூபணமாகக் கேட்கும் மாப்பிள்ளைவீட்டார். இந்தியாவில் எல்லா விளிம்புநிலை சமூகங்களும் கொண்டுள்ள பெண் உடல் மீதான கண்காணிப்பும் பெண்ணைப் பற்றிய மதிப்பீடுகளும் ஒரே மாதிரியாக விளங்குவதை உறுதிப் படுத்துகிறது. இதனால் வெள்ளைச்சாமியையே மணக்கும் நிர்பந்தத்துக்கு உள்ளானாலும் அதை மகிழ்ச்சியுடனே இருவரும் ஏற்றுக்கொள்கின்றனர். மாப்பிள்ளை இல்லாமலே அவன் சார்பாக அவனின் தடியை நட்டு மாப்பிள்ளையாக்கி கரிச்சாவுக்கு தாலிக்கட்டுவது போன்ற நாட்டார் வழக்குச் சடங்கு முறைகள் இன்னும் கடைப்பிடிக்கப்படுவதைப் படிக்கும்போது ஆச்சரியம் ஏற்படுகிறது இதுபோன்ற சிறு சிறு தகவல்கள் அவர்களின் நம்பிக்கைகள் சார்ந்த பழமொழிகள் அவர்களின் உரையாடலில் வெளிப்படும் போது அவர்களின் எளிமையான வாழ்க்கைக்காக சிறிய சவுகரியங்களைக்கூட இழக்க எப்போதும் தயாராக இருக்கிறார்கள் என்பதை உணர முடிகிறது.

ஒரு குழந்தைக்குத் தாயாக முடியாதவள் என்று காரணம்

காட்டி அவளை அறுத்துக் கட்டிவிட்டு தன் அண்ணியின் தங்கையை மணக்கச் சம்மதிக்கும் வெள்ளைச்சாமியை விட்டு கரிச்சா வெளியேறுகிறாள். மீண்டும் ராமு குடும்பத்துடன் வந்து சேர்ந்தவுடன் கரிச்சாவுக்கு குழந்தை பிறக்கிறது. தன் குழந்தையைப் படிக்கவைத்து பெரிய ஆளாக்கிவிடவேண்டும் என கனவுகாணும் கரிச்சா ஒரு மழையிரவில் பாம்புத் தீண்டி இறந்து போகிறாள். சாவுக்கு வரும் வெள்ளைச்சாமியிடம் அவன் குழந்தையைக் கொடுக்க மறுத்து ராமு அக்குழந்தையுடன் கிளம்பிவிடுகிறார். வெள்ளைச்சாமியை வளர்த்ததுபோல் இவனையும் வளர்த்துவிட முடியும் என்ற நம்பிக்கையுடன். அவனும் இன்னொரு வெள்ளைச்சாமியாக வருவானா அல்லது ராமு மாதிரியான இடையனாக வருவானா அல்லது கரிச்சா நினைத்தது போல் படித்து அதிகாரி ஆவானா என்ற கேள்வியை நம்மிடம் விட்டுவிட்டு நாவல் முடிகிறது.

இடையர்களின் செம்மறிகளைப் போலவே கிடை, பட்டி, வளசை மற்றும் கிடை தேடிக் கடக்கும் தூரம் இதற்குள்ளேயே இம்மனிதர்களின் வாழ்வு முடிந்துவிடுகிறது. பல ஊர்களைக் கடந்து சென்றாலும் எவ்வித சமூக மாற்றமும் இவர்களின் வாழ்வில் எந்த அதிசயத்தையும் இதுவரை நிகழ்த்திவிடவில்லை. இந்த வாழ்வை இவர்கள் வாழ்ந்து தீர்த்துவிட படும்பாடு, இதில் இருக்கும் வைராக்கியம் பிற மனிதர்களின் மீதான அச்சம், தான் இழந்த பொருளைக் கேட்கவோ மீட்டுப் பெறவோகூடத் தெரியாத மனிதர்கள். ஆடுகளைக் களவு கொடுத்துவிட்டு திண்டாடு பவர்கள். கிடைக்கூலிக் கொடுக்காமல் 'புழுகையை அள்ளித் தரேன் தின்னுட்டு போ' என்று அவமானப்படுத்தும் நிலத்துக்காரனை எதிர்த்துக் கேட்க துணிவில்லாமல், ஆட்டுப்பால் நிரம்பியப் பச்சைப் பானையை அவனது நிலத்தில் புதைத்துவிட்டு தங்களின் சாபம் பலிக்கும் என நம்புபவர்கள். ஆனால் பிற சமூகங்களைப் போலவே பெண்ணைப் பற்றிய சமூக மதிப்பீடுகள் அங்கும் ஒரே மாதிரியே இருக்கிறது. அதுபோல் பெண்களின் மீது ஆண்களுக்குள்ள அதிகாரத்தையும் உரிமையையும் வெளிக் காட்டிக்கொள்ளவும் பிரயோகிக்கவும் தயங்காத மனிதர்கள். மீண்டும் இங்கு நிகழ்த்தப்படும் நிரூபிக்கப்படும் தண்டிக்கப்படும் உடல் பெண்ணுடலாவே மிஞ்சுகிறது. பைத்தியகாரி, சித்திரம், வெள்ளைச்சாமியின் தாய், சிவப்பி, கரிச்சா மற்றும் இக்கதைக்குள் வரும் அனைத்துப் பெண்களும் யாருடைய

வாழ்க்கையையோ வாழ்ந்து முடித்தவர்கள். அவர்களுக்கான வாழ்வு என்பது என்ன? அது எங்கிருந்து தொடங்கும் என்பது கூட அறியாதவர்கள். எல்லாச் சமூகங்களுக்குள்ளும் பெண்கள் எந்தச் சுவடுமின்றி கரைந்து போகிறவர்களாக எப்படி ஆனார்கள்? யாருடைய எதனுடைய நிழல் இவர்கள்? கரிச்சாவை மட்டும் துண்டித்து சற்றுத் தன்னிச்சையாக வெட்டவெளியில் உலவவிட்டாலும் இறப்பினால் அவள் இயக்கத்துக்கு முற்றுப் புள்ளி வைக்கப்படுகிறது. ஏனெனில் ஆசிரியருக்குத் தெரியும் அவள் ஒரு கானல் பிம்பம் என்று. இப்படித்தான் இந்நாவல் பெண்களின் பெருக முடியாத கனவைக் காட்சிப்படுத்துகிறது.

கரிச்சா என்ற மையக் கதாபாத்திரத்தின் வாழ்வுக் காலத்தை பல பருவங்களாகப் பிரித்து அடுக்கி அந்தந்தப் பருவத்தில் நிகழும் வாழ்வின் நாடகத்தை எழுத்தில் நிகழ்த்திப் பார்ப்பது என்ற வகைக்குள் கீதாரி என்ற நாவலைக் கொண்டுவரலாம். சு.தமிழ்ச்செல்வியின் நாவல்களில் வரும் பெண்கள் வாழ்வின் வடம்பிடித்து, நகர மறுக்கும் காலத்தை இழுத்துச் செல்பவர்கள். அன்றன்றையப் பொழுதைத் தீராத வலியுடன் பருகித் தீர்த்துவிட அலைபவர்கள். அப்பொழுதின் கூர்வாளை அவர்களின் தொண்டைக்குள் விழுங்கிச் செமித்துக் கொண்டிருப்பவர்கள். அதன் வேதனையையும் வலியையும் உடலும் மனமும் கனக்க சுமந்தலைபவர்கள். அவர்களின் எளிய எதிர்ப்பார்ப்புகள் எதுவும் அவர்கள் வாழும் காலத்திலேயே சிந்திப்பதில்லை. ஆண்கள் தங்கள் ஆட்டை வயலில் கிடைபோட, பெண்கள் தங்கள் வாழ்க்கையை வளசைக்குள் கிடைப் போட்டுக்கிடப்பவர்கள்.

நாவலின் பலவீனமாக சில விஷயங்களைக் குறிப்பிட்டே ஆகவேண்டும். பிரிந்து செல்லும் ராமு, கரிச்சாவையும் சிவப்பியையும் பற்றி எந்தவித அக்கறையும் கொள்ளாமல் இருப்பதுபோல் காட்டப்படும் காலங்கள் கொஞ்சம் ஆசிரியரால் வலிந்து ஏற்படுத்தப்பட்ட பிரிவைப்போல் தோன்றுகிறது. இரண்டாவதாக கதாபாத்திரங்களின் உரையாடலின் ஊடே புகுந்து ஆசிரியர் கதையைச் சொல்ல ஆரம்பித்துவிடுவது நாவல் போக்கின் லயத்தைக் குறைக்கிறது. ஆனாலும் இந்நாவல் தமிழ் இலக்கியத்தில் தனக்கான வளசை போட்டுள்ளது.

ஆரத்தழுவி ஆயுதத்தை முதுகில் குத்துதல்

தமிழகக் கட்சிகளுக்குத் தமிழ் உயிர் மூச்சு என்பதால் இன்று தமிழர்கள் உயிர்வாழப் பெருமூச்சு விட்டுக் கொண்டிருக்கிறார்கள். அந்நிய நாட்டு ரசாயன உரங்கள், மலட்டு விதைகள் தொடங்கி ரசாயனத் தொழிற்சாலைகள், அணு உலைகள், அந்நிய நாட்டு குளிர்பான நிறுவனங்கள் எல்லாம் சேர்ந்து தமிழ் நிலத்தை அரைப்பாலைவனமாக்கிவிட்டன. தற்போது தமிழகம் மற்றும் புதுவைக்கும் சேர்த்து கிட்டத்தட்ட 45 சிறப்புப் பொருளாதார மண்டலங்கள் வரப் போகின்றன. தொழில் வளர்ச்சி என்ற போர்வையில் தமிழ் நிலத்தின் மிச்சச் சொச்ச வளத்தைக் கொள்ளையடிக்க வரும் பன்னாட்டுக் கொள்ளையர்களை நம் அரசாங்கம் ரத்தினக் கம்பளம் விரித்து வரவேற்கிறது. இவர்கள் கொள்ளையடிக்க வரிச்சலுகை. பூமியைத் துளையிட்டு கணக்கு வழக்கில்லாமல் வேண்டியத் தண்ணீரை உறிஞ்சிக் கொள்ளலாம். இடஒதுக்கீடா? தொழிலாளர் உரிமையா? தொழிலாளர் நலனா? யூனியன் கார்பைடு நிறுவனம் போல் ஒரே இரவில் விஷவாயுக் கசிந்து ஆயிரக்கணக்கில் மக்கள் மடிந்தாலும் நிறுவனத்தாரை நம் சட்டங்களால் ஒன்றும் செய்ய முடியாது. விபத்துகள் நடந்தால் இழப்பீடோ நிவாரணமோ இன்றி தலைமுறை தலைமுறையாக நாம் ஊனத்துடன் நோயாளிகளாக நீதிகேட்டு நீதிமன்றங்களில் போராடிக் கொண்டிருக்க வேண்டியதுதான்.

நிலமற்ற விவசாயிகளுக்கு 2 ஏக்கர் நிலம் வழங்குவோம் என்று வாக்குறுதி அளித்து அரசாணை நிறைவேற்றியது திமுக அரசு. ஆனால் இதை நடைமுறைப்படுத்தப் போதுமான நிலம் இல்லை என்ற குற்றசாட்டு இருக்கிறது. பிறகு எங்கிருந்து சிறப்புப் பொருளாதார மண்டலத்துக்கு தரிசு நிலம் கிடைக்கும். சிறப்புப் பொருளாதார மண்டலத்தை நாம் உருவாக்காவிட்டால் உலகளவில் பின்தங்கிப் போய்விடுவோம் என்று ஆள்பவர்கள் கூசாமல் பொய் சொல்கிறார்கள். சுதந்திர இந்தியாவில் நாம் நமக்கென்று சுதேசியான தொழில் வளர்ச்சித் திட்டங்களை செயல்படுத்தவுமில்லை மற்றும் இருந்த இயற்கை சார்ந்த மரபுத்

தொழில்களை ஊக்கப்படுத்தவுமில்லை. அந்நியநாட்டு நவீன விஞ்ஞானத் தொழில் வளர்ச்சிக் கொள்கைகளை கண் மூடித்தனமாகப் பின்பற்றி 60 ஆண்டுகாலமாக இன்னும் நம்மால் 40 சதவீத மக்களுக்கு உணவு, உடை, இருப்பிடம், கல்வி, குடிநீர், மருத்துவ வசதி, கழிப்பிட வசதி செய்துகொடுக்க முடியாமல் திண்டாடிக் கொண்டிருக்கிறோம்.

இது ஒரு பன்னாட்டு வணிகப் போர். இந்தப் போரில் மூன்றாம் உலக நாடுகளின் அரசியல் தலைமை மிகக் கவனமாக முடிவெடுக்க வேண்டியுள்ளது. நம் நாட்டு அரசியல்வாதிகள் கமிஷனுக்காக பன்னாட்டு முதலாளிகளுக்கு இந்தியாவை குத்தகை விடுவதை நாகரிகமாக தொழில் வளர்ச்சி என்கிறார்கள். இன்னும் இருபத்தைந்து ஆண்டுகளில் இந்தியாவின் நன்நீர் வளம் பாதியாகக் குறைந்துவிடும் என்று மனித நேயமிக்க சுற்றுச்சூழல் விஞ்ஞானிகள் எச்சரிக்கிறார்கள். தமிழக மேற்கு மற்றும் வடமாவட்ட நதிகளும் நிலமும் சாயப்பட்டறைகளாலும் ரசாயன ஆலைகளாலும் கழிவுநீர் சூழ்ந்த உயிர்க்கொல்லி மண்டலமாக மாறிவிட்டன. நிலத்தைச் சார்ந்து வாழும் விவசாயிகளும் நீரைச் சார்ந்து வாழும் மீனவர்களும் உள்நாட்டிலேயே அகதிகளாகி அண்டை மாநிலங்களுக்குப் புலம்பெயர்ந்து நடைபாதை வாசிகளாகிவிட்டார்கள். தற்போது தெற்கு மாவட்ட ஆறுகளையும் நிலத்தையும் தாரைவார்க்கப் பணிகள் தீவிரப்படுத்தப்படுகின்றன. சேது கால்வாய் திட்டம், பெப்சி கோலா நிறுவனங்கள், அணுஉலைகள் எனத் தமிழர் களுக்குக் கூட்டுக் கல்லறைகளை திராவிடக் கட்சிகள் போட்டிப் போட்டுக்கொண்டு எழுப்புகின்றன.

உள்நாட்டு தமிழர்களுக்குத்தான் கல்லறைக் கட்டுவதில் நம் ஆட்சியாளர்கள் கெட்டிக்காரர்கள் இல்லை. வெளிநாட்டுத் தமிழர்களுககும்தான். சர்வதேசச் சமூகங்கள் ஈழத்தமிழர் நலனில் செலுத்தும் அக்கறையில் ஒரு பத்து சதவீதம்கூட நம் ஆட்சியாளர்கள் தரப்பிலிருந்து கிடைப்பதில்லை. மத்திய, மாநில, உள்ளாட்சி என்று எங்கு அதிகாரம் இருந்தாலும் அது தமிழர் நலனுக்காகப் பயன்படாது போலிருக்கிறது. ஏதோ நிறுவனம் நடத்தி லாபம் எடுக்கும் வணிகமாக அரசியல் ஆகிவிட்டது. அப்பாவித் தமிழர்களைக் கொல்ல சிங்களப் படை வீரர்களுக்கு இந்தியாவில் ஆயுதப்பயிற்சி அளிப்பதையோ, ஆயுதங்களை வழங்குவதையோ தமிழக ஆட்சியாளர்களால் தடுக்க முடியாது.

இந்த ஆண்டு மட்டும் பதினைந்தாயிரத்துக்கும் மேற்பட்ட ஈழ அகதிகள் தமிழகம் வந்துள்ளனர். இதுவரை ஒரு லட்சத்துக்கும் மேல் ஈழத் தமிழர்கள் தமிழகக் கொட்டடிகளுக்குள் அடைக்கப்பட்டுக் கிடக்கிறார்கள். இவர்களுக்கான அகதிச் சலுகையை ஐக்கிய நாடுகள் சபை வரையறுத்த நிதி மற்றும் மனித உரிமை வரம்புக்குள் கொண்டுவர நம் தமிழ் ஆட்சியாளர்களால் முயற்சி மேற்கொள்ள முடியவில்லை. வடக்கு வாழ்கிறது தெற்கு தேய்கிறது என்று சொல்லிக் கோட்டையைப் பிடித்தவர்கள், வடக்கோடு சேர்ந்து தமிழர்களுக்குக் குழிபறித்துக் கொண்டிருக்கிறார்கள். இந்தியா முழுவதும் திபெத், நேபாளம், வங்கதேச அகதிகள் சுதந்திரமாக வாழவும் கல்வி பெறவும் தொழில் செய்யவும் வேலை செய்யவும் வழியிருக்கும் போது ஈழத் தமிழர்கள் மட்டும் மாட்டுத் தொழுவத்திலும் கேடான கூடாரத்தில் வாழ நிர்பந்திக்கப்பட்டது ஏன்?

இலங்கையில் செஞ்சோலை சிறார் முகாம் மீதான தாக்குதலில் 61 குழந்தைகள் கொல்லப்பட்டது, பிரெஞ்சு நாட்டுத் தன்னார்வத் தொண்டு நிறுவனப் பணியாளர்கள் 15 பேரைச் சுட்டுக்கொன்றது, தமிழர்கள் தஞ்சமடைந்த தேவாலயத்தின் மீது குண்டுவீசித் தாக்குதல் நடத்தியது உட்பட பல யுத்த வரம்பு மீறிய செயல்பாடுகளை பட்டியலிட்டு இலங்கை அரசுக்கு சர்வதேசச் சமூகம் கண்டனம் தெரிவித்திருக்கிறது. இதுவரை இந்திய அரசு இதற்கு தனது கண்டனத்தையோ வருத்தத்தையோ தெரிவிக்கவில்லை. நம் தமிழக அமைச்சர்கள் இதற்காக நிர்பந்திக்கவுமில்லை. இலங்கையில் தமிழர்கள் அமைதியுடனும் ஒற்றுமையுடனும் வாழ்வதைச் சிங்கள அரசு விரும்பாததைப் போலவே தற்போதைய இந்திய அரசும் விரும்பவில்லை எனத் தோன்றுகிறது. இந்தியா வந்த இலங்கைத் தமிழ் மந்திரிகளை நம் பிரதம மந்திரி சந்திக்க மறுத்ததன் உள்நோக்கம் வேறு என்னவாக இருக்க முடியும்.

முன்னாள் பிரதமர் ராஜீவ் காந்தியின் மரணத்தினால் தான் நாம் ஈழப் போராட்டத்தை ஆதரிக்க முடியாது என்று தமிழர்களாகிய நாம் கருதினால் நம்மைப் போன்ற அரசியல் அறிவற்ற முட்டாள்கள் யாரும் இருக்க முடியாது. ஒரு விடுதலைப் போராட்ட அரசியலில் சில தவறுகள் நிகழ்வது தவிர்க்க முடியாதது. அரசியல் சூழ்நிலைகள் மாறும்போது இவை மன்னிக்கப்படலாம் அல்லது வேறு ஒரு மாற்று அரசியல்

நிலைப்பாட்டை எடுக்க முடியும். அதற்காக ஒட்டுமொத்த ஈழத் தமிழர்களை நாம் பலியிட்டுக் கொண்டிருக்க வேண்டுமா? மகாத்மா காந்தியைக் கொன்ற ஆர்.எஸ்.எஸ் இயக்கம் இன்று வரை சுதந்திரமாக அரசியல் நடத்திக்கொண்டு தானே இருக்கிறது. முன்னாள் பிரதமர் இந்திரா காந்தியைக் கொன்றவர் சீக்கியர் என்பதற்காக நாம் சீக்கியர்களை பயங்கரவாதிகள் என்று ஒதுக்கி வைத்துவிட்டோமா என்ன? இன்று நம் பிரதமரே சீக்கியர் சமூகத்திலிருந்து வந்தவர் தானே.

சின்னத்திரை, பெரியத்திரை பார்த்து போலிக் கண்ணீர் வடிக்கும் நம் தமிழ்ச் சகோதர சகோதரிகளுக்கு நிஜ துயரங்களும் படுகொலைகளும் போர்களும் பொம்மைச் சண்டைகளாகி விட்டன. தமிழர்கள் உயிரைவிடக் கற்பை மேலாக மதிப்பவர்கள். தமிழர்கள் தானே செத்துக்கொண்டு இருக்கிறார்கள். இதற்கெல்லாம் பெண்களின் கையில் துடப்பத்தையும் செருப்பையும் கொடுத்து தெருவில் போராட அனுப்ப முடியுமா என்ன?

இந்தக் குளிர்காலக் கூட்டத் தொடரிலாவது மகளிருக்கான 33 சதவீத இடஒதுக்கீடு மசோதா நிறைவேற்றப்படுமா என்று பெண்கள் ஆவலுடன் காத்திருக்கிறார்கள். உள் ஒதுக்கீடு அற்ற இடஒதுக்கீடு என்பது மேட்டுக்குடிப் பெண்கள் அதிகாரத்தில் பங்கெடுக்க மட்டுமே வழிவகை செய்யும். உள் ஒதுக்கீடுடன் கூடிய இட ஒதுக்கீடு மட்டுமே அனைத்துச் சாதி அடுக்குகளிலும் உள்ள பெண்களின் அரசியல் பங்களிப்புக்கு வழிவகுக்கும். இதில் தமிழகக் கட்சிகள் ஒற்றுமையுடன் உறுதியாக நிற்க வேண்டும் என்பது நமது கோரிக்கை.

அணங்கு முதல் இதழ் உலகெங்கும் உள்ள தமிழ் வாசகர்களின் கவனத்தையும் ஆதரவையும் வரவேற்பையும் பெற்றுள்ளது. இணையத் தளத்தில் 'அணங்கை' கொண்டுச் சென்ற கீற்று டாட் காம் அமைப்புக்கு நன்றி சொல்ல கடமைப்பட்டுள்ளோம். இரண்டாம் இதழ் குறித்த பருவத்தில் வெளிவரத் தாமதமாகிவிட்டது. இக்காலத் தாமதம் அடுத்த இதழிலிருந்து சரிசெய்யப்படும்.

நெருப்பும் நீரும்...

அடிவயிற்றில் நெருப்பை வச்சிக்கிட்டு எத்தன நாள் அலைய முடியும். இதைப் பல பெண்களிடமிருந்து பல்வேறு தருணங்களில் நான் கேட்டிருக்கிறேன். இந்த வாக்கியம் நம் சமூகத்தின் பெண் இருப்பு சார்ந்த அச்சத்தை உணர்த்துவதாக இருந்தாலும் அது வேறெதையோ சொல்லாமல் சொல்லிச் செல்கிறது. துரியோதனன் படுகளம் முடிந்ததும் கூந்தலை அள்ளிச் சொருகிய திரௌபதி தன் அடிவயிற்றிலிருந்து நெருப்பெடுத்து தீமிதி குண்டத்துக்குத் தீ மூட்டுவாள். கங்குகளைப் பரப்பி தீ மிதித்து முடித்தவுடன் பெண்கள் அக்குழியிலிருந்து கொஞ்சம் நெருப்பை எடுத்துக் கொண்டு வீட்டுக்குப் போவார்கள். தீ பெண்ணிடமிருந்து உருவாவதாக பல நாட்டுப்புறக் கதைகள் சொல்கின்றன. கண்ணகியின் ஒற்றை முலை நெருப்பையும் நாம் அறிவோம். இத்தீயின் குறியீடு மனமா? உடலா? சில இடங்களில் தனித்தும் வேறு இடங்களில் கூடியும் அர்த்தமாகின்றன. தணிந்த மனம் அல்லது உடல் நீராகும் போது குணநிலைகளின் சில முகங்களை நாம் நம் வாழ்நாளில் தரிசித்துக் கொண்டே யிருக்கிறோம்.

நீரின் சில ரூபங்களை உடல், மனவெழுச்சிக்குக் கொண்டுவர நான் இத்தொகுப்பு முழுக்க முயற்சித்தேன். சில பக்கங்களில் வார்த்தைகளால் அணைக்கட்டியும் சில பக்கங்களில் வார்த்தை களின் குழிக்குள்ளும் தேக்கினேன். இவள் என்னுடையவள் என்ற உரிமையுடன் ஆட்டத்தைத் தொடர்ந்தேன். ஆனால் ஏமாற்றத்தின் வெறுமையையும் தோல்வியையும் இப்பொழுது உணர்கிறேன். தீயின் சொரூபம் அறிந்த நான் நீரின் விஸ்வரூபத்தை கணிக்கத் தவறியதன் தோல்வி அது. தனுஷ்கோடி என்ற பெயர் என் புலனுக்கு எட்டும் போதெல்லாம் ஒருவித ரசம் குறைந்த மங்கிய காட்சி என்முன் எழும். அக்காட்சி ஏற்படுத்தும் சலனங்கள் ஒரு வெள்ளத்தின் சூறையாடலாக என்னுள் பதிவாகியிருந்தன. ஆனால் நம் புலன்களால் காட்சிப்படுத்த முடியாத ஒரு பலி

ரூபத்தை நாம் பார்த்துவிட்டோம். இது நானறிந்த நீரல்ல என்பதை நான் எப்படி இனிமேல் உணர்த்த முடியும். என்னையும் என் வார்த்தைகளையும் ஆழிப்பேரலை வாரிச் சுருட்டி தன் அடிவயிற்றில் முடிந்துகொண்டது. ஜனவரியிலிருந்து கடலையே பார்த்துக் கொண்டிருக்கிறேன். தினமும் 100 கிலோ மீட்டர் கடலோரம் பயணம் செய்கிறேன். கடலையே பார்க்கிறேன். இந்தக் கடல்தானா அது என்ற கேள்வியைத் தவிர்க்க முடியவில்லை. ஒரு ராட்சசி தின்று துப்பிய குப்பைகளாக கடற்கரை கிடக்கிறது. அச்சத்தின் புகை குமையும் மனம் இன்னும் தெளியவில்லை. நேற்று கடலூரில் சொத்திக்குப்பம் தீவிலிருந்து தோணியில் ஆற்றைக்கடந்து கரைக்குத் திரும்பிக் கொண்டிருந்தேன். ஒரு அம்மா சொன்னாங்க "கடல் கொட்டிக் கொடுத்துது யேன் புள்ளவுள வளத்தன். இப்ப மூணு புள்ளவளியும் கடலுக்கு கொட்டி கொடுத்துவுட்டு வெறும் மடியோட கடக்கறன்" மடி நெருப்பும் குடம் நீரும் உயிரையும் வளர்க்கும் உயிரையும் பறிக்கும். பெருகிய தீயை நீர் கொண்டு அணைக்கலாம். பெருகிய நீரை எதைக்கொண்டு அணைப்பது. நீரின்றி அமையாது உலகு.

பேய்ப் பிடித்த சொற்கள்

இது எனது மூன்றாவது கவிதைத் தொகுப்பு. இத்தொகுப்பிலுள்ள குறுங்கவிதைகள் எனது இரு தொகுப்பு களின் தொடர்ச்சியாகவும் நெடுங்கவிதைகள் புதிய வெளிப் பாடுகளாகவும் பதிவாகியிருப்பதை உணர்கிறேன். எனது குதூகலம் மெல்ல மெல்ல அற்றுப் போய்விட்டது. இக்கவிதைகளில் வெளிப்படும் பைத்தியக்கார அலறலும் வலிகளும் ஒரு வாசகராக அணுகும்போது என்னையே அச்சுறுத்துகின்றன.

ஓய்ந்த கலவரத்துக்குப் பிறகுக் காட்சியுறும் வெளியென மனம் உறைந்து கிடக்கிறது. அதில் காதறுந்த செருப்புகளின், பால்புட்டிகளின், உதிரம் தோய்ந்த ஆடைகளின் அலறல் எதிரொலித்துக்கொண்டேயிருக்கிறது. சிதைவுகளாலும் வலியின் தடயங்களாலும் நிரம்பி வழியும் காலத்தை மொழிப்படுத்த முனைகிறேன். அது எந்தவொரு நம்பிக்கையையும் எனக்கு வழங்க மறுக்கிறது. மொழியின் எந்த அடுக்கைக் கலைத்து அடுக்கி நமக்கான வெளியை உருவாக்க முடியும்? சீட்டுக்கட்டை அடுக்கியும் குலைத்தும் சில அட்டைகளை உருவியும் சில அட்டைகளைச் சொருகியும் பார்க்கிறேன். அட்டையில் உறைந்திருந்தக் குருதி இப்போது நசநசத்துக் கசிகிறது. பிசுபிசுக்கும் விரல்கள் மரத்து நெடுநேரமாகிவிட்டது. கறைகளைத் துடைக்க நான் முனையவும் இல்லை. ரத்தம் வழியும் கைகளை உயர்த்திக் காட்டவே விரும்புகிறேன்.

பூமி கொடூர நிகழ்வுகளால் நிரம்பி வழிகிறது. அமெரிக்க ஏகாதிபத்தியத்தின் நெருக்கடிகளாலும் இயற்கைப் பேரழிவு களாலும் அர்த்தமற்ற பயங்கரவாதத் தாக்குதல்களாலும் மக்கள் விரோத அரசியலாலும் மத/இன அடிப்படைவாத கொந்தளிப்பு களாலும் தத்தளித்துக் கொண்டிருக்கிறது. ஏதோ ஒரு சாபம் இந்தப் பூமியை மெல்ல கவிந்துக்கொண்டிருக்கிறது.

என்னுடைய கவிதைகளில் நிறைய பைத்தியக்காரிகள் வருகிறார்கள். அவர்கள் என்னைச் சூன்யத்தின் விளிம்பில்

கொண்டுபோய் நிறுத்தி என்னைப் பார்த்துத் தேம்பித் தேம்பி அழுகிறார்கள். காலி கோக் டப்பிகள் குப்பை மேடுகளிலிருந்து வெளிப்பட்டு உருண்டு ராட்சத பீரங்கிகளாய் நகருக்குள் நுழைகின்றன. வெள்ளை மாளிகையின் ஜன்னலின் வழியே தொங்கிக் கொண்டிருக்கும் வால் சாத்தானுக்கானது என நினைவுவர, பதற்றம் மேலும் கூடிவிடுகிறது.

ஆறுதலுக்கு எதுவுமே இல்லை. எல்லா பிரார்த்தனைப் பாடல்களும் நமுத்துப் போய்விட்டன. பெண்கள் ஓடஓட விரட்டப்பட்டு கொல்லப்படுகிறார்கள். பெண் படைப்பாளிகளின் மீது கொடூரத் தாக்குதலை நிகழ்த்த இன அடிப்படைவாதிகள் தயாராகி வருகிறார்கள். புனிதவதி போல பேயாகி சிவபாத மடைவதே ஒரே வழியாக உள்ளது. ஆனால் எல்லாவற்றுக்கும் வெளியே உக்ரக் கண்களோடு எந்தவென்றையும் எதிர்கொள்ள தயாராகிவிட்டாள் நீலி.

தேசத்தைக் கொன்றவர்களின் கொள்கை "ஆள்வது ஆணாகயிருக்கட்டும் வீழ்வது பெண்ணாக இருக்கட்டும்"

ஒரு சமூகம் பண்பாடு போன்ற கருத்தியல்களால் பெண்களைக் கொம்பாக வைத்துப் பின்னிப் படர்கிறது. அரசு, வரலாறு, பொருளியல் அதிகார பீடங்களை ஆண்களை மையமாக வைத்துக் கட்டி எழுப்புகிறது. சமூகப் பண்பாட்டின் ஆக்கத்திற்கோ அழிவுகோ பொறுப்பாளியாக பெண்களின் நன்நடத்தை, அரசின் ஆக்கத்திற்கும் அழிவுக்கும் பொறுப்பாளியாக ஆணின் ஆளும் திறமை காரணமாகின்றன என தொடர்ந்து நமக்குக் கற்பிக்கப்படுகிறது. இந்த விதிமுறைகளை பெண் மாற்ற முனையும் போது சமூகத்தில் ஒரு பதற்றம் உருவாகிறது. இந்தப் பதற்றத்தை உருவாக்கும் சக்திகளை ஆணாதிக்கச் சமூகம் தன் திடமான ஒடுக்குமுறைக் கருவிகளை ஏவித் தண்டிக்கிறது.

தமிழிலக்கிய உலகத்தில் சமீப காலமாக தொடர்ந்து எழுப்பப்படும் இன்றைய பெண் எழுத்துக் குறித்த சர்ச்சைகள், சென்ற ஆண்டு தமிழ் நிலத்தில் தமிழச்சியின் கற்பைக் காப்பாற்ற எழுந்த வன்முறைப் போராட்டங்கள் தந்தைவழிச் சமூகக் கோட்டையின் அஸ்திவாரத்தின் அடிக்கல் உருவப்படுவதின் அதிர்வுகளாகத்தான் எனக்குத் தோன்றியது.

இந்தியச் சமூகம் ஒரு பிளவுபட்ட முரண்பட்ட ஏற்றத் தாழ்வான ஒடுக்குமுறை சமூக அமைப்பு என்பதில் எந்தவித மாறுபட்ட கருத்தும் சமூகநீதி காக்கப் போராடும் அரசியல் தலைவர்களுக்குக் கிடையாது. சுதந்திரக் கருத்தியலையும் மனித உரிமைக் கல்வியையும் மாற்று அரசியலையும் மேற்குலகிலிருந்து கற்கிறார்கள். மேற்குலகிலிருந்து உதாரணம் காட்டுகிறார்கள்.

சுதந்திரம், சமத்துவம், சகோதரத்துவம் மேற்குலகின் மாபெரும் விடுதலைக் கோட்பாட்டை சுவீகரித்துக்கொண்ட நம் தமிழ் இலக்கியவாதிகளுக்கும் மாற்று அரசியல்வாதிகளுக்கும்

பெண்ணியம், பெண் விடுதலை தத்துவங்கள் ஆகியவை மேற்கின் இறக்குமதி சரக்காகிவிடுகின்றன. இவை மட்டும் நம் தமிழ்ச் சமூகப் பண்பாட்டைச் சீரழிக்கும் சக்தியாகத் தொடர்ந்து அடையாளப்படுத்தப்படுகின்றன. மேற்கின் பொதுவுடமை, இலக்கியம், தத்துவம் மற்றும் அறிவியல் கண்டுபிடிப்புகளை நன்மை தீமை பார்க்காமல் எல்லாவற்றையும் இறக்குமதி செய்து ஏற்றுக்கொண்டவர்கள் பெண் விடுதலைக் கோட்பாட்டை (பல்வேறு வகையான பெண்ணியம் இன்று பேசப்பட்டு வருவதைக் கணக்கில் கொள்ளாமல்) மட்டும் மேற்கிலிருந்து பெறுவதை எதிர்க்கிறார்கள்.

மத அடிப்படைவாதிகள், வெகுசன அரசியல்வாதிகள், சாதி சனாதனவாதிகள், ஜனநாயகவாதிகள், மனிதவுரிமைப் போராளிகள், தனித்தமிழ் தேசியவாதிகள், கம்யூனிஸ்டுகள், திராவிடக் கட்சியினர், சாதியக்கட்சியினர் போன்றோர் முற்போக்கோ பிற்போக்கோ ஏதாவது ஒரு அரசியல் கொள்கை உடையவர்கள், வெவ்வேறு அரசியல் நிலைப்பாடு உள்ளவர்கள், வெவ்வேறு சித்தாந்தங்களைப் பின்பற்றி அரசியல் நடத்துபவர்கள் இவர்கள் அனைவரும் ஒற்றை அரசியல் கோட்பாட்டை முன்வைத்து ஒரே அணியில் திரள முடியாதவர்கள். ஏனெனில் ஒவ்வொருவரும் மாற்று கருத்துடையவர்கள். ஆனால், பெண் விடுதலை, பெண்ணியம் என்றவுடன் இவர்கள் அனைவரும் ஒரே அணியில் திரள்வது எப்படிச் சாத்தியமாகிறது? ஒரு மத அடிப்படைவாத இயக்கத்துக்கும் ஒரு ஜனநாயக இயக்கத்துக்கும் அரசியல் கொள்கை வேறு வேறாக இருக்கும். ஆனால் பெண்ணுரிமைப் பிரச்சனை என்று வரும்போது இந்துமத அடிப்படைவாதக் கொள்கையான மனு தர்மத்தை ஒரு ஜனநாயக இயக்கம் தன் இயக்கத்தின் கொள்கையாக எப்படி ஏற்றுக்கொள்கிறது. ஆக, இங்கு நடப்பது ஆண்களுக்கான சமூக ஆட்சியதிகாரத்துக்கான போட்டி மட்டுமே. பெரியாருக்குப் பிறகு கலாச்சார மாற்றத்திற்கான போராட்டத்தை வசதியாக அனைவரும் மறந்து விட்டனர். ஆள்வது ஆணாக இருக்கட்டும் வீழ்வது பெண்ணாக இருக்கட்டும். கட்சி வேறுபாடின்றி இதுதான் எல்லாத்தரப்பு ஆணாதிக்கவாதிகளின் கொள்கை.

இந்த அரசியல்வாதிகள்தான் பாலித்தீன், மலட்டு விதைகள், விஷப்பூச்சிக்கொள்ளிகள், ரசாயன உரங்கள், ரசாயன ஆலைகள், அணு உலைகள், ராட்சஸ அணைக்கட்டுகள் என எல்லா

விதமான நாசகார அறிவியல் கண்டுபிடிப்புகளையும் உள்ளே அனுமதித்து நிலத்தையும் நீரையும் காற்றையும் நஞ்சாக்கி மக்களை வாழவிடாமல் அவர்களின் சொந்த நிலத்தைவிட்டு வெளியேற்றி அகதியாக்கிக் கொண்டிருக்கிறார்கள்.

இவர்கள்தான் வளர்ச்சித் திட்டங்கள் என்ற பெயரில் கொள்ளையடிக்கும் பன்னாட்டு, உள்நாட்டு முதலாளிகளை அனுமதிக்கிறவர்கள். அந்நிலப் பகுதியைவிட்டு லட்சக்கணக்கான குடும்பங்களை விரட்டுகிறவர்கள். பாரம்பரியமான வாழ்வாதாரங் களை இழந்த மக்கள் நகரங்களின் வீதியோரங்களில் பஞ்சப் பராரையாகத் திரியும் அவலத்துக்கு ஆளாக்கியவர்கள். குடும்பத்தின் வயிற்றுப்பாட்டுக்காக பாலியல் தொழிலாளியாக மாற்றப்பட்ட பெண்கள், விற்கப்பட்ட பெண்கள் எனச் சமூகமே விஷத் தழைத்தின்ற மாடுமாதிரி நீலம்பாரித்து வீங்கிபோய் உள்ளது. நிலத்தையும் நீரையும் தெய்வமாக வணங்குகிறவர்கள் அதனால்தான் விற்றுக் கொண்டிருக்கிறார்கள். பெண்ணையும் தெய்வமாக வணங்குபவர்கள் பெண்களையும் எல்லாச் சந்தைகளிலும் விற்றுக் கொண்டிருக்கிறார்கள். மண்ணையும் எளிய மக்களையும் வாழ வைக்கும் பொற்காலக் கனவை எத்தனை காலத்துக்குத்தான் வாரி இறைத்துக் கொண்டிருப் பார்கள் கட்சித் தலைவர்கள். எத்தனை நூற்றாண்டுகள் இதை நாம் நம்பிக்கொண்டிருப்பது. பெண்ணியத்தை ஏற்காத மாற்று அரசியலோ மனித விடுதலை அரசியலோ ஒருபோதும் உருவாக முடியாது.

சுதந்திரமான, பயமற்ற பேச்சும் விவாதமுமே அதற்கான தொடக்கம்.

நிற் தகைக்குநர் யாரே?

மொழிச்செழுமையும் நிலச்செழுமையும் நிறைந்த சங்கப் பாடல்களை வாசிக்கும்தோறும் அல்லது நினைவுபடுத்தப்படும் போதும் அதன் சொல்வளமும் ஓசை நயமும் ஒருவித போதையை கிளர்த்துகின்றன. குறிஞ்சியின் இளங்குளிர் என்னைத் தழுவுவதை உணர்கிறேன். அடர்வனத்தின் மெல்லிய இருள் சூழ மெல்லோடையின் சலசலப்பைக் கேட்கிறேன். கொக்குகள் கெளுத்தி மீன்களைக் கவ்விப் பறக்கும் ஆற்றங்கரையில் பசுமை அலையடிக்கும் வயல்கள் பார்வையைக் குளிர்த்துகின்றன. இரவில் சிற்றொலியுடன் மணலில் விழும் புன்னைக்காய்கள் உறக்கம் கலைக்க உடலெல்லாம் உப்புப்பாரிக்க கடற்கரையில் உலாப்போகிறேன்.

சங்கக் கவிதைமொழி தன்னைச்சுற்றி வசீகரமான மாயச் சக்கரத்தை உருவாக்கி ஐந்திணையையும் அதனுள் சுழலவிடுகிறது. அச்சுழல் நமக்குள் கரைகாண முடியாத பிரமையைச் கட்டி எழுப்புகிறது. ஒவ்வொருமுறையும் இப்பாடல்களை அணுகும் போதும் நிராயுதபாணியாக நிற்கச் சொல்லும் ஒரு குரலை நான் கேட்டுக் கொண்டேயிருக்கிறேன். அதன் அழகின் முன் என்னை மண்டியிடச் சொல்கிறது. புனிதமான கவிதையின் சடங்கியல் நாடகத் தன்மை என் ஐயங்களை தன்னுள் ஈர்த்துக் குலைத்து விடுகிறது. அதிகாரத்தின் குரல் அய்யாயிரம் ஆண்டுகளாகப் பழுத்து கனிந்து வசியக் குரலல்லவா?

இது யாருடைய குரல். கவிஞரின் குரலா, அச்சமூகத்தின் குரலா, அரசின் குரலா? கவிஞரின் குரல் வழியாக அரசும், சமூக அமைப்பும் மக்களுடன் உரையாடுகிறது. இந்த உரையாடல் மனிதரைச் சமூக மனிதராக்குகிறது. அரசதிகாரத்துக்குப் பணியும் பணியுரியும் ஊழியராக்குகிறது. வேந்தனின் எல்லையற்ற அதிகாரத்துக்கு அடங்கும் மனவொழுங்கை உருவாக்கும் இலக்கியங்கள் புறமாகவும், ஆணின் எல்லையற்ற அதிகாரத்துக்கு அடங்கும் மனவொழுங்கை உருவாக்கும் இலக்கியங்கள்

நம் தந்தையரைக் கொல்வது எப்படி

அகமாகவும் தொகுக்கப்பட்ட பாடல்களில் மிகச்சில கவிஞர்களே எதிர் உரையாடலைச் சமூகத்துக்கு எதிராக நிகழ்த்தியிருப்பது காணக் கிடைத்துள்ளது (காலத்தில் இவைகள் தப்பிப்பிழைத்தது பேரதிர்ஷ்டமே).

மருதா வெளியீடாக 41 சங்கப் பெண்கவிஞர்களின் 181 கவிதைகள் மொத்தமாக முருகேசபாண்டியனால் தொகுக்கப்பட்டு வெளிவந்திருக்கிறது. பெண் மொழி, பெண்ணியம் பற்றிய பேச்சுக்கள் அதிகரித்துள்ள இன்றையச் சூழலில் இத்தொகுப்பு முயற்சி பாராட்டத்தக்கதாகும். ஒரு சில பெண்கவிகளைத் தவிர தனித்தனியே அறியப்படாமல் சிதறிக் கிடந்த பாடல்கள் ஒரே நூலுக்குள் கையடக்கமாக வந்துவிட்டன. இதனால் இத்தொகுப்பு, சங்கப் பெண் கவிஞர்களுடன் தமிழ் வாசகரை உரையாட அழைப்பு விடுகிறது.

சங்க இலக்கியப் பாடல்களான 2384ல் 181 பாடல்கள் மட்டுமே பெண்கள் எழுதியிருப்பதாக அடையாளம் காணப் பட்டுள்ளது. 432 ஆண் கவிஞர்களும் 41 பெண் கவிஞர்களும் என மொத்தமாக 473 சங்கக் கவிஞர்களின் பெயர்கள் நமக்கு தெரிய வருகிறது. ஆசிரியர் பெயர் தெரியாத நிறையப் பாடல்களுக்கு ஆண் கவிஞர்களின் பெயரடையாளம் கொடுக்கப்பட்டுள்ளதோ என்ற சந்தேகம் எழுகிறது. உதாரணமாக செம்புலப் பெயல்நீராரின் பெயரால் அடையாளப் படுத்தப்படும்.

> யாயும் ஞாயும் யாரா கியரோ
> எந்தையும் நுந்தையும் எம்முறைக் கேளிர்
> யானும் நீயும் எவ்வழி அறிதும்
> செம்புலப் பெயநீர்ப் போல
> அன்புடை நெஞ்சம் தாம் கலந்தனவே

இக்குறுந்தொகைக் கவிதையை படிக்கும் தோறும் அல்லது கேட்கும் தோறும் ஒரு பெண்ணின் குரலே எனக்குக் கேட்டுக் கொண்டிருக்கிறது. இக்கவிதையை ஒரு பெண்ணால் மட்டுமே எழுதியிருக்க முடியும் என்பதை நிரூபிக்க நிறைய சாத்தியங்கள் உள்ளன. அந்நிய ஆணின் மீதான காதலை வெளிப்படுத்தும் பல கவிதைகள் பெண்கவிகளிடம்தான் காண முடிகிறது. தாய்க் காவல், ஊர்க்காவலை மீறி அந்நிய ஆடவனை நேசிக்கும் பாடல்களும் பெண்களுடையதே.

இதுவரை ஒற்றைவாசிப்பு முறையில் நமக்கு விளக்கமளிக்கப் பட்ட சங்கப் பெண்கவிஞர்களின் பாடல்களை நாம் ஆழ்ந்து

படிக்கும்போது, நமக்கு சொல்லப்பட்டவைகள் போக மீதி சொல்லாமல் விடப்பட்ட ஏராளமான தகவல்கள் அதனுள் அமிழ்ந்து கிடப்பதைப் புரிந்துகொள்ள முடியும். அவை பல நுணுக்கமான சமூக விதிகளைப் பேசுவதையும் அதற்கு எதிரான மாற்றுக் கருத்துகளும் விமர்சனங்களும் தமக்குள் மறை பொருளாகப் புதைத்து வைத்திருப்பதையும் பன்முக வாசிப்பு மூலம் நாம் அடையாளம் காண முடியும். உதாரணமாக:

நன்முல்லையாரின் 12 பாடல்களில் அன்றையச் சமூகத்தில் வாழ்ந்த பெண்களைப் பற்றிய சித்தரிப்பின் மூலம் அவர்களின் நசிவையும் அவல இருப்பையும் நாம் அடையாளம் காண முடிகிறது. இப்பாடல்களை ஒரு வசதிக்காக ஒழுங்குபடுத்தி வரிசைப்படுத்தினால் 15 வயதிலிருந்து 35 வயதுடைய பெண்களின் இருப்பைப் பற்றிய பதிவுகளாக இக்கவிதைகளை நாம் கொள்ள முடியும்.

அணித்தழை நுடங்க ஓடி, மணிப்பொறிக்
குரல்அம் குன்றி கொள்ளும் இளையோள்,
மா மகள்...
சூல் என வினவுதி, கேள், நீ:
எடுப்பவெ...
...மைந்தர் தந்தை
இரும்பனை அன்ன பெருங்கை யானை
கரந்தைஅம் செறுவின் பெயர்க்கும்
பெருந்தகை மன்னர்க்கு வரைந்திருந் தனனே.

என முடியும் இப்புறநானூற்றுப் பாடல்(340) குன்றிமணிகளை பொறுக்கித் திரியும் சிறுமியைப் பற்றியது. அந்நியன் ஒருவனின் பார்வையில் பட்ட இப்பெண்ணின் பெருமையைப் பேசும் இப்பாடல் இவள், பனை போன்ற துதிக்கையுடைய யானைப் படைகளைத் தனியே வெற்றிகொண்ட மன்னனுக்கு மணம் பேசப்பட்டவள் என்கிறது. இது ஒரு அரச குடும்பப் பெண்ணைப் பற்றிய பாடல்.

அடுத்து, ஒரு மறக்குலப் பெண்ணைப் பற்றிய புறநானூற்றுப் பாடல்(306)

களிறுபொரக் கலங்கு, கழன்முள் வேலி,
அரிதுஉண் கூவல், அம்குடிச் சீறூர் ஒலிமென்
கூந்தல் ஒள்நுதல் அரிவை
நடுகல் கைதொழுது பரவும், ஒடியாது;

நம் தந்தையரைக் கொல்வது எப்படி 81

விருந்து எதிர் பெறுகதில் யானே; என்னையும்
ஓ.... வேந்தனொடு
நாடுதரு விழுப்பகை எய்துக எனவே

வெற்றி பெற்று வேந்தனோடு நலமாக அவள் கணவன் வீடு திரும்பவேண்டி நடுகல்லை வழிபடும் பெண்ணைப் பற்றிச் சொல்கிறது. இந்த இரண்டு கவிதைகளும் அரசு, அரசு சார்ந்த வாழ்வியலைப் பேசும் நன்முல்லையாரின் புறந்திணைக் கவிதைகள். இதைத் தவிர்த்து, அவரின் பிற கவிதைகள் சராசரிப் பெண்ணின் சமூக வாழ்நிலை குறித்த அகத்திணைச் சித்தரிப்புகள். இவைதாம் இவரின் மிக முக்கியமான கவிதைகள். ஔவையையும் வெள்ளிவீதியையும் தொடர்ந்து நாம் அதிகமாக விவாதித்து வந்துள்ளதால் இவர்களுக்கு அடுத்து அதிகம் கவனம் பெறாமல் போன நன்முல்லையாரின் கவிதைகளை இங்கு வாசிப்புக்கு தேர்ந் தெடுத்துக் கொண்டேன். காக்கைப்பாடினியார் 12 கவிதைகளைக் கொடுத்திருந்தாலும் அரசு, அரசமைப்புக்கு அதிக முக்கியத்துவம் தந்து அதன் புகழ் பாடுவதால் அவை பெரிதாகச் சிறப்பம்சம் அடையவில்லை. ஆனால் நன்முல்லையாரின் 12 பாடல்களில் 10 பாடல்கள் பெண்களின் இருத்தலியல் பிரச்சினைகளில் கவனம் கொள்வதால் இவை பற்றிப் பேச வேண்டிய அவசியத்தைக் கோருகின்றன.

இப்பத்துப் பாடல்களை வரிசைப்படுத்திப் பொருள் கொண்டால் சங்ககாலப் பெண்ணின் வாழ்நிலை பற்றிய ஒரு முழுமையான பார்வை நமக்குக் கிடைக்கிறது. காதல், காமம், ஊடல், பிரிவு இந்த நான்கு தளங்களுக்குள் ஒரு சராசரி பெண்ணின் பொதுவாழ்க்கை மற்றும் அகவாழ்க்கை ஈராயிரம் ஆண்டுகளுக்கு முன்பும் இன்றுள்ள நிலையிலேயே இருப்பதை நாம் காண முடியும். சங்ககாலத்திலேயே பெண்கள் கல்வியறிவு பெற்றிருந்தார்கள் என்றாலும் அவர்களின் சமூக வாழ்க்கை ஆணைச் சார்ந்த வாழ்க்கைதான். அவர்களை விட்டுப் பிரிந்த கணவனுக்காக காலம் முழுதும் வருந்தும் பெண்கள். பரத்தை நோக்கிச் சென்றதால் கணவன் தன்னை வந்துசேர தூதுவிடும் பெண்கள். இப்படியான சித்தரிப்புகளே அதிகம். ஆனால் கடைசியில் இதைப் பொறுக்க முடியாமல் நன்முல்லையார் ஊரை எதிர்த்து முணு முணுப்பதும் சாடுவதும் சற்று கூர்ந்து கவனித்தால் கேட்கிறது.

காதல் வசப்பட்ட பெண்ணைப் பற்றிய குறுந்தொகைப் பாடல் (157)

குக்கூ என்றது கோழி; அதன் எதிர்
துட்கென் றன்றது என் தூஉ நெஞ்சம்
தோள்தோய் காதலர்ப் பிரிக்கும்
வாள்போல் வைகறை வந்தன்றால் எனவே.

கோழி கூவியதும் வைகறை என்னும் வாள் வந்து காதலனை தன்னிடமிருந்து பிரித்துவிடுமோ என அஞ்சுகிறாள் காதலி. இப்போது இவன் போனால் மறுபடியும் எப்போது சந்திப்போமோ என்ற அச்சத்தையும் இப்பாடல் உள்ளடக்கியுள்ளது. வேலை நிமித்தப் பிரிவென்றால் இவ்வளவு அச்சம் தேவையில்லை. சமூகத்துக்கு அஞ்சி பிறர் அறியாமல் சந்தித்துக்கொள்ளும் உறவென்பதால் அப்பெண் வைகறையைக்கண்டு அஞ்சுகிறாள். அல்லது வைகறை என்பதை ஊராகவும் கருத இடமுண்டு. உயிரறுக்கும் வாளாக வைகறை மாறக் காரணம் என்ன?

பூழ்க்கால் அன்ன செங்கால்உழுந்தின்
ஊழ்ப்படு முதுகாய் உழையினம் கவரும்
அரும்பனி அற்சிரம் தீர்க்கும்
மருந்து பிறிது இல்லை; அவர்மணந்த மார்பே.

இக்குறுந்தொகை(68) குறிஞ்சிப்பாடலில், வாடையில் தான்படும் துன்பத்தைப் போக்கும் மருந்து, நான் மணந்த அவர் மார்பேயன்றி வேறு எதுவும் இல்லை என்கிறது. காமம் என்பது புணர்ச்சி சார்ந்த உணர்வாக குறுக்கப்பட்ட நிலையில் அவன் உடல் அணுக்கமே என் துன்பத்தைப் போக்கும் என்கிறது. வேறு சில பாடல்களில் தலைவனைப் பார்த்தாலே போதும் என் உடல் வருத்தம் தொலையும் என்பதும் பெண்ணின் உடல் வேட்கை உளவியல் ரீதியாக பல தளங்களில் ஆணின் இருப்பைக் கோருவதாக இருக்கிறது. ஆனால் இதற்கு எதிராக ஆணின் உடல் வேட்கை என்பது உடலுறவு என்ற மைய நிகழ்வை நோக்கிய பாய்ச்சலாக இருக்கிறது. இப்பாடல் பெண்/ஆண் இருவருக்கும் இடையிலான காம வெளிப்பாடு மற்றும் துய்ப்பு அதிக வித்தியாசங்களைக் கொண்டது என்பதை உறுதிப்படுத்துகிறது.

இதன் தொடர் பாடலாகக் கொள்ளத்தக்க வகையில் பிரிவால் காத்திருத்தலையும் தன்னைத் தானே சமாதானப் படுத்திக் கொள்வதையும் சில பாடல்களில் காணலாம்.

நல் நலம் தொலைய, நலம்மிகச் சாஅய்,
இன்உயிர் கழியினும் உரையல்; அவர்நமக்கு
அன்னையும் அத்தனும் அல்லரோ?
புலவி அஃது எவனோ, அன்பிலங் கடையே?

குறுந்தொகைப் பாடலில்(93), நான் ஊடல் கொண்டாலும் அவர்தான் என்தாய் தந்தை என்று தன்னை ஆற்றுபடுத்திக் கொள்கிறாள்.

உள்ளார்கொல்லோ தோழி! கிள்ளை
வளைவாய்க் கொண்ட வேப்ப ஒண்பழம்
புது நாண் நுழைப்பான் நுதிமாண் வள்உகிர்ப்
பொலங்கல ஒருகாசு ஏய்க்கும்
நிலம்கரி கள்ளிஅம் காடு இறந்தோரே

குறுந்தொகை (67) கவிதையில் தங்கக்காசு போல பூத்திருக்கும் கள்ளிப் பூக்களைப் பார்க்கும்போது தன் நினைவு வரும். அதன் நிமித்தம் தன்னை நோக்கி அவன் வரக்கூடும் என கனவு காண்கிறாள் அப்பெண். ஆனால் நிலைமை கைமீறி போய்விட்டது.

நோம்என் நெஞ்சே! நோம், என் நெஞ்சே!
புன்பலத்து அமன்ற சிறியிலை நெருஞ்சிக்
கட்கு இன் புது மலர் முட்பயந்தா அங்கு,
இனிய செந்தநம் காதலர்
இன்னா செய்தல் நோம், என் செஞ்சே!
குறுந்தொகை (202)

எனப் பிதற்றுகிறாள் அவள். முன்னர் அவன் இனியவனாக இருந்தாலும் இப்போது எனக்கு செய்யத் தகாத காரியத்தைச் செய்து நெருஞ்சி முள்ளென என்னைக் குத்திக் காயப்படுத்தி விட்டான். இது எனக்கு மேலும் மனவேதனையைத் தருகிறது என்கிறாள்.

ஆனாலும் என்னைக் கேலி செய்யாதே, அவன் மனதை மாற்ற முடியும். அவன் மனம்மாறி வந்துவிட்டால் உன்நிலைதான் பழிக்கத்தக்கதாகும் எனத் தோழியை எச்சரிக்கிறாள். இக்குறுந்தொகைப் பாடலில்(96),

அருவி வேங்கைப் பெருமலை நாடற்கு
யான்எவன் செய்கோ? என்று; யான் அது
நகை என உணரேன் ஆயின்,
என்ஆ குவைகொல்? நன்னுதல்! நீயே.

இந்நம்பிக்கை எந்தவிதப் பலனையும் அப்பெண்ணுக்கு கையளிக்கவில்லை.

அஞ்சுவது அறியாது, அமர்துணை தழீஇ,
நெஞ்சுநப் பிரிந்தன்று; ஆயினும், எஞ்சிய
கைபிணி நெகிழின் அஃது எவனோ? நன்றும்

சேய அம்ம, இருவாம் இடையே;
மாக்கடல் திரையின் முழங்கி, வலன்ஏர்பு,
கோட்புலி வழங்கும் சோலை
எனைத்துஎன்று எண்ணுகோ முயங்கிடை மலைவே?
குறுந்தொகை (237)

இக்கவிதையில் இருவருக்குமிடையே இடைவெளி மிகப் பெரிதாகிவிட்டதையும் அவன் கடந்துவர முடியாத தூரத்தில் இருப்பதையும் கூறுகிறாள். இப்பிரிவு நீண்ட பிரிவாகி நிலைத்து விட்டதால் இதை வெளிப்படுத்திக் கொள்வது தனக்குத்தான் பழி என எண்ணி அஞ்சுகிறாள்.

காலையும், பகலும், கையறு மாலையும்,
ஊர்துஞ்சு யாமமும், விடியலும், என்று இப்
பொழுது இடை தெரியின், பொய்யே காமம்
மாஎன மடலொடு மறுகில் தோன்றித்
தெற்றெனத் தூற்றலும் பழியே
வாழ்தலும் பழியே பிரிவு தலைவரினே.
குறுந்தொகை (32)

அவன் என்னைப் பிரிந்து சென்றுவிட்டான் எனப் புலம்பி தெருவில் நின்றாலும் எனக்குத்தான் பழி. நான் அப்படியே இந்த அவலத்தில் உயிர் வாழ்ந்தாலும் எனக்குத்தான் பழியைத்தரும் என்கிறாள்.

காற்றுக்கும் காது உண்டு என்பதுபோல இவளது நிலை ஊராருக்கும் தெரிந்து விட்டதை எண்ணிப் புலம்புகிறாள் குறுந்தொகைப் பாடலில்(140).

வேதின வெரிநின் ஓதிமுது போத்து
ஆறுசெல் மாக்கள் புள்கொளப் பொருந்தும்
சுரனே சென்றனர், காதலர்; உரன் அழிந்து,
ஈங்குயான் அழூங்கிய எவ்வம்
யாங்கு அறிந்தன்று இவ் அழுங்கல் ஊரே?

தன்னிலையை வெளிப்படுத்தாமல் வாழ்ந்தும் எப்படியோ ஊராருக்குத் தெரிந்துவிட்டதை எணணி வருந்துகிறாள்.

அவளின் கடைசி கவிதை எல்லா துயரையும் பொறுத்துக் கொண்டு வாழும் பெண்ணின் மனம் கசந்த நிலையைச் சொல்கிறது. இவ்வூரில் உள்ள அயலூரார் உன்னைப் பற்றி தெரிந்துகொண்டு, நீண்ட மழைக்கால்களின் அழகையும் கடந்து திகழும் கூந்தலையுடைய பரத்தையை மணந்து கொண்டதாக

சொல்கிறார்கள். நீ எனக்கு யார்? நான் ஊடல் கொள்வதற்கு நீ என்ன உறவு? நான் மெலிந்து என் கைவளையல்கள் நெகிழ்ந்து வீழினும் வீழ்க. நீ பரத்தையிடம் செல்க? உன்னைத் தடுப்பவர் யார் உள்ளார்? என்கிறாள். ஊர், உலகம் ஆணின் தவறுகளைத் தட்டிக் கேட்பதோ தண்டனை அளிப்பதோ இல்லை. ஆணின் முறையற்ற வாழ்வினால் பாதிக்கப்பட்ட பெண்ணின் குரல் இது.

சேற்றுநிலை முனைஇய செங்கட் காரான்
ஊர்மடி கங்குலில், நோன்தளை பரிந்து,
கூர்முள் வேலிகோட்டின் நீக்கி,
நீர்முதிர் பழனத்து மீன்உடல் இரிய,
அம்தூம்பு வள்ளை மயக்கி, தாமரை
வண்டுஊது பனிமலர் ஆரும் ஊர!
யாரை யோ?நிற் புலக்கேம், வாருற்று,
உறைஇறந்து, ஒளிரும் தாழ்இருங் கூந்தல்,
பிறரும், ஒருத்தியை நம்மனைத் தந்து,
வதுவை அயர்ந்தனை என்ப. அஃது யாம்
கூறேம் வாழியர், எந்தை! செறுநர்
களிறுடை அருஞ்சமம் ததைய நூறும்
ஒளிறு வாட் தானைக் கொற்றச் செழியன்
பிண்ட நெல்லின் அள்ளூர் அன்னஎன்
ஒண்தொடி நெகிழினும் நெகிழ்க
சென்றீ, பெரும! நிற் தகைக்குநர் யாரே?
அகம் (46)

ஔவையின் "பெருநகை கேளாய், தோழி!" என்ற பாடலும் "மூட்டு வெண்கொல்லு"டனும் வெள்ளிவீதியின் "இடிக்கும் கேளிர்" பாடலுடனும் ஒப்பிடும் போது இப்பாடல் ஊரொழுங்குக்கு எதிரான கலகக்குரலை கொண்டிருக்கவில்லை எனினும் பெண்ணின் விரக்தி நிலையை கையறுநிலையை பேசுகிறது. தமிழ்ச் சமூகத்தின் மீது தனது குற்றச்சாட்டை இக்கவிதை பதிவு செய்வதன் மூலம் நீதி கேட்கும் பெண்களின் குரலாக இதை நாம் அடையாளம் காணலாம்.

இப்பாடல் சங்கத்தமிழ்ச் சமூக வாழ்வறத்தை எதிர்த்து கேள்வி கேட்கிறது. சங்ககாலத் தமிழர் வாழ்க்கை; தமிழர்களின் பொற்காலம் என்று பறைச்சாற்றித் திரியும் ஆணாதிக்கச் சமூகத்தை நோக்கி எழுப்பப்பட்ட வினா. சங்ககாலம் தொட்டு தமிழர் பண்பாடு ஆணாதிக்கப் பண்பாடு என்பதும் தமிழ்ச் சமூக அமைப்பு ஆணின் நலனுக்கான அமைப்பு என்பதையும்

இப்பாடல் உறுதிப்படுத்துகிறது. "சங்க காலத்தில் நிலவிய தாய்வழிச் சமூக அமைப்பு முறையானது, பின்னர் வந்த பக்தி இயக்க காலகட்டத்தில் முற்றிலும் புறக்கணிக்கப்பட்டது" என்கிறார் தொகுப்பாசிரியர். இது முற்றிலும் தவறான கருத்து. சங்ககாலம் என்பது தந்தைவழிச் சமூக அமைப்பை உறுதிப்படுத்திய காலம். மேலும் பரத்தைகளை உருவாக்கிவிட்ட சமூகம் எப்படித் தாய்வழிச் சமூக அமைப்பாக இருக்க முடியும்.

அதற்கான சான்றுகள் இப்பாடல்களே. சில குலக்குழுக்கள் தாய்வழிச் சமூக அமைப்பாகத் தொடர்ந்து இயங்கி வந்திருக்கலாம். சங்ககாலத்தில் ஒட்டுமொத்த தமிழ்ச் சமூக அமைப்பு மையப்பட்ட அதிகாரத்தோடு வடிவமைக்கப்பட்ட சாதியப் படிநிலையுடைய அரசியல் அமைப்பு நிலையைத்தான் இப்பாடல்கள் வெளிப்படுத்துகின்றன. சங்ககாலம் தந்தைவழிச் சமூக அதிகார அமைப்பால் ஆளப்பட்டகாலம் என்பதைச் சங்கப் பாடல்கள் உறுதிப்படுத்துகின்றன.

தமிழர்கள் காதலைப் போற்றியவர்கள் என்ற வலிமையான கருத்து நம்மிடையே நிலவுகிறது. இப்பாடல்கள் அதை பொய்யாக்குகின்றன. தன்னுடன் பழகி பின் கைவிட்ட ஆண் மகனை நோக்கி இப்பெண்கள் தங்கள் சுயத்தை இழந்து இரைஞ்சிக் கொண்டிருக்கிறார்கள். உண்மை காதல், தெய்வீகக் காதல் என்பதெல்லாம் பெண்களுக்கானது. ஆண் இந்த கடப் பாட்டில் இருந்து நீதி வழுவியது எப்படி? காதல், கற்பு ஒழுக்கம் பெண்கள் சார்ந்தும், காதல், களவு ஒழுக்கம் ஆண்கள் சார்ந்தும் அக்காலத்திலேயே நடைமுறையாகி இருக்கிறது. தமிழர் கலாச்சாரம் ஒருவனுக்கு ஒருத்தி என்ற அறம் சார்ந்த கலாச்சாரம் என்று, ஏன் தொடர்ந்து பொய்ச் சொல்லிப் பல தலை முறைகளாக பெண்களை ஏமாற்றிக் கொண்டிருக்கிறார்கள்.

தன் விந்தால் உருவான தன் வாரிசை, தன் சாதியை, இந்த அமைப்பைக் குலையாமல் பாதுகாத்து காப்பாற்ற குடும்பம் அவசியம். இக்குடும்ப அமைப்பை கட்டியெழுப்ப பெண் அவசியம். சமூகம், பெண்ணுக்கு பல வாக்குறுதிகளை அளிக்கிறது. காதல் புனிதமானது. காதல் தெய்வீகமானது. அக்காதலை வாழவைக்க பெண் கற்பு நெறியுடன் வாழ வேண்டும் என்கிறது. பெற்று புறந்தருதல் பெண்ணின் கடமையாகவும், போரிடச் செல்வது, ஆட்சியதிகாரம் ஆணின் கடமையாகவும் மாறுகிறது. பெண்ணின் சமூகப் பங்களிப்பு என்பது குடும்பம்,

நம் தந்தையரைக் கொல்வது எப்படி

குடும்ப உறவுகளை பேணுதல் என்ற நிலையில் நிற்க வைக்கப்படுகிறது. மேலும் இவ்வகையான வாழ்வறம்தான் பெண்ணின் வாழ்வியல் நெறியென அடுத்த தலைமுறை பெண்களுக்குக் கற்பிக்கப்படுகிறது. காலம் காலமாகத் தொடரும் இச்சமூக வழக்கம் இயல்பானது, இயற்கையானது என்ற கருத்தைத் தொடர்ந்து பரப்ப இலக்கியங்கள் உருவாக்கப் பட்டுள்ளன. ஒரு சீரழிந்த அநீதியான கலாச்சார மரபு தொன்மையானது என்பதால் அதை தொடர்ந்து பின்பற்றி ஒழுகவேண்டும் என்ற நிர்பந்தம் இன்றைய தமிழ்ப்பெண்களின் மீது திணிக்கப்படுகிறது.

வெளியுலகப் புழக்கம் மறுக்கப்பட்டத் தங்கள் எல்லைகளை கடக்க முடியாத சங்ககாலப் பெண்கள், தன்னை துறந்து வேறு பெண்களை நாடிச் சென்ற தலைவனின் வருகைக்காக தங்கள் ஆயுள் முழுதும் காத்துக்கிடக்கும் நிலையை நிறைய கவிதைகள் பேசுகின்றன. 181 கவிதைகளில் பிரிவை மட்டும் கிட்டத்தட்ட 90 கவிதைகள் பேசுகின்றன. வெளியுலகில் ஆயுளின் பெரும் பகுதியைக் கழிக்கும் ஆண்களுக்கு குடும்பம் என்பது தங்களின் வாரிசுகளை உருவாக்கும் பண்ணையாகத்தான் அக்காலத்திலும் இக்காலத்திலும் இருந்து வருகிறது.

களத்தில் வீரமரணம் அடைந்த மகனைக் கண்ட விடலைத் தாய்க்கு வாடியமுலைகள் ஊறிச் சுரப்பதாகச் சொல்கிறார் ஔவை. ஒரு முதியவள் தன் மகன் புறமுதுகிட்டான் என்ற செய்தி அறிந்து அவன் பால் அருந்திய முலையை அறுத்தெறியத் துணிந்து போர்களம் செல்கிறாள். அங்கு தன் மகன் வீரமரணம் எய்தியதைக் கண்டு இந்த நாளே என் வாழ்நாளில் இனிய நாள் என மகிழ்கிறாள் காக்கைப்பாடினியின் பாடலில். தொடர் போரில் தன் உறவுகளை இழந்த இளம்பெண் தன் பாலகனுக்கு தலைவாரி வெள்ளாடை உடுத்தி போருக்குப் போ! பகைவனை அழித்துவிட்டு வா! என்று வாழ்த்தி அனுப்பி வைக்கிறாள் ஒக்கூர் மாசாத்தியார் பாடலில். தன் சமூகத்தைக் காப்பாற்ற தன் அரசைக் காப்பாற்ற துணிவுடன் தியாகங்களைச் செய்யும் தம் பெண்களுக்கு சமூகம் செய்யும் கைமாறு என்ன? அவர்களை சமூகக் கைதியாக்கி ஆயுள் தண்டனையைத் தான் கொடையாக அளிக்கிறது எனப் பூதப்பாண்டியன் தேவி புலம்புகிறார்.

பல்சான் றீரே! பல்சான் றீரே!
'செல்க' எனச் சொல்லாது, 'ஒழிக' என விலக்கும்,

பொல்லாச் சூழ்ச்சிப் பல்சான் றீரே!
அணில்வரிக் கொடுங்காய் வாள்போழ்ந் திட்ட
காழ்போல் நல்விளர் நறுநெய் தீண்டாது,
அடைஇடைக் கிடந்த கைபிழி பிண்டம்,
வெள்எட் சாந்தொடு, புளிப்பெய்து அட்ட
வேளை வெந்தை, வல்சி ஆக,
பரற்பெய் பள்ளிப் பாய் இன்று வதியும்
உயவல் பெண்டிரேம் அல்லேம் மாதோ;
பெருங்காட்டுப் பண்ணிய கருங்கோட்டு ஈமம்
நுமக்குஅரி தாகுகதில்ல; எமக்கு எம்
பெருந்தோட் கணவன் மாய்ந்தென, அரும்பு அற
வள் இதழ் அவிழ்ந்த தாமரை
நள் இரும் பெய்கையும் தீயும் ஓரற்றே; - புறம் (246)

பொல்லாத சூழ்ச்சி செய்யும் சான்றோரே, போரிட்டுத் தன் மன்னன் மாண்டப்பின் தன்னைக் கைம்பெண்ணாகி நீர்ச் சோறும், எள் துவையலும், புளிச்சேர்த்த வேளைக் கீரையையும் உண்டு, கல் மேல் படுத்து, தான் துன்பப்படுவதைவிட, அந்த ஈமத்தீயே தனக்குத் தாமரை மலர்ந்த பொய்கை போல் இன்பம் அளிப்பதாகச் சொல்கிறாள். கைம்பெண்களை நம் சமூகம் போற்றிய விதத்தினால் அவள் இந்த கொடிய முடிவுக்கு வருகிறாள். சிறுகச் சிறுக சாவதைவிட இன்றே உடன்கட்டை ஏறி மாய்ந்துப் போகிறேன் என்கிறாள்.

என்னை மார்பில் புண்ணும் வெய்ய;
நடுநாள் வந்து தும்பியும் துவைக்கும்;
நெடுநகர் வரைப்பின் விளக்கம் நில்லா;
துஞ்சாக் கண்ணே துயிலும் வேட்கும்;
அஞ்சுவரு குராஅல் குரலும் தூற்றும்;
நெல்நீர் எறிந்து விரிச்சி ஓர்க்கும்!
செம்முது பெண்டின் சொல்லும் நிரம்பா;
துடிய பாண! பாடுவல் விறலி!
என்ஆ குவிர்கொல்? அளியிர்; நுமக்கும்
இவண் உறை வாழ்க்கையோ, அரிதே; யானும்
மண்ணுறு மதித்தலைத் தெண்நீர்வார,
தொன்றுதாம் உடுத்தஅம் பகைத் தெரியற்
சிறுவெள் ஆம்பல் அல்லி உண்ணும்
கழிகல மகளிர் போல,
வழிநினைந் திருத்தல், அதனினும் அரிதே! - புறம் (280)

மாறோக்கத்து நப்பசலையார் பாடலில் வரும் பெண்ணோ, போரில் மார்பில் அடிப்பட்டு ரணமாகி மரணப்படுக்கையில் இருக்கும் வீரனின் மனைவி. ஆறாத ரணத்தில் வந்து மொய்க்கும் பூச்சிகளால் வீட்டில் வைத்த விளக்கும் அணைகிறது. புண்ணின் தன்மையை நமக்கு எளிதாக புரிய வைத்துவிடுகிறார்.

சூழ்நிலைகள் அவன் இறப்பை உறுதிப்படுத்துகின்றன. அப்படி அவன் இறந்துவிட்டால், நான் மயிர் மழித்து, அல்லியரிசி உண்டு வாழும் கைம்மை கொண்டு இறுதி காலத்தை நோக்கியிருத்தல் என்னால் முடியாது. அவன் இறக்கப்போகிறான், நானும் இறக்கப் போகிறேன் என்கிறாள். கைம்மை விரதம் என்பது எவ்வளவு கொடிய தண்டனை என்பதைச் சமூகத்துக்கு புரிய வைக்க இப்பாடல் முயற்சிக்கிறது. இவைதாம் தமிழ்ச் சமூகம் நம் மறமங்கைகளுக்கு நாம் எண்ணி எண்ணி பெருமை கொள்வதற்காகச் செய்த தனிச்சிறப்புகள்.

குய்குரல் மலிந்த கொழுந்துவை அடிசில்
இரவலர்த் தடுத்த வாயில், புரவலர்
கண்ணீர்த் தடுத்த தண்நறும் பந்தர்,
கூந்தல் கொய்து, குறுந்தொடி நீக்கி,
அல்லி உணவின் மனைவியொடு, இனியே
புல்லென்றனையால் வளம்கெழு திருநகர்!
வான்சோறு கொண்டு தீம்பால் வேண்டும்
முனித்தலைப் புதல்வர் தந்தை
தனித் தலைப் பெருங்காடு முன்னிய பின்னே.
புறம் (250)

தாயக்கண்ணியாரின் இக்கவிதை கைம்பெண்ணின் நேரடியானத் துன்பத்தை பேசவில்லை என்றாலும் போருக்குப் பின் நிறைய வீரர்களை இழந்த நகர் பொலிவிழந்து மயிர் மழிக்கப்பட்டு, வளையல் களைந்து, அல்லியரிசி உண்ணும் பாழ்பட்ட கைம்பெண்போல் தோற்றம் தருவதாகச் சொல்கிறார். பால் குடிக்கும் பாலகர்கள் ஈமக்கடன் செய்யச் சுடுகாட்டுக்கு சென்றுள்ளனர் என்கிறார். இப்பாலகர்களின் தாய்மார்கள் கைம்பெண்ணான செய்தியும், இனி இவர்கள் இக்கதிக்கு ஆளாகப் போகிறார்கள் என்ற செய்தியையும் உள்ளடக்கியே இப்பாடல் இருக்கிறது.

காக்கைப்பாடினியின் பாடலில் வரும் முதியவள் தன் மகன் புறமுதுகிட்டான் என்ற செய்தி கேட்டுத் தனது முலைகளை

அறுத்தெறியத் துணிகிறாள். பொன்முடியார் பாடலில் வருவதுபோல் ஈன்று புறந்தருதல் மகளிர் கடன் என்பது நமது தமிழர் பண்பாட்டின் கொள்கை. அதனால் ஈன்று புறந்தந்த இம்மகளிரை இழிநிலையில் நிறுத்திய ஆணாதிக்கச் சமூகத்தை ஊட்டி வளர்த்த பழிகளைய பெண்கள் தங்கள் முலைகளை அறுத்தெறியத் துணிந்திருக்கலாம்.

நாடா கொன்றோ; காடா கொன்றோ;
அவலா கொன்றோ; மிசையா கொன்றோ;
எவ்வழி நல்லவர் ஆடவர்;
அவ்வழி நல்லை; வாழிய நிலனே! - புறம் (187)

நாடாக இருக்கட்டும், காடாக இருக்கட்டும், பள்ளமாக இருக்கட்டும், இடம் எப்படியிருந்தால் என்ன? எந்த இடத்தில் ஆடவர் நல்லவராக உள்ளாரோ, அந்த இடமே நல்ல நிலமாக வாழும். பெண்களுக்கான வாழ்வியல் விதிகளை வகுக்க, கண்காணிக்க தண்டிக்க அதிகாரத்தைக் கையில் வைத்திருக்கும் ஆண்களை நோக்கிப் பாயும் ஔவையின் குரல் மட்டுமல்ல இது.

ஆயிரக்கணக்கான ஆண்டுகளாக ஒடுக்கப்பட்ட பெண் களின் கூட்டுக்குரல் இது. இன்னும் நம்மை நாம் தற்காக்க, எதிர்த்தாக்குதல் தொடுக்க ஔவையையே தொடர்ந்து துணைக்கழைத்துக் கொண்டிருக்க முடியுமா என்ன?

நிற் தகைக்குநர் யாரே?: உன்னைத் தடுப்பவர் யார் உள்ளார்?
-நன்முல்லையார்

வளர்ச்சித் திட்டங்களா வறியவர்களைக் கொல்லும் திட்டங்களா

2700 கோடி மதிப்பீட்டில் புதுவையில் துறைமுகம் கட்டிக்கொள்ள சுபாஷ் புராஜக்ட்ஸ் அண்டு மார்கெட்டிங் லிமிடெட் என்ற தனியார் நிறுவனத்துக்கு 1.2.2007 அன்று புதுவை அரசு அனுமதி அளித்தது. கப்பல் வந்து செல்ல கடலில் 16 மீட்டர் ஆழத்துக்கு 10 லட்சம் கியூபிக் மீட்டருக்கு மண் தோண்டப்படும். கடலுக்குள் 2 கி.மீட்டர் தூரத்துக்கு கற்கள் கொட்டி துறைமுகத்தளம் அமைக்கப்படும். மாதத்திற்கு 30லிருந்து 50 கப்பல்கள் வந்து செல்லும். தினமும் கப்பல்களுக்கு அரசு 3 லட்சம் லிட்டர் குடிநீர் கொடுக்க வேண்டும். கப்பலில் பொருட்களை ஏற்றவும் இறக்கவும் தினமும் 300 லாரிகள் துறைமுகத்துக்கு வந்து செல்லும். சரக்கு போக்குவரத்துக்கு ஏற்ற நாற்கரச் சாலைகளை அரசு அமைத்துத் தரும். இத்திட்டத்தின் மூலம் புதுவை மக்களுக்கு 5000 பேருக்கு வேலை கிடைக்கும். மேலும் சொகுசுக் கப்பல்கள் விடுவதன் மூலம் சுற்றுலாத்துறை முப்பதிலிருந்து நாற்பது சதம் வரை வளர்ச்சியடையும். இத்திட்டத்தை ஒட்டி அரசும் சுபாஷ் நிறுவனமும் தந்துள்ள சில முக்கிய தகவல்கள் இவை.

அரசின் முறைகேடான ஒப்பந்தம்

ரூபாய் 100 கோடி மதிப்புக்கொண்ட துறைமுகக் கட்டிடங்களையும் பொருட்களையும் 153 ஏக்கர் நிலத்தையும் எவ்வித ஈட்டுத் தொகையையும் பெறாமல் அரசு சுபாஷ் நிறுவனத்துக்கு முறைகேடாகக் கொடுத்துள்ளது. 99 வருடத்திற்கு ஒரு சதுரஅடி 5 பைசா குத்தகை மதிப்பில் 153 ஏக்கர் நிலத்தையும் வழங்கியுள்ளது. துறைமுகத்துக்கான மீதி நிலத்தைக் கையகப் படுத்த தேங்காய்த்திட்டு கிராமத்தின் 700 குடும்பங்களின் மனைப்பட்டாக்களையும் விளைநிலங்களையும் விட்டு வெளியேற வேண்டும் என உத்தரவிட்டது. ஐந்து நட்சத்திர ஓட்டல் கட்ட 50 சதவீத மான்யம் அளிப்பதாக அறிவித்து வீராம்பட்டினம் ராஜீவ்காந்தி நகர் 300 மீனவக் குடும்பங்களையும் அவர்களின் பாரம்பரியமான வாழ்விடத்திலிருந்து வெளியேறச் சொல்கிறது.

அரசு துறைமுகம் கட்ட பொது ஒப்பந்த டெண்டர் கோராமலேயே இக்கம்பெனிக்கு அனுமதி அளித்தது. ஆனால் இந்த சுபாஷ் நிறுவனத்துக்கு இதுவரை துறைமுகம் கட்டிய முன் அனுபவம் கிடையாது. மேலும் அரசுக்குச் செலுத்த வேண்டிய வரிகளைக் செலுத்தாமல் ஏமாற்றியதால் 2002ல் மும்பை அரசு இந்த நிறுவனம் நான்கு ஆண்டுகளுக்கு அரசுடன் எந்த ஒப்பந்தத்திலும் ஈடுபடக் கூடாது எனத் தடைவிதித்து கருப்புப் பட்டியலில் சேர்த்துள்ளனர். மும்பை அரசின் இந்த ஆணையை அவமதித்து இந்நிறுவனம் 2004ல் புதுவையில் துறைமுகம் கட்ட தனது விருப்பத்தைத் தெரிவித்து தலைமைச் செயலகத்துக்குக் கடிதம் எழுதியது. நம் அரசும், அதிகாரிகளும் மும்பை அரசு விதித்துள்ள தடையை மீறி இந்த நிறுவனத்துக்கு துறைமுகம் கட்ட அனுமதி அளித்துள்ளனர். பிரஞ்சுக்காரர்கள் புதுவையை காலனியாட்சி செய்யும்போது கடற்கரையை ஆய்வு செய்து இங்கு பெரிய துறைமுகம் உருவாக்குவதற்கு ஏற்ற இயற்கையான சூழ்நிலை இல்லை என்று பெரிய துறைமுகம் கட்டுவதைக் கைவிட்டனர்.

நமது இந்திய அரசு நிறுவனமான தேசியத் துறைமுக மேலாண்மை நிறுவனம் புதுவையை விரிவாக ஆய்வு செய்து பாறைகளற்ற பிடிப்பற்ற மண்வளம் பெரியத்துறைமுகம் கட்டுவதற்கு ஏற்றதல்ல என்று ஏற்கனவே அரசுக்கு அறிக்கையும் கொடுத்துள்ளது. ஆனால் புதுவை ஊழல் அரசியல்வாதிகளும் அதிகாரிகளும் சுற்றுச்சூழல் அமைச்சகத்திடம் இருந்தோ மத்திய அரசிடமிருந்தோ அனுமதி பெறாமலும் மக்களின் ஆலோசனையைக் கேட்காமலும் இத்திட்டத்துக்கு முறைகேடாக அனுமதி அளித்து இத்திட்டத்தை நிறைவேற்ற போர்க்கால அடிப்படையில் அவசரப்படுவது ஏன்? சுனாமியால் பாதிக்கப்பட்ட மீனவர்களுக்கு வீடுகட்டித்தர கடந்த இரண்டு ஆண்டுகளாக ஒரு பைசாக்கூட அரசு செலவழிக்கவில்லை. (சுனாமி நிவாரண நிதி கிட்டத்தட்ட 1200 கோடிக்கு மேல் புதுவைக்கு வழங்கப்பட்டது).

தொண்டு நிறுவனங்கள் நிலம் கிடைத்த தென்பகுதியில் மட்டுமே 7000 வீடுகளைக் கட்ட முடிந்தது. ஆனால் புதுவை நகரின் வடக்கு மீனவ கிராமங்களுக்காக ஒரு அடி நிலம்கூட அரசால் வாங்க முடியவில்லை. அதனால் மீனவர்களுக்கான மேலும் 7000 வீடுகள் கட்ட முடியாமல் தொண்டு நிறுவனங்களும்

பின்வாங்கிவிட்டன. ஆனால் மீனவர்களுக்கு நிலம் வாங்கி வீடு கட்டித்தர முன்வராத அரசு, சுபாஷ் நிறுவனத்துக்கு 400 ஏக்கர் நிலத்தை ஏழை எளிய விவசாயிகளிடமிருந்தும் மீனவர்களிடமிருந்தும் கைப்பற்றத் தனது அதிகாரத்தை முறைகேடாகப் பயன்படுத்துகிறது. வளர்ச்சித் திட்டம் என்ற பெயரில் அரசு தனது அதிகார வன்முறையின் மூலம் மக்களைப் பணிய வைத்து இத்திட்டத்தை நிறைவேற்றிவிடலாம் என நினைக்கிறது.

ஆபத்துகள்

புதுவையின் நிலத்தடி நீர்மட்டம் கடற்கரையிலிருந்து ஒரு கிலோமீட்டர்வரை வெறும் 10 அடிகளே. கடலை 16 மீட்டர் ஆழப்படுத்தினால் கடல்நீர் நிலத்தடி நீருடன் கலந்து உப்பாகும். புதுவை மக்கள் எதிர்காலத்தில் குடிநீர் கிடைக்காமல் தமிழக மக்களைப்போல் அவதிப்படவேண்டும். ஏற்கனவே சிறிய மீன்பிடி படகுகள் நிற்க முகத்துவாரத்தை 4 மீட்டர் அளவு 1989ல் ஆழப்படுத்தியதால் வில்லியனூர் சங்கராபரணி ஆறு உப்பாறாக மாறிவிட்டது. வில்லியனூரில் இருந்த இரண்டு பெரிய குடிநீர்த் தொட்டிகள் (2 லட்சம், 1.5 லட்சம் லிட்டர்) குடிநீருக்குப் பயன்படுத்த முடியாததாகிவிட்டது. அந்நீர்த்தேக்கத் தொட்டியிலிருந்து குடிநீர் பெற்றுவந்த புதுநகர் 1, புதுநகர் 2, புதுநகர் 3, கனுவாப்பேட்டை, கோட்டைமேடு கிராம மக்கள் குடிக்கத் தண்ணீர் கிடைக்காமல் கஷ்டப்படுகின்றனர். தற்போது தினமும் அப்பகுதியில் லாரிகள் மூலம் குடிநீர் ஊற்றப்படுகிறது. அக்கிராமத்தைச் சேர்ந்த 5000 குடும்பங்கள் குடிநீர் பற்றாக்குறையால் தினம் தினம் அவதிப்பட்டுக் கொண்டிருக்கிறார்கள்.

தற்போது புதுவை கிராமப்பகுதிகளில் பரவலாக குடிநீர்த் தட்டுப்பாடு பெரும் பிரச்சினையாக உருவெடுத்துள்ளது. புதுவையின் கடற்கரையை ஒட்டி இரண்டு கிலோமீட்டர் தூரம் வரை நிலத்தடி நீரும் கடந்த மூன்று ஆண்டுகளாக உப்பாகிக் கொண்டு வருகிறது. புதுவையில் வசதிபடைத்த நகர மக்கள் உப்பு நீரைக் குடிப்பதை நிறுத்திவிட்டு தண்ணீர் வாங்கும் கலாச்சாரத்துக்கு வந்து கொண்டிருக்கிறார்கள். நல்ல குடிநீருக்கு பெயர்பெற்ற புதுவை நகரப்பகுதியில் தண்ணீர் வியாபாரம் தற்போது பெருகியிருக்கிறது.

கடலுக்குள் 2 கி.மீ. தூரம் கற்கள்கொட்டி காங்கிரீட் தளம் அமைப்பதால் கடல் நீர் மீனவ கிராமங்களுக்குள் நுழையும் ஆபத்து. இச்செயற்கையான தடுப்பால் ஆண்டு முழுதும் நடக்கும்

வடக்கு/தெற்கு (அ) தெற்கு/வடக்கு கடல் நீரோட்டம் தடை படுவதால் ஒவ்வொரு ஆண்டும் வடக்குநோக்கி நகரும் 9 லட்சம் கியூபிக்மீட்டர் மணல்மட்டம் அரித்துக்கொண்டே சென்று புதுவையின் நிலபகுதி விரைந்து கடலுக்குள் இழுக்கப்படும். புதுவையில் கடலரிப்பைத் தடுக்க கடந்த 10 ஆண்டுகளாக ரூ.1000 கோடிக்கு மேல் செலவழித்து தொடர்ந்து கடலோரத்தில் கொட்டப்பட்டு வரும் கற்களால் புதுவை மற்றும் தமிழக வடக்கு மீனவ கிராமங்களான குருசுக்குப்பம், வைத்திக்குப்பம், சோலை நகர், சோதனைக்குப்பம், கோட்டக்குப்பம், நடுக்குப்பம், தந்திராயன் குப்பம் என ஒவ்வொரு குப்பமாக கடல்நீர் ஊருக்குள் புகுந்துவிட்டது.

மீனவர்கள் மீன்பிடி கருவிகளை வைக்கவோ வசிக்கவோ இடமில்லை. மகாபலிபுரம் கடற்கரை வரை இக்கடலரிப்பின் பாதிப்பு ஏற்படும் அபாயம் உள்ளதாக வல்லுநர்கள் எச்சரிக் கிறார்கள். மகாபலிபுரத்தின் வரலாற்றுச் சின்னங்களுக்கும் இதனால் ஆபத்து.

மாதம் 30 முதல் 50 சரக்குக் கப்பல்கள் வந்து செல்வதால் இப்பகுதிகளில் மீனவர்கள் மீன்பிடிக்கத் தடை விதிக்கப்படும். அல்லது மீன்பிடிப்பை ஒரு சில மணிநேரத்திற்குள் முடித்துக் கொள்ள வேண்டும் என அறிவிக்கப்படும். மீன்பிடித் தொழிலை மீனவர்கள் சுதந்திரமாகச் செய்ய முடியாது. தப்பித்தவறி மீனவர்கள் அப்பகுதிக்குள் நுழைந்துவிட்டால் கைது செய்யப் படுவார்கள். அவர்களின் தொழில் கருவிகள் பிடுங்கப்படும் அபாயமும் உள்ளது. புதுவைக்கு வந்து போகும் கப்பல்களுக்கு தினமும் 3 லட்சம் லிட்டர் தண்ணீர் புதுவை அரசு கொடுக்க வேண்டும். இதற்காக நிலத்தடி நீரை அதிகமாக உறிஞ்சி எடுப்பதால் பூமியின் உட்பகுதி உதிர்ந்து நிலம் சரியும் ஆபத்து உள்ளது. ஏற்கனவே புதுவை பூகம்ப ஆபத்துப் பகுதியில் 3வது இடத்தில் உள்ளது. இயற்கையான கடலையும் நில அமைப்பையும் நாம் அளவுக்கதிகமாக தொந்தரவு செய்வதால் இப்பகுதியில் பூகம்பம் வரும் வாய்ப்பு விரைவுப்படுத்தப்படுகிறது.

கப்பலிலிருந்து ஏற்றி இறக்கும் சிமெண்ட், எண்ணெய், பெயிண்ட், வேதியியல் திரவங்கள், உரம் மற்றும் இரும்புக் கழிவுகள் கடலில் சிந்துவதால் கடல் மாசடைந்து மீன் உற்பத்தி குறையும். மீன் வளம் பாதிக்கப்படுவதால் மீனவர்கள் மீன் கிடைக்காமல் மேலும் வறுமை நிலைக்குத் தள்ளப்படுவார்கள்.

சரக்குகளை ஏற்றி இறக்க தினமும் 300 லாரிகள் வருவதால் ஏற்கனவே வாகன நெரிசலில் திணறிக் கொண்டிருக்கும் புதுவை சாலைகளில் நெரிசலுடன் விபத்துகளும், புகை மற்றும் இரைசல் மாசும் அதிகரிக்கப்போகிறது.

2700 கோடி ரூபாய் மதிப்பீட்டுத் திட்டத்தால் 1500 பேருக்கு மட்டுமே வேலை தரப்படும் என சுபாஷ் நிறுவன வலைதளம் சொல்கிறது. புதுவையிலுள்ள 15 மீனவ குப்பத்தைச் சேர்ந்த 30,000 மீனவர்களில் 10% பேர்கூட அரசு வேலைகளிலோ வேறு பெரிய தனியார் வேலைகளிலோ இல்லை. 90% மீனவ மக்கள் மீன்பிடித் தொழிலையும் அதன் துணைத் தொழிலையுமே நம்பி வாழ்கின்றனர். கடல் மாசாலும் சுனாமிக்குப் பிறகு மீன்வளம் கொஞ்சம் கொஞ்சமாக குறைந்து மீனவர் வாழ்வில் பெரும் நெருக்கடியை உருவாக்கியுள்ளது. துறைமுகம் வரும் தேங்காய் திட்டு கிராமத்தில் 70% பேர் சிறு விவசாயிகள் மற்றும் கூலி விவசாயிகளே. அரசு வளர்ச்சித்திட்டம் என்ற பெயரில் அமுல்படுத்தத் துடிக்கும் துறைமுகத்திட்டம் கிட்டத்தட்ட 30,000 மக்களின் வாழ்வாதாரத்தைப் பறித்து 1500 பேருக்கு வேலைகொடுக்கும் திட்டம். என்ன தொலைநோக்குப் பார்வை நம் அரசியல்வாதிகளுக்கும் அதிகாரிகளுக்கும்.

இத்திட்டத்துக்கு 10 லட்சம் புதுவை மக்களும் தங்கள் நிலத்தடி நீர் ஆதாரத்தைத் தாரை வார்க்க வேண்டுமாம். 20 ஆண்டுகளாக வளர்ச்சித்திட்டங்கள் என்ற பெயரில் அரசு, புதுவை மாநிலத்தின் விவசாயத்தை அழித்துக் கொண்டிருக்கிறது. 10 ஆண்டுகளுக்கு முன்ன 42 ஆயிரம் ஹெக்டேராக இருந்த விளைநிலங்கள் இன்று ரியல் எஸ்டேட் மற்றும் இராசாயன தொழிற்சாலைகளின் வரவால் 32 ஆயிரம் ஹெக்டேராக சுருங்கி விட்டது. வடமாநிலங்களில் தடைசெய்யப்பட்ட ரசாயன தொழிற்சாலை களுக்கு வரிச் சலுகைகளுடன் புதுவைக்குள் சிவப்புக் கம்பள வரவேற்பு அளிக்கப்பட்டன. புதுவையை வளப்படுத்திய 80 ஏரிகளும், 500 குளங்களும், இரண்டு ஆறும் நச்சுக் கழிவுநீர் தேக்கங்களாகி காணாமல் போய்க் கொண்டிருக்கின்றன. தற்போது சிறப்புப் பொருளாதார மண்டலம் என்ற பெயரில் ஆயிரக்கணக்கான ஏக்கர்களை சிறுவிவசாயிகளிடமிருந்து சொற்பவிலைக்கு வாங்கி ரியல் எஸ்டேட் தொழிலில் கோடி கோடியாகச் சம்பாதிக்க ஆரம்பித்துவிட்டனர். சென்ற ஆண்டு ரூ.400க்கு விற்ற சதுர அடி நிலம் இன்று ரூ.1500 ஆக உயர்ந்துள்ளது.

போராட்டங்கள்

1. காணாமல் போகும் குளம் மற்றும் ஏரிகளைப் பாதுகாக்கக்கோரியும் நிலத்தடி நீரில் கலக்கும் நச்சுக் கழிவுகளை தடுக்கக்கோரியும் அவ்வப்போது மக்கள் சிறு சிறு போராட்டங் களை நடத்தினர். கடந்த பத்தாண்டுகளில் இந்த ரசாயன தொழிற்சாலைகளால் ஏற்பட்ட அழிவு அதிகம் என்ற புள்ளி விபரங்கள் பயமுறுத்தியதால் கடந்த ஆண்டு அரசு, இனிமேல் புதுவைக்குள் புதிய ரசாயன ஆலைகள் தொடங்க அனுமதி அளிக்கமாட்டோம் என உறுதியளித்தது. ஆனால் இன்றும் பழைய ஆலைகளின் நச்சுக் கழிவுகள் பூமிக்கடியிலும் ஆறுகளிலும் ஏரிகளிலும், கடலிலும் கலந்து கொண்டு தானிருக்கிறது.

2. துறைமுகத்திட்டம் வரபோகிறது என அறிந்தவுடனேயே அரசு ஊழியர் சங்கத்தைச் சேர்ந்த பாலமோகன் உயர்நீதி மன்றத்தில் வழக்குத்தொடுத்து தடை ஆணை பெற்றார். உயர்நீதி மன்றம் சுற்றுச்சூழல் அமைச்சக அனுமதியின்றி இத்திட்டத்தைத் தொடரக் கூடாது என உத்தரவிட்டுள்ளது. இதை மீறித்தான் ஒப்பந்தம் போடப்பட்டுள்ளது. பிப்ரவரி மாதம் 10ந்தேதி தேங்காய்த்திட்டு கிராம மக்களும் மீனவர்களும் இத்திட்டத்தை எதிர்த்துக் கண்டன ஊர்வலம் நடத்தினர். பிப்.14ல் மாசுக் கட்டுப்பாடு வாரியத்தால் நடத்தப்பட்ட மக்கள் கருத்துக்கேட்பு கூட்டம் மீனவ, விவசாய மக்களின் எதிர்ப்பையும் மீறி ஒத்தி வைக்கப்பட்டது. அதைத்தொடர்ந்து சிறு சிறு கண்டன கூட்டங்கள், சுவரொட்டி, துண்டு பிரசுர வினியோகமெனக் கிராமத்தினர் தொடர்ந்து தங்கள் எதிர்ப்பைக் காட்டினர். அரசியல்வாதிகளிடம் திட்டத்தைக் கைவிடக் கோரி மக்கள் சார்பில் மனுக்களும் அளிக்கப்பட்டன. மார்ச் 17ந் தேதி தேங்காய்த்திட்டு கிராம மக்கள் சுபாஷ் துறைமுக அலுவலகத்தைக் காலிசெய்துவிட்டு வெளியேறக் கோரி அந்த அலுவலகத்தின் முன் மறியல் செய்து அதன் பெயர்ப் பலகைகளை அகற்றி போராடினர். இப்போராட்டத்தை புதுவையிலும் நந்திகிராமம் மாதிரி மக்கள் எழுச்சி என எல்லா பத்திரிக்கைகளும் எழுதின. திருமதி சோனியா காந்தி, பிரதமர் மன்மோகன் சிங் மற்றும் குடியரசுத் தலைவர் அப்துல் கலாம் அவர்களுக்குத் தனித்தனியாக துறைமுகத்திட்டத்தை நிறுத்தக் கோரி ஆயிரக்கணக்கில் தபால் அட்டைகள் அனுப்பப்பட்டன. மார்ச் 27 சட்ட சபை முற்றுகைப் போராட்டம் அறிவிக்கப்பட்டவுடன்

முதல்வர் ரங்கசாமி போராட்டக் குழுவை அழைத்துப்பேசினார். தேங்காய்த்திட்டு மக்களின் நிலத்தை ஆக்கிரமிப்பு செய்ய மாட்டோம் என்று தெரிவித்தார். வல்லுநர் குழு அமைத்து, அக்குழு பரிந்துரையின் பேரில் அரசு செயல்படும் என்றார். முறைகேடாக அரசு கொடுத்த நிலத்தை திரும்பப் பெற வேண்டும். அதுவரை எங்கள் போராட்டத்தைக் கைவிட மாட்டோம் என அறிவித்தோம். 5000 மக்கள் திரண்டு சட்டசபை முற்றுகைப் போராட்டமும் குடும்ப அட்டை நகல் எரிப்புப் போராட்டமும் நடந்தது. ஆண்கள் 3000 பேர் பாஸ்கரன், காளியப்பன் தலைமையிலும் பெண்கள் 2000 பேர் விமலா மற்றும் எனது தலைமையிலும் கைதாகி விடுதலையானோம். ஏப்ரல் 12ந்தேதி தேங்காய்த்திட்டு கிராமத்தினர் இத்திட்டத்தைச் செயல்படுத்தத் துடிக்கும் அமைச்சர் வல்சராஜின் உருவபொம்மை பாடைக்கட்டி ஊர்வலமாக எடுத்துச் செல்ல முயன்றபோது கண்மூடித்தனமாக போலீஸ் தடியடி நடத்தியது. இதில் 20க்கும் மேற்பட்ட பெண்களும் ஆண்களும் காயமடைந்தனர்.

தடியடி நடத்த தலைமையேற்ற ஆய்வாளர் மீது மிளகாய்ப் பொடி தூவியதாகக் கூறி 307 மற்றும் பல பிரிவுகளில் ஐஸ்வர்யா, வைசூரி, ராஜலக்ஷ்மி போன்ற பெண்கள் மற்றும் பாஸ்கரன் உள்ளிட்ட ஆண்கள் மீதும் நிறைய பொய்வழக்குகள் போடப்பட்டுள்ளன. அன்று 257 பேரை போலீஸ் கைது செய்து மக்களின் போராட்டங்களுக்குப் பிறகு விடுதலை செய்தது. புதுவை மக்கள் தொடர்ந்து போராடிக் கொண்டிருந்தாலும் மத்திய அரசு புதுவை மக்களின் வாழ்வுரிமையைப் பாதுகாக்க முன்வரவில்லை. மக்களின் வாழ்வுரிமைப் பாதுகாக்கப்பட வேண்டும் என்றால் தேசத்தின் கவனத்தை புதுவை மக்களின் பிரச்சினை நோக்கி திருப்ப வேண்டும். அதற்காக மனித உரிமை மற்றும் சுற்றுச்சூழல் போராளி மேதா பட்கர் அவர்களைச் சந்தித்து எங்கள் போராட்டத்தில் கலந்துகொண்டு எங்களுக்கு வலுசேர்க்க வேண்டும் எனக் கேட்டுக் கொண்டேன். அதற்கு அவர் நம் ஏழை மீனவ, விவசாய மக்களின் வாழ்வுரிமைக்காக போராட தான் எங்கும் வருவதற்கு தயார் என உறுதியளித்தார். மே 13 அன்று தேங்காய்ததிட்டில் பயிரடப்படாத விவசாய நிலங்களைச் சீர்படுத்தி வாழைக் கன்றுகளை நட்டு கிராமத்தினரின் கைகளுக்கு நிலத்தை திருப்பும் புதியசெயல் முன்மாதிரியை உருவாக்கினோம்.

மே 17 அன்று காலை மேதா பட்கர் பாதிக்கப்பட்ட தேங்காய்த்திட்டு, வீராம்பட்டினம் மற்றும் தமிழக மீனவ கிராமமான தந்திராயன்குப்பத்திற்கச் சென்று பார்வையிட்டு மக்களைச் சந்தித்து உரையாடினார். அன்று இரவு பிரமாண்டமான பொதுக்கூட்டத்தில் பேசினார். "புதுவை அரசு மீனவ, விவசாய மக்களின் வாழ்வாதாரத்தைப் பாதிக்கும் எந்தத் திட்டத்தையும் அமல்படுத்தக் கூடாது. முறைகேடாக போடப்பட்ட துறைமுகத் திட்டத்தை உடனே நிறுத்த வேண்டும். சுபாஷ் கம்பெனிக்குக் கொடுத்த 153 ஏக்கர் நிலத்தைத் திரும்பப் பெற வேண்டும். தேங்காய்த்திட்டு கிராம மக்களின் மீது போடப்பட்ட பொய்வழக்குகளை வாபஸ் பெற வேண்டும். வளர்ச்சித்திட்டம் என்பது மக்களுக்கானதாக இருக்க வேண்டும். முதலாளிகளும் ரியல் எஸ்டேட் புரோக்கர்களும் மக்களின் சொத்தைக் கொள்ளையடிப்பதற்காக இருக்கக்கூடாது. திட்டம் வேண்டாமா வேண்டுமா என்பதற்கு அரசு இதற்காக தனியாக ஒரு வல்லுனர் குழு அமைக்கத் தேவையில்லை. இது மக்கள் மன்றம். மக்களின் தீர்ப்பு துறைமுகம் வேண்டாம் என்பது அரசு எப்போதும் மக்களின் தீர்ப்பை ஏற்று நடக்க வேண்டும். இல்லையென்றால் அரசு வாழாது" என எச்சரித்தார். புதுவை மக்களின் பிரச்சினையை இனி தேசிய அளவில் எடுத்துச் சென்று போராடுவோம் எனப் போராட்டத்துக்கு ஒரு உத்வேகம் கொடுத்தார்.

சிறிய நிலப்பகுதியான புதுவையில் ஆயிரக்கணக்கான மக்களும் ஆளும் கட்சி மற்றும் எதிர்கட்சிகளைச் சேர்ந்த இந்நாள் முன்னாள் சட்டசபை உறுப்பினர்களும் 30க்கும் மேற்பட்ட மக்கள் இயக்கங்களும் சேர்ந்து புதுவை அரசுக்குத் தங்கள் எதிர்ப்பைத் தெரிவித்தும் மக்கள் விரோதத் திட்டத்தை அரசு செயல்படுத்த முனைகிறது என்றால் நம் கிராம மக்களின் வாழ்க்கைப் பிரச்சியையை விட முதலாளிகளின் நலனைக் காக்க நினைக்கும் சக்தியின் பின்னணியில் உள்ள அரசியல் என்ன என்பது புதுவைவாசிகளுக்குப் புரியத் தொடங்கிவிட்டது. ஊழல் கப்பல் கப்பலாகவும் ஐந்து நட்சத்திர விடுதிகளாகவும் நங்கூரமிட்டுக் கொண்டுள்ளது. இந்தியாவின் பிற மாநிலங்களிலும் தலித், பழங்குடி, மீனவ மற்றும் விவசாயிகளுக்கு விரோதமான பல லட்சம் கோடி மதிப்பீட்டில் திட்டங்களைத் தனியார் முதலாளிகள் அறமற்று செயல்படுத்திக் கொண்டிருக்கிறார்கள்.

அரசியல் கட்சிகளின் ஓட்டு வங்கிக்கு வசதியற்ற மக்கள் வேண்டும். ஆட்சி மட்டும் வசதிபடைத்த மனிதர்களுக்கானது. அரசு என்பது ஏழை எளிய மக்களுக்கு எதிரானதாகவும் முதலாளிகளுக்கு ஆதரவானதாகவும் தொடர்ந்து செயல்பட்டுக் கொண்டிருந்தால் ஓட்டுப்போடும் ஜனநாயகத்தில் நம்பிக்கையுள்ள பாதிக்கப்பட்ட மக்கள் தொடர்ந்து தமது எளிய அறவழிப் போராட்டத்தை மட்டுமே இனி எதிர்காலத்தில் நடத்திக் கொண்டிருக்க மாட்டார்கள் என்ற பாடத்தை அரசியல் வாதிகளும் அதிகாரிகளும் கற்றுக்கொள்ள நேரம் வந்துவிட்டது. மக்களை அமைதியானவர்களாகவோ அல்லது ஆயுத பாணிகளாகவோ வைத்திருப்பது அரசுகள் அவர்களை வைத்திருக்கும் முறையைப் பொருத்தது.

தரிசு நிலத்தில் நங்கூரமிடப்பட்ட தோணி

மீனவ மக்களின் வாழ்க்கையையும் வாழ்வாதாரத்தையும் சுனாமி வாரி சுருட்டிக்கொண்டு போய் மூன்றாண்டாகப் போகிறது. அரசும் தொண்டு நிறுவனங்களும் சுனாமியைக் காட்டி உள்நாட்டிலும் வெளிநாட்லும் ஆயிரக்கணக்கான கோடிகளை நிதியாகப் பெற்றனர். அந்நிதி முறையாக மீனவர்களின் வாழ்வாதாரத்தை மீட்டுத்தரப் பயன்படுத்தப்பட்டதா? கவர்ச்சிகரமாக விளம்பரப்படுத்தி, விழா எடுத்து பொதுமக்களுக்கு மீனவர்களுக்கு மறுவாழ்வு அளித்துவிட்டதாக அரசும் தொண்டு நிறுவனங்களும் தம்பட்டம் அடித்துக்கொண்டன. மீனவர் சமுதாயத்தில் தங்கள் பணி முடிந்து விட்டது என்று அரசும் தொண்டு நிறுவனங்களும் கடற்கரைக் கிராமங்களை விட்டு வெளியேறிவிட்டன.

ஆனால் சுனாமியால் பாதிக்கப்பட்ட மீனவர்கள் சாலை மறியல் என்ற செய்திகள் தற்போது தொடர்ந்து வந்து கொண்டிருக்கின்றன. அரசு அவர்களுக்கு சில வாக்குறுதிகளை தருகிறது. அவ்வாக்குறுதிகள் நிறைவேற்றப்படவில்லை என மீண்டும் மீனவர்கள் சாலைமறியல் செய்கிறார்கள். தொலைக் காட்சித் தொடர்கதையாக போய்க் கொண்டிருக்கிறது மீனவர்களின் போராட்டங்கள். சுனாமியால் பாதிக்கப்பட்ட கடற்கரை மாவட்டங்களில் ஆகஸ்டு, அக்டோபர் மாதங்களில் வாக், மும்பை சார்பாக ஒரு ஆய்வு நடத்தப்பட்டது. சுனாமிக்குப் பிறகு தற்காலிக முகாம்களிலும் சுனாமிப் புதுக்குடியிருப்புகளிலும் வாழும் பெண்களின் நிலை பற்றிய எனது ஆய்வறிக்கையின் ஒரு பகுதி இது.

தமிழகத்தில முதல் தவணையாக 54,667 வீடுகள் 31 ஜூலை 2007க்குள் கட்டித்தரப்படுமென அரசால் அறிவிக்கப்பட்டது. அதில் 33,226 வீடுகளைத் தொண்டு நிறுவனங்களும் 22,002 வீடுகளை அரசும் வழங்குவதாக இருந்தது. இந்த ஆண்டு ஜூலை முடிவில் தொண்டு நிறுவனங்களால் 24,544 வீடுகளை மட்டுமே

தர முடிந்திருக்கிறது. அரசால் 22,002 வீட்டில் வெறும் 5,346 வீடுகளை மட்டுமே கட்டித்தர முடிந்திருக்கிறது. 9,331 வீடுகள் கட்டப்பட்டுக் கொண்டிருக்கின்றன. முதல் தவணைக்குத் தேவைப்படும் இன்னும் 16,007 வீடுகளைக் கட்டித் தருவதற்கான எந்த அறிகுறியும் கடற்புரத்தில் தென்படவில்லை.

அதே போல் புதுச்சேரி மாநிலத்தில் முதல் தவணையாக 7000 வீடுகளும் இரண்டாம் தவணையாக 7000 வீடுகளும் கட்டித்தரப்படுமென வாக்குறுதி தரப்பட்டது. இரண்டாவது கட்ட தவணையை அரசு தொடர இப்பொழுதுதான் நிலம் வாங்கப்பட்டுள்ளது. மிக அதிகமான உயிர்ப்பலி கொண்ட காரைக்கால், பட்டினச்சேரி கிராமத்தில் கூட இன்னும் பெண்கள் தற்காலிகக் குடியிருப்புகளிலேயே வாழும் அவலம் தொடர்கிறது.

கட்டி முடிக்கப்பட்ட பல தொகுப்பு வீடுகளுக்கு மின் வசதி, குடிநீர் வசதி, கழிவறை வசதி, சாலை வசதி, போக்குவரத்து வசதி, வெள்ளவடிகால் வசதியில்லை. கடற்கரையிலிருந்து மீனவர்களை அள்ளிவந்து வெட்டவெளியில் கொட்டிவிட்டு சென்றுவிட்டனர். இங்கு காக்கை அமரக்கூட நிழலில்லை. எச்சித்துப்பினால் கூட அடுத்த வீட்டுக்குள் தான் போய் விழும். அடுத்தடுத்த வீடுகளுக்கிடையே பகைமை இப்போதே மூண்டுவிட்டது.

இறந்தவர்களுக்கான இழப்பீடு

பல இடங்களில் இறந்தவர்களுக்கான இழப்பீடு மத்திய, மாநில அரசு நிதியிலிருந்து இரண்டு லட்சம் வழங்கப்பட்டாலும் சில இடங்களில் மத்திய அரசின் இழப்பீட்டுத் தொகையான ஒரு லட்சத்தை இன்னும் வழங்காமல் மீனவர்களை அலைக்கழித்துக் கொண்டிருக்கிறார்கள். கடலூர் சொத்திக்குப்பம் கிராமத்தில் மட்டும் 23 குழந்தைகள் சுனாமிக்கு பலியாயினர். அதில் 22 குழந்தைகளின் சடலங்கள் கிடைத்தன. கவியரசன்(8) என்ற சிறுவனின் உடல் கிடைக்கவில்லை. அதனால் அக்குடும்பத்திற்கு அளிக்க வேண்டிய இழப்பீட்டுத் தொகை மறுக்கப்பட்டிருக்கிறது. அவர்கள் இரண்டு வருடம் போராடி வழக்கில் வெற்றி அடைந்து அந்நிதியைப் பெற்றுள்ளனர். மரணச்சான்றிதழும், காணாமல் போன சான்றிதழும் தர கிராம நிர்வாகி, போலீஸ் அதிகாரி இப்படி அனைவரும் இவர்களிடமிருந்து 30 ஆயிரம் ரூபாய் வரை லஞ்சம் வாங்கியிருக்கிறார்கள்.

இந்த இரண்டு வருடமும் ஒழுங்காக வேலைக்குப் போகாமல் அதிகாரிகளிடமும் கோர்ட்டுக்கும் நடந்து கிட்டதட்ட 45 ஆயிரம் கடன் வாங்கி செலவு செய்துதான் 2 லட்சம் கிடைத்திருக்கிறது. அக்குழந்தையின் தாயும் பாட்டியும் இதற்காக அலைந்த அலைச்சலும் பட்டத்துன்பமும் ஏராளம். அவர்களின் குழந்தையை இழந்த துயரம் ஒரு புறம். தாங்கள் ஏமாற்றப்பட்டு விடுவோமோ என்ற விரக்தி ஒருபுறமாக இந்த இரண்டு வருடத்தைக் கழித்துள்ளனர். தற்போது அவர்கள் ஆரோக்கியமான மனநிலையிலும் உடல்நிலையிலும் இல்லை. கண்ணீர் வற்றிய முகத்துடனும் சருகான உடல் தோற்றத்துடனும் இருக்கின்றனர்.

உறவுகளை இழந்த வளரிளம் பெண்கள்

சுனாமிக்கு தாயை அல்லது பெற்றோரைப் பலிகொடுத்த வளரிளம் பெண்கள் மனதளவில் அதிகம் பாதிக்கப்பட்டுள்ளனர். இவர்கள் தங்கள் வளரிளம் பருவ மனச்சிக்கல்களுடன் கல்வியையும் தொடர வழியற்று வீட்டில் முடக்கப்பட்டுள்ளனர். திருமணமாகாத இளம் பெண்கள் மீன் விற்கச் செல்லும் வழக்கம் இல்லை என்பதாலும் வேறு வேலைகள் எதுவும் தெரியாது என்பதாலும் பிற உறவினரைச் சார்ந்து வாழும் நிலையில் தவிக்கின்றனர். இப்பெண்கள், தங்கள் உறவினருக்கு இரண்டாம் மனைவியாக்கப்படும் வாய்ப்பு மிக அதிகமாக உள்ளது. சில இளம் பெண்கள் தங்கள் தாய் மாமனுக்கோ அல்லது அக்காவின் கணவனுக்கோ இரண்டாம் மனைவியாக்கப்பட்டுள்ளனர்.

சுனாமியில் மனைவியை இழந்த ஆண்கள் பெரும்பாலும் இரண்டாம் திருமணம் செய்து கொண்டனர். கணவனை இழந்த நடுத்தர வயதுப் பெண்கள் தங்கள் வளர்ந்த குழந்தைகளுடன் துணையின்றி வாழப் பழகிவிட்டனர். ஆனால் கணவனை இழந்த இளம் பெண்களுக்கு இச்சமூகமோ அவர்களின் குடும்பமோ வாழ்க்கை துணையைத் தேடித் தரவில்லை. அவர்களுக்குக் கல்வியறிவும் இல்லை. எந்தத் தொழிலும் தெரியாது. தனது சிறு குழந்தைகளை எப்படியாவது காப்பாற்றியாக வேண்டும். இப்பெண்களும் அவர்களின் குழந்தைகளும் உறவினரைச் சார்ந்து அவர்களின் உதவியை எதிர்பார்த்து வாழும் நிலைக்குத் தள்ளப்பட்டுள்ளனர்.

தற்காலிக குடியிருப்பில் பெண்கள்

600க்கும் மேற்பட்டோரை பலிவாங்கிய காரைக்கால், பட்டினச்சேரி மீனவ கிராமத்தில் தற்காலிக குடியிருப்பில்

வசிக்கும் பெண்களின் நிலை மிக பயங்கரமான அவலத்தில் காட்சியளிக்கிறது. மிகச்சிறிய டெண்டில் இந்த இரண்டரை வருடங்களாக மழையிலும் வெய்யிலிலும் அல்லலுரும் துன்பம். மழைக்காலங்களில் கோயில் அல்லது பொது இடங்களில் இருப்பதை வாரிச்சருட்டிக்கொண்டு தங்க வேண்டியிருக்கிறது. இந்த சிறிய டெண்டுக்குள்ளேயே சமைத்து, உண்டு, உறங்கும் நிலை. குழந்தைகள் படிக்கவோ அவர்களின் புத்தகங்களை வைக்கவோ கூட அங்கு இடமில்லை. குழந்தைகளின் கற்கும் சூழல் அதிகமாக பாதிக்கப்பட்டுள்ளது.

இளம் பெண்கள் குளிக்க, உடைமாற்ற, உடல் உபாதைகளைப் போக்க பொது இடங்களை இரவு நேரங்களில் தேடிச் செல்ல வேண்டியிருக்கிறது. பகல் நேரங்களில் மலம் கழிப்பதை தள்ளிப்போடுவதால் அவர்கள் மலச்சிக்கல் தொடர்பான உடல் நலக்குறைவுக்கு ஆட்படுகிறார்கள். இந்த கட்டுப்படுத்தப்பட்ட வாழ்நிலை அவர்களின் மனஅழுத்தத்தை அதிகப்படுத்தி யுள்ளது. மீன் வியாபாரம் செய்த பெண்கள் சுனாமிக்குப்பிறகு மீன் வியாபாரத்தைத் தொடர முடியவில்லை. கதவுகளற்ற டெண்டில் இருக்கும் சொச்ச பாத்திரப்பண்டங்களை பாதுகாக்கவோ அல்லது சமைத்த உணவைப் பள்ளியிலிருந்து வரும் குழந்தைகளுக்காக நாய்களிடமிருந்து காப்பாற்றவோ வீட்டிலேயே இருக்க வேண்டியிருக்கிறது.

குடும்ப பொருளாதாரச் சூழ்நிலையைக் கருத்தில் கொள்ளாமல் கணவன் குடித்துவிட்டு வருவதும் அது தொடர்பாகச் சண்டை நிகழ்வதும் வாடிக்கையாகிவிட்டது. அதிக உயிரிழப்பு நிகழ்ந்த கிராமங்களில் ஆண்கள் பழையபடி மீன் பிடிக்கச் செல்வது வெகுவாகக் குறைந்துவிட்டது. இதனாலும் குடும்ப வருமானம் பாதிக்கப்படுகிறது. கடன் வாங்கி குடும்பத்திற்கு உணவளித்தல் குழந்தைகளின் கல்விச் செலவு, உறவுகளின் சடங்கு மற்றும் விழாவுக்கான செலவு என எல்லா செலவுகளுக்கும் பெண்களே பொறுப்பேற்க வேண்டியிருக்கிறது. இந்தப் பொருளாதார சிக்கல், கணவன் மனைவி உறவுக்கிடையே மேலும் விரிசலை அதிகப்படுத்தியிருக்கிறது. சுனாமியில் தங்கள் குழந்தைகளையும் உறவுகளையும் இழந்து பொருளாதாரமும் சீர்குலைந்து பொதுவாக ஒரு பாதுகாப்பற்ற கைவிடப்பட்ட மனநிலையுடனும் நிம்மதியற்றும் கண்களில் கலக்கத்துடனும் பெண்கள் காணப்படுகின்றனர்.

இரண்டரை ஆண்டுகள் கடந்தும் இன்னும் பாதிக்கப்பட்ட மீனவர் அனைவருக்கும் சுனாமி வீடுகள் கட்டித் தரப்படவில்லை என்ற குற்றச்சாட்டுகளை தவிர்ப்பதற்காக, சில தற்காலிக குடியிருப்புகளை அரசே பலவந்தமாக நீக்கியிருக்கிறது. சில கிராமங்களில் தற்காலிக முகாம்கள் அப்படியே தீக்கிரை யாகியுள்ளன. இதை மீனவர்கள் விபத்து என்று எடுத்துக்கொள்ள மறுக்கிறார்கள். அக்குடும்பங்களை அவர்களின் உறவினர் குடும்பங்களுடனோ அல்லது வாடகை வீட்டிலோ தங்குமாறு நிர்பந்தித்துள்ளனர். அதனால் ஒரே வீட்டில் மூன்று நான்கு குடும்பங்கள் வாழ வேண்டிய சூழலும் தொடர்கிறது.

சுனாமி புதுக்குடியிருப்பில் பெண்களின் நிலை

பேரிடர் மேலாண்மையை நினைவில்கொண்டு, சுனாமி, பூகம்பம் போன்ற பேரழிவுகளைத் தாங்கும் சக்தி கொண்டதாக சுனாமிக் குடியிருப்புகள் கட்டப்படுமென அரசும் தொண்டு நிறுவனங்களும் வாக்குறுதி அளித்தன. ஆனால் சுனாமிக்கு கட்டப்பட்ட 60 சதவீத வீடுகள் தரமற்று உள்ளன. இடிச் சத்தத்துகே இடிந்துவிழும் நிலையில் உள்ளன. பெரும்பாலான வீடுகளின் தரை, சுவர், தளம் இப்போதே விரிசலும் வெடிப்புமாக காணப்படுகிறது. பலவீடுகளில் கதவுகளும் சன்னல்களும் நெளிந்து சட்டத்துடன் பொருத்திப் பூட்ட முடியவில்லை. வெயிலும் மழையும் உள்வராமல் தடுக்க எந்தத் தடுப்பும் வீட்டுக்குள் இல்லை.

சில குடியிருப்புகளில் பிளாஸ்டிக் கதவுகள் பொருத்தப் பட்டுள்ளன. அதன் ஆணிகள் பெயர்ந்து சட்டமும் கதவுகளும் கையோடு கழன்று வருகின்றன. இக்கதவுகளையும் சட்டத்துடன் பொருத்திப் பூட்ட முடியவில்லை. குடியிருப்புகள் பள்ளமான பகுதியில் கட்டித் தரப்பட்டுள்ளன. மழைக் காலங்களில் வெள்ளம் சூழும் அபாயமும் உள்ளது.

325 சதுர அடி வீட்டில் மூன்று நான்கு குழந்தைகளை வைத்துக்கொண்டு படுக்க, சமைக்க, வலைகளை வைக்க இடமில்லாமல் அவதிப்படுகின்றனர். சமையல் செய்ய எந்தவிதமான உள்கட்டமைப்பு வசதிகளும் இல்லை. சமையல் மேடை மற்றும் பாத்திரம் வைப்பதற்கான அடுக்குப் பலகைகளோ பரணோ இல்லாமல் வீடு முழுவதும் பொருட்கள் சீர்படுத்தபட முடியாமல் இரைந்து கிடக்கிறது.

நிறைய இடங்களில் கழிப்பறைக் கோப்பையை மட்டும் பதித்துவிட்டு கழிவுநீர்த் தொட்டிக் கட்டாமல் போய்விட்டனர். கழிப்பறைகள் பயன்படுத்த முடியாத நிலையில் இருக்கின்றன. கடலூர் முழுக்குத்துறை கிராமத்தில் சுனாமிக் குடியிருப்பு கட்டுவதற்காக அந்த இடத்தைச் சுற்றியுள்ள முள்புதர்களையும் செடிகளையும் வெட்டி அழித்துவிட்டனர். பெண்கள் பகலில் மலம் கழிக்க மறைவிடங்களைத் தேடி பல மைல்கள் செல்ல வேண்டியிருக்கிறது. இருட்டிய பிறகோ அல்லது கருக்கலிலோ வெட்டவெளியில் மலம் கழிக்க வேண்டும். பெண்களுக்கு பகல் முழுவதும் இயற்கை உபாதைகளை தாங்கிக்கொள்ள பழக வேண்டியிருக்கிறது. இதன் தொடர்பான உடல் நோய்களால் கஷ்டப்படுகிறார்கள்.

சுனாமிக்குப் பிறகு கடற்கரைக் கிராமங்களில் குடிநீர் ஆதாரம் முற்றிலுமாக பாதிக்கப்பட்டுள்ளது. கடலூர் சொத்திக்குப்பம், முழுக்குத்துறை, எம்.ஜி.ஆர் திட்டு பகுதியில் குடிநீர் குடிக்க முடியாத அளவுக்கு மாசடைந்துள்ளது. சில கிராமங்களில் ஒரு பானை நீர் இரண்டு ரூபாய் என ஒரு குடும்பத்திற்கு சமைக்கவும் குடிக்கவும் பத்து பனை குடிநீருக்காக இருபது ரூபாய் தினமும் செலவு ஏற்படுகிறது. செலவை ஏற்க முடியாத மிகவும் வறிய குடும்பங்கள் கடற்கரையில் ஊற்று தோண்டி கையளவு சுரக்கும் கெட்டுப்போன நிலத்தடி நீரையே சேகரித்துக் குடிக்கின்றனர். நீரால் உருவாகும் அனைத்து வியாதிகளும் இவர்களின் உடல்நிலையை மோசமாக்குகிறது. காசு போட்டு தண்ணீர் வாங்குவதால் சிக்கனம் கருதி பெண்கள் மிக குறைந்த அளவே தண்ணீரைப் பயன்படுத்த நேர்கிறது. இதனால் ஏற்படும் சுகாதாரக் குறைவு, ஆரோக்கியக் குறைவு பெண்களின் மன, உடல்நிலைகளைப் பாதிக்கிறது.

சுனாமியில் அடிபட்ட பெண்களும் அவர்களின் குழந்தைகளும் இப்போதுகூட தொடர்ந்து மருத்துவச் சிகிச்சை பெற்று வருகிறார்கள். சுனாமிக்குப் பிறகு மீனவக் குடும்பங்களில் வருவாய் வெகுவாகக் குறைந்துள்ளது. ஆனால் குடும்பச் செலவுகள் அதிகரித்துள்ளன. குறிப்பாக மருத்துவச் செலவுகள் மற்றும் போக்குவரத்துச் செலவுகள் அதிகரித்துள்ளது. எண்ணூர் மீனவப் பெண்கள் சுனாமிக்குப் பிறகு தனது குடும்பச் செலவுகளை ஈடுகட்ட அதிக அளவில் சிறுநீரகங்களை விற்ற கதை நமக்குத் தெரியும்.

மீனவச் சமூகத்தின் மிக சிறந்த அம்சம் தங்கள் வயதான பெற்றோரை பிற சமூகத்தினரைப் போல் அனாதையாக கைவிட்டுவிட மாட்டார்கள். சிறிய குடிசையாக இருந்தாலும் சமையல் கொட்டாய் என்று ஒன்று இருக்கும், முதியவர்கள் பகலில் மரத்தடியில் பொழுதைக் கழித்தாலும் இரவில் சமையல் கொட்டாவில் உறங்குவர். புதிய சுனாமிக் குடியிருப்புகளில் வீட்டைச் சுற்றி போதுமான இடமில்லாததால் வயதான பெற்றோரைச் சமையல் கொட்டா கட்டி அதற்குள்ளும் வைத்துக்கொள்ள இடமில்லை. வீட்டுக்குள்ளும் வைத்துக் கொள்ள இடமில்லை.

இப்புதிய வீடு இவர்களின் உறவுகளைப் பிரிந்தும் கைவிட்டும் வாழும் நிர்பந்தத்தை உருவாக்கியுள்ளது. வயதானவர்கள் கடற்கரையோரம் சிறிய குடிசை போட்டுக்கொண்டு தனிமையில் வாழும் நிர்கதிநிலை உருவாக்கப்பட்டுள்ளது. சீர்காழி, தொடுவாய் கிராமத்தில் தாயை கடற்கரையில் ஒரு குடிசையில் தனியே விட்டுவிட்டு நான்கு கிலோ மீட்டர்கள் தள்ளியுள்ள சுனாமி குடியிருப்பில் அவள் மகளும் மருமகனும் வாழ வேண்டி யிருக்கிறது. தன் தாயை வைத்துக்கொள்ள இடமில்லை. வயதான பெண்கள் பெரும்பாலும் மீன், கருவாடு விற்பதால் அவர்கள் கடற்கரை அருகில் இருந்தால்தான் பிழைக்க முடியும். அரசின் தவறான முடிவால் கடற்கரையைவிட்டு பல கிலோ மீட்டர் தொலைவில் சுனாமிக் குடியிருப்புகள் கட்டப்பட்டுள்ளது.

புது இடத்திலிருந்து பெண்கள் கடற்கரைக்குத் தினமும் காலையில் நான்கு, ஐந்து கிலோ மீட்டர் நடக்க வேண்டிய நிர்பந்தம் உருவாக்கப்பட்டுள்ளது. மீன், கருவாடு விற்க தெருத் தெருவாக தினமும் ஒரு பத்து கிலோ மீட்டர் நடக்கும் இப்பெண்கள் இப்பொழுது பதினாறு அல்லது பதினெட்டு கிலோ மீட்டர் நடக்க வேண்டும். இச்சிரமத்தைக் கருதி நடுத்தர மற்றும் வயதான பெண்கள் தங்கள் குடும்பத்தினரைப் பிரிந்து கடற்கரை அருகிலேயே குடிசை போட்டுக்கொண்டு வாழ்கின்றனர். தாய் ஒரு பக்கமும் பிள்ளைகள் ஒரு பக்கமுமாக பிரிக்கப்பட்டுள்ளனர்.

சுனாமி வீடுகள் ஒரு கிராமத்தைச் சேர்ந்த அனைவருக்கும் வழங்கப்படாமல் 80% குடும்பங்களுக்குக் கொடுத்துவிட்டு 20% குடும்பங்களை நிர்கதியாக்கியுள்ளனர். இதனால் ஒரே கிராமத்திற்குள் மீனவர்களிடையே சண்டையும் சச்சரவும்

நம் தந்தையரைக் கொல்வது எப்படி

பெருகியுள்ளது. சில கிராமங்களில் சண்டைகள் முற்றி கொலையிலும் போய் முடிந்துவிட்டன.

இச்சண்டைகளால் உருவாகும் உயிரிழப்பு பொருளிழப்பு என ஏற்படும் நெருக்கடிகள், அரசின் நெருக்கடி, சமூக நெருக்கடி, குடும்ப நெருக்கடி என எல்லா திசைகளிலிருந்து எழும் பிரச்சினைகள் மீனவப் பெண்களைப் பெரிதும் பாதித்துள்ளது. எரிகிற வீட்டில் பிடிங்கியது லாபம் என்ற கணக்கில் அரசியல்வாதிகளும் அதிகாரிகளும் தொண்டு நிறுவனங்களும் இன்னுமொரு பேரழிவு வராதா என்று கனவில் உள்ளனர். வரும் நிதியில் கணிசமாக கொள்ளையடிக்க.

பேரழிவு நெருக்கடியில் வாழும் மீனவச் சமூகத்தை ஒட்டுமொத்தமாக நாடோடிகளாக்க பன்னாட்டு முதலாளிகளும் உள்நாட்டு முதலாளிகளும் அரசியல் கைகூலிகளும் மனித குல துரோகி எம்.எஸ்.சாமிநாதன் தயாரித்து வழங்கிய கடற்கரை மேலாண்மைத் திட்டத்தைச் செயல்படுத்த அசுர தீவிரம் காட்டி வருகின்றனர். மீனவர்களை கொஞ்சம் கொஞ்சமாக கடற்கரையைவிட்டு அப்புறப்படுத்திவிட்டு, கடற்கரையை ஒட்டு மொத்தமாக பன்னாட்டு தொழிற்சாலைகளுக்கு விற்கவும் பன்னாட்டு சுற்றுலாத்தலமாக்கவும் உல்லாச விடுதிகளை நிறுவவும் முனைகின்றனர்.

சுனாமிக்கு பிறகு மீனவர்களின் வாழ்வில் விழுந்த பள்ளம் நிரந்தரமாக தூர்க்கப்படாமலும் சமன்படுத்தப்படாமலும் இருண்டு கொண்டிருக்கிறது. தரிசில் தோணியைக் கொண்டு நிறுத்தி மீனவர்களை வலையை வீசுங்கள் என்கிறது அரசு. மீனவர்களை, நாடோடிகளாக அவர்கள் வாழ்ந்த இடத்திலிருந்து துரத்திவிட்டு, கடற்கரையில் அணு உலைக்கூடங்களும், பெரிய பெரிய பிரமாண்டமான ரசாயனத் தொழிற்சாலைகளும், ஐந்து நட்சத்திர விடுதிகளும் உருவாகிக் கொண்டிருக்கின்றன. அவ்விடுதிகளில் தங்க வரும் விருந்தினர்களின் எச்சில் தட்டை, கழிப்பறையை கழுவவும், மேசையைத் துடைக்கவும் நம் மக்கள். இந்தியா வல்லரசாகிக் கொண்டிருக்கிறது. நம் இளைஞர்கள் மீன் பிடிக்கப் பழகவேண்டாம், கழிப்பறை கழுவவும் எச்சில் தட்டைச் சுமக்கவும் தெரிந்தால் போதும் என்கிறது வல்லரசாகப் போகும் இந்தியா.

மொழி வெளியை வரையும் தந்தையரின் விரல்கள்

ஹைதராபாத்தில் நடந்த நூல் வெளியீட்டு நிகழ்ச்சியில் கலந்துகொண்ட தஸ்லீமா நஸ்ரினை, இஸ்லாத்தையும் இஸ்லாமியரையும் இழிவுப்படுத்தி எழுதியதாகக் கூறி தங்களை இஸ்லாமியரென அடையாளப்படுத்திக் கொண்ட குண்டர் படைத் தாக்கியது. ஒருவர் மதத்தைத் தாக்கி நூல் எழுதினால், மதத்தைக் காப்பவர்கள் தங்கள் மதத்தின் பெருமைகளை வலியுறுத்தி ஆயிரம் நூல்களை எழுதட்டும். விமர்சிப்பவரைத் தாக்குவதால் மதத்தின் மீதான களங்கத்தைத் துடைத்துவிட முடியுமா? ஏற்கனவே இஸ்லாமியர்கள் பயங்கரவாதிகள், தீவிரவாதிகள், பிற்போக்குவாதிகள், மிக மோசமான ஆணாதிக்கவாதிகள் என்ற கருத்து மேற்குலகு மற்றும் இந்துத்துவா சக்திகளால் எழுத்து, காட்சி ஊடகங்களால் பரப்பப்படுகின்றன.

பெரும்பாலான குண்டு வெடிப்புகளை, ஏகாதிபத்தியங்கள் தங்கள் உளவுப்படைகளையும் கைக்கூலிகளையும் ஏவி செய்துவிட்டு, அதை இஸ்லாமிய இனத்தின் மேல் பழி சுமத்தி பொதுமக்களை சிறுபான்மை முஸ்லிம்களுக்கு எதிராகத் திசைத்திருப்பிக் கொண்டிருக்கும் நிலையில் ஒரு நிராயுதபாணி எழுத்தாளரைத் தாக்கி இஸ்லாமியர் மீதான வெறுப்பைப் பொதுமக்களிடம் அதிகப்படுத்த இவர்களே காரணமாகின்றனர். இஸ்லாம் குற்றம் என பட்டியலிடும் கொலைகாரன், குடிகாரன், கந்துவட்டிக்காரனை மதத்திலிருந்து நீக்குவதோ அல்லது அவர்களைத் தண்டிப்பதோ இல்லை. ஆனால் மாற்றுக் கருத்துடையவர்களை மட்டும் மதவெறியர்கள் தண்டிப்பதும் தாக்குவதும் ஏன்?

மனித உரிமையையும் கருத்துச் சுதந்திரத்தையும் இந்த நாட்டில் பாதுகாக்கும் பொறுப்பில் இருக்கும் சட்டமன்ற உறுப்பினர் மூவர் முன்னின்று இத்தாக்குதல் வன்முறையை நடத்தியது, இந்தியா ஒரு மதசார்பற்ற நாடு என்ற அரசியல் சாசனத்தை மீறிய குற்றம். இக்குற்றத்தை இழைத்தவர்களின்

பதவிகளைப் பறிக்காமல் அரசு மௌனமாக இருக்கிறது. தனிமனித உரிமையையும், கருத்துச் சுதந்திரத்தையும் அரசு மத வாதிகளின் கையில் ஒப்படைத்துவிட்டுச் செயலற்று நிற்பதையே இது காட்டுகிறது. இங்கு அரசியல் சாசனப்படி ஆட்சி நடக்கிறதா? அல்லது மதவாதிகளின் ஆட்சி நடக்கிறதா? என்பதை அரசு தனது குடிமக்களுக்குத் தெளிவுபடுத்த வேண்டும்.

தமிழில் 90களுக்கு முன் பெண்கள் அங்கொன்றும் இங்கொன்றுமாக விரல்விட்டு சொல்லக் கூடிய அளவில் எழுதிக் கொண்டிருந்த காலக்கட்டத்தில் சில ஆண் எழுத்தாளர்கள் பெண்கள் பெயரை தங்கள் புனை பெயராகக்கொண்டு எழுதியும் நூல் வெளியிட்டும் வந்தனர். ஆனால் 90களுக்குப் பிறகு நவீன தமிழிலக்கியத்தின் மறுமலர்ச்சி என்று கொள்ளத்தக்க வகையில் நிறைய இளம் தலைமுறை பெண்கள் எழுதத் துவங்கினர். தமிழ் நவீன இலக்கியச் சூழலில் பெண் எழுத்துக்கு கிடைத்த வரவேற்பும் அங்கீகாரமும் நிலைத்து விடாமல் செய்ய பல சதிகளும் அதன் தொடர்வினையாக அரங்கேறத் தொடங்கின. உலகின் வேறெந்த மொழியிலும் நிகழாத கொடுமையான அப்பட்டமான ஆணாதிக்க திமிருடன் ஆண்கள் பெண்களின் பெயரில் எழுதி பெண் எழுத்தின் அடையாளத்தை வரலாற்றில் குழப்பவும் அழிக்கவும் முனைந்துள்ளனர். தமிழ் பெண் படைப்பாளிகளின் படைப்புகளைத் தொகுக்க, ஆய்வு செய்ய முனையும் போது பல தணிக்கைகளையும் மீறி ஆண் போலிகள் பெண்கள் வரிசையில் நுழைந்து விடுகின்றனர்.

இந்திரா பார்த்தசாரதி (பார்த்தசாரதி), கலாப்ரியா (சோமசுந்தரம்), சாருநிவேதிதா (அறிவழகன்), பிரேதா (பிரேம்), சில்வியா (எம்.டி.முத்துகுமாரசாமி), யமுனா ராஜேந்திரன், யவனிகா, ராணி திலக் (தாமோதரன்), ஷோபா சக்தி (அந்தோனி), சுகுணா திவாகர் (சிவக்குமார்), வளர்மதி, செல்மா பிரியதர்ஷன் (ஸ்டான்லி), அசதா, அமிர்தம் சூர்யா, அம்சப்ரியா, ப்ரியம், சூர்ய நிலா, மயூரா, தாரா, பிரேமா பிரபா, கவிநி கமலா, மாலிகா (புதுவை இரத்தினதுரை), தேவி கணேசன் மற்றும் ஆதிரா (கற்சுறா), கோசலை மற்றும் அம்மன் (ரஞ்ச குமார்), ஆமிரா பாலி (ஹரஹர சர்மா), யூவியா, அருந்ததி, தமயந்தி என தமிழ்நாட்டிலும் அயலிலும் என 30க்கும் மேற்பட்ட ஆண்கள் பெண்ணின் முகமூடி அணிந்து திரிகின்றனர். (இந்தப் பட்டியல் மேலும் நீளலாம். இதில் மூவர் மட்டுமே தற்போது பெண்கள் பெயரை உதறிவிட்டு தங்கள் பெயரில் எழுதுகின்றனர்).

இவர்களில் சிலர் பெண் என்னும் முகமூடியுடன் மிக ஆபாசமாக எழுதி ஏற்கனவே நெருக்கடிகளுக்குள்ளாகி தாக்குதல்களை மீறிச் செயல்படும் பெண் எழுத்துக்கு அதிகமான தண்டனை வழங்கத் துணைபோகிறார்கள். இவர்கள் பெண் எழுத்தை தமிழிலிருந்து அழிப்பதே குறிக்கோள் என்று காப்பு கட்டிக் கொண்டு அலைகிறார்கள். இரண்டாண்டுக்கு முன் கேரளா, சிவகிரியில் ஒரு நிகழ்ச்சியில் கலந்துகொண்டேன். எழுத்தாளர் பூனத்தில் குஞ்ஞுப்துல்லா மற்றும் டி.டி.ராம கிருஷ்ணன் போன்றோர் உடனிருந்தனர். ஒருவர் வந்து நீங்கள் தானே சாருநிவேதிதா, என் நூலை இந்த அரங்கில் வெளியிட முடியுமா என்று கேட்டுக்கொண்டார். எல்லோரும் சிரித்தோம்.

நான் மாலதி மைத்ரி, சாரு நிவேதிதா ஒரு ஆண் என்றேன். சாரு நிவேதிதாவை பெண் என்று நினைத்துதான் வாசித்து வருவதாகக் கூறினார். சமீபத்தில் அயலிலிருந்து பேசிய ஒரு பெண் எழுத்தாளர், பெண்களின் படைப்புகளைத் தொகுப்பதாகவும் சுகுணா திவாகரின் படைப்புகளை வாங்கி அனுப்ப முடியுமா என்று கேட்டிருந்தார்.

புதுவை மொழியியல் பண்பாட்டு ஆராய்ச்சி நிறுவனம் சில ஆண்டுகளுக்கு முன் வெளியிட்ட யாணர் தொகுப்பில் பெண்கள் பெயரில் பல போலிகள் இருப்பதை அறிந்தவுடன் அப்போதே என் கண்டனத்தைத் தெரிவித்திருந்தேன். பெண்கள் பெயரை ஆண்கள் பயன்படுத்துவதை இத்துடன் நிறுத்த வேண்டும் எனவும் கேட்டிருந்தேன். பெண்ணின் அடையாளத்தையும் உழைப்பையும் காலங்காலமாக உறிஞ்சி சுரண்டி வாழும் ஆண் வர்க்கம் பார்த்தீனியம், வேலிகாத்தான் போன்று பெண் அடையாளத்தையும் சூழலையும் அழிக்க தழைத்து விட்டனர். இன்று பெண் படைப்புகளை ஆய்வு செய்யும் பல மாணவர்கள் இந்த ஆண்களையும் பெண்கள் என்றே கருதித் தங்கள் ஆய்வை முடித்துள்ளனர்.

கோவையில் பா.தமிழரசி என்ற ஆய்வாளர் 20ஆம் நூற்றாண்டு பெண் கவிஞர்கள் என்ற தனது ஆய்வு நூலில் மாலிகா என்ற பெண் புனைப்பெயர் கொண்ட புதுவை இரத்தினதுரையின் கவிதைகளைப் பெண் கவிஞர் என்றே குறிப்பிட்டு எழுதிச் செல்கிறார். அதே போல் அருந்ததி என்ற ஆணுடைய கவிதைகளையும் பெண்ணின் கவிதைகளாக பதிவு

செய்துள்ளார். “பறத்தல் அதன் சுதந்திரத்திலும்”, “பெயல் மணக்கும் பொழுதிலும்” எவ்வளவு சிரமப்பட்டும் போலிகளின் ஊடுறுவலைத் தடுக்க முடியாத வரலாற்றுப் பிழையுடனே தொகுப்பாகியுள்ளன. இலக்கியவாதிகளுக்கே ஆண் யார்? பெண் யார்? என்று கண்டுபிடிக்க முடியவில்லை. பாவம் வாசகர்களும் ஆய்வாளர்களும் என்ன செய்வர்.

பாலினப் பாகுபாட்டைக் கடைபிடித்து அடியொற்றி வாழும் தமிழ்ச் சமூகத்தில், இந்த ஆணாதிக்க சமூகம் வழங்கும் அனைத்து சலுகைகளையும் உரிமைகளையும் அனுபவித்துக் கொண்டு, எழுத்தில் மட்டும் தங்கள் பாலின அடையாளத்தை எப்படி அழித்துக்கொள்ள முடியும்? தங்களின் காதலிகளின் பெயரையோ அல்லது கனவுக் கன்னிகளின் பெயரையோ புனைப்பெயராக சூட்டிக்கொண்டு திரியும் இவர்களின் மனைவிகள் தங்களது காதலர்களின் அல்லது கனவுக்கண்ணனின் பெயரை இணைத்துக் கொண்டாலோ அவர்களுடன் இவர்கள் தொடர்ந்து வாழத் தயாரா? தங்களைப் பெண்ணாக உணர்கிறோம் என்று ஆயிரம் காரணங்களை இந்த ஆண்கள் பேசினாலும் “பெண்ணாக மாறாத” அல்லது “அரவானி” அல்லாத ஆண்களை, நாங்கள் பெண்களின் பெயரில் ஏற்றுக்கொள்ளத் தயாராக இல்லை. ரேவதி, ஆஷாபாரதி, வித்யா, பிரியா பாபு போன்ற அரவானிகள் தங்களை முழுமையாக பெண்களாக மாற்றிக்கொண்டு எழுதுகிறார்கள்.

இதற்காக இவர்கள் இழந்ததும் அவமானப்பட்டதும் வலியுற்றதும் அதிகம். முன்பு அரவானிகள் தங்களைப் பெண்ணாக மாற்றிக்கொள்ள, நிர்வாணம் செய்ய ரகசியமாக தாயம்மாவையும், அரைகுறை வைத்தியரையும் அணுகும் அவலம் இருந்தது. இன்று தமிழக நல்வாழ்வுத்துறை அமைச்சர் பூங்கோதை, அரசு மருத்துவமனைகளில் பெண்ணாக மாற “நிர்வாணம்” செய்துக்கொள்வதை சட்டப்பூர்வமாக்கி பெண்ணாக உணரும் உங்கள் நெஞ்சில் பாலை வார்த்துள்ளார். நாங்கள் பெண்கள் பெயரில்தான் எழுதுவோம் என்று அடம்பிடிக்கும் ஆண்கள் இதற்காக உள்ள மருத்துவமனைகளை அணுகி நிர்வாணம் செய்து கொண்டு தங்கள் எழுத்துப் பணியைத் தொடர எந்த ஆட்சேபணையும் இல்லை.

தமிழ் இனி விரைந்துச் சாகும்

பெரும்பான்மையான தமிழ் அரசியல்வாதிகளுக்கும் எழுத்தாளர்களுக்கும் தமிழ் நிலத்தில் என்ன நடந்து கொண்டிருக்கிறது என்று தெரியாது. சூழலைப் புரிந்து கொள்ளவோ அதற்கு எதிர்வினையாற்றவோ தெரியாது. தமிழ் மக்கள் விரைவாக அழிவை நோக்கித் தள்ளப்பட்டுக் கொண்டிருக்கிறார்கள் என்ற கவலை நமக்குக் கிடையாது. தமிழக எல்லைகளில் வடதுருவம் தென்துருவமென இரண்டு அணுஉலைகள் நமது மரண வாயில்களாகப் போகின்றன. அதுவும் கூடங்குளம் அணுஉலை 6000 மெகாவாட் மின் உற்பத்திக்கான(?) உலகின் முதலாவது மிகப்பெரிய உலையாக வரப்போகிறது. இவ்வுலையில் விபத்து ஏற்பட்டால் மூத்தத் தமிழ் குடி மட்டுமல்ல கேரளமும் இலங்கைத் தீவும் காணாமல் போகுமென டாக்டர்.உதயகுமார் எச்சரிக்கிறார்.

2006 பிப்ரவரி 15 அன்று தமிழகத்தின் தென் பகுதியில் ஒரு உண்ணாவிரதப் போராட்டம் நடந்தது. புதுவை மீனவப் பெண்கள் அமைப்பைச் சேர்ந்த கவிஞர் செல்வக்குமாரி, விமலாவுடன் சென்றிருந்தேன். நிகழ்ச்சிக்கு ஒருசில நாள் முன் முடிவு செய்த பயணம். இருக்கை உறுதி செய்யப்படாததால் பொதுப் பெட்டியில் அமர்ந்தபடி விழுப்புரத்திலிருந்து கோவில்பட்டி வரை சென்றோம். மறுநாள் திரும்பும் போதும் அப்படியே ஊர் வந்து சேர்ந்தோம். காலை கோவில்பட்டியில் கவிஞர் தேவதச்சன் வீட்டில் கனிவான உபசரிப்புக்குப் பிறகு மாறி மாறி பேருந்து பிடித்து கூடங்குளத்திற்கு மதியம் 12 மணிக்குத்தான் சென்று சேர முடிந்தது. இதுவரை தமிழ் வரலாற்றில் இதுபோன்ற மாபெரும் உண்ணாவிரதப் போராட்டம் நிகழ்ந்துள்ளதா என்று தெரியவில்லை. குழந்தைகளும், பெண்களும், ஆண்களுமாக 6000 பேர் பந்தலில் அமர்ந்திருந்தனர். தூத்துக்குடி, திருநெல்வேலி, குமரி மாவட்ட மக்களின் எழுச்சி மிக பிரமிப்பாக இருந்தது. இருபத்தியிரண்டு ஆண்டுகளாக அணுஉலையை எதிர்த்து தனித்துப் போராடிக்கொண்டிருந்த

மீனவச் சமூகத்துடன் இப்போது பிற சமூக மக்களும் குறிப்பாக மறைமாவட்ட கத்தோலிக்கத் திருச்சபைகளும் வைகுண்டசாமி வழி வந்தவர்களும் போராட்டக் களத்தில் குதித்துள்ளனர்.

சுனாமி மீனவ மக்களுக்கு மிகப்பெரிய அழிவைக் கொண்டு வந்தது. ஆனால் அது பொது மக்களுக்கு சுற்றுச்சூழலைப் பற்றிய விழிப்புணர்வைக் கற்பித்துவிட்டுச் சென்றிருக்கிறது. சுனாமிக்குப் பிறகு படித்த வர்க்கம் இயற்கை அழிவு மற்றும் செயற்கை அழிவு பற்றிய புரிதலை ஓரளவு பெற்றுள்ளனர். சிறப்பு அழைப்பாளராக வந்திருந்த மேதா பட்கர் பள்ளிக் குழந்தைகளுடன் அமர்ந்து பேசிக் கொண்டிருந்தார். அதன்பிறகு அவர் மக்களின் தார்மீக வாழ்வுரிமைக்கான உரையை நிகழ்த்தினார். அணுஉலைகள் மனித குலத்திற்கு மட்டுமல்ல பூமியில் வாழும் அனைத்து உயிரினத்தையும் சில நிமிடங்களில் பொசுக்கிவிடும் ஆபத்து நிறைந்தவை என்பதை அங்கு வந்திருந்த ஒவ்வொருவரும் உணர்ந்திருந்தனர். வந்திருந்த அனைவரின் முகத்திலும் இப்போராட்டத்திற்கு மதிப்பளித்து அரசு அணுஉலைத் திட்டத்தை கைவிட வேண்டும் என்ற கோரிக்கை கனன்று கொண்டிருந்தது. தமிழகத்தின் சில சுற்றுச்சூழல் ஆர்வலர்களைத் தவிர எந்த முகாமைச் சேர்ந்த இலக்கியவாதியும் அங்கு இல்லை. நெல்லையிலிருந்து யாதுமாகி சாந்தி மட்டும் வந்திருந்தார்.

பிப்ரவரி முதல் வாரத்திலிருந்து புதுச்சேரி போராட்டங்களால் பற்றி எரிந்துக் கொண்டிருக்கிறது. 27ந்தேதி பாதிக்கப்பட்ட 5000த்தும் மேற்பட்ட மக்கள் தங்களின் குடும்ப அட்டையின் நகலை எரித்துச் சட்டசபை நோக்கிய முற்றுகைப் போராட்டத்தை நடத்தினர். இது ஒரு அடையாள போராட்டமே என அரசுக்குத் தெரிவிக்கப்பட்டது. பிப்ரவரி 1 அன்று 2700 கோடி ரூபாய் மதிப்பிலான துறைமுகத் திட்டத்தை எஸ்.பி.எம்.எல். என்ற தனியாருக்கு 153 ஏக்கர் நிலத்தையும் 100 கோடி மதிப்புள்ள துறைமுக வளாகத்தையும் அரசு ஒரு ரூபாய்க்கூட டெபாசிட் பெறாமல் தாரை வார்த்தது. மீன்பிடி படகுகள் நிறுத்தும் வசதிக்காக 1989ல் கட்டப்பட்ட ஒரு சிறிய மீன்பிடித் துறைமுகத்தால் புதுவை தனது சிறிய அழகிய கடற்கரையை இழந்தது. கடல் நீர் மேலும் நகருக்குள் புகாமல் தடுக்க ரூ.1000 கோடிக்குமேல் செலவழித்து அரசு கடலில் கற்களைக் கொட்டி தடுப்புகளை ஏற்படுத்தியது. புதுவை மீனவ கிராமங்களில் 7 கி.மீ. நீளம் கற்களைக்கொட்டக் கொட்ட தமிழக மீனவக்

கிராமங்களின் வீடுகளையும் மரங்களையும் தெருக்களையும் கடல் விழுங்கிக்கொண்டிருக்கிறது. பல கிராமங்கள் விரைவில் தேசிய வரைபடத்திலிருந்து காணாமல் போகும் ஆபத்து நிகழ்ந்து கொண்டிருக்கிறது.

என் கவிதைகளில் வறண்டும் வற்றியும் வழிந்தோடிக் கொண்டிருந்த சங்கராபரணியின் முகத்துவாரத்தை 89ல் 4மீ ஆழப்படுத்தியதால் 12கி.மீ வரை ஆற்றுநீர் கரித்துவிட்டது. அதன் ஊற்றுகள் இப்பொழுது உப்பு நீரையே இறைத்துக் கொண்டிருக்கின்றன. இச்சிறிய நிலப்பகுதியில் செயற்கைத் துறைமுகத்துக்காக 16 மீட்டருக்கு (60 அடி) கடலை ஆழப்படுத்தினால் புதுவையின் நிலத்தடிநீர் முற்றிலும் உப்பாகிவிடும். புதுவையும் குடிநீர்ப்பஞ்சத்தால் சிறிய சென்னையாகிவிடும். கப்பல் வந்து செல்ல 9 லட்சம் கியூபிக் மீட்டர் மணலை அப்புறப்படுத்துவதால் புதுவையில் எஞ்சிய தெற்குப்புற கடற்கரையையும் கடல் விழுங்கப் போகிறது. கிராம விவசாயிகளைத் துரத்திவிட்டு சுபாஷ் கம்பெனியிடம் கொடுக்கயிருக்கிறார்கள். இங்குள்ள 15 கிராம மீனவர்களும் தமிழகத்தைச் சேர்ந்த 7 கிராம மீனவர்களும் எதிர்காலத்தில் கடற்கரையை இழந்து கடல்வளத்தை இழந்து நடுவீதியில் பஞ்சப்பராரிகளாய் அலைய விடப்போகிறது அரசின் இத்திட்டம். துறைமுகத்தால் வாழ்வாதாம் சுற்றுச்சூழல் மட்டும் சீர்குலைவதில்லை. இதன் சகோதரத் தொழில்களான ஆடம்பர சுற்றுலா, பாலியல் தொழில், மாபியா தொழில் ஆலமரத்தின் விழுதுகளென வேரோடி புதுவையும் இனி மினி மும்பையாகும். உலகமயமாதல் பன்னாட்டு நிறுவனங்களின் வருகை அரசுகளின் தவறான விவசாய, கடற்கரை மேலாண்மைத் திட்டங்கள், சிறப்புப் பொருளாதார மண்டலம் என தமிழகம், புதுவைத் தமிழர்கள் தங்கள் பாரம்பரியமான வாழ்வாதாரத்தை இழந்து ஒருபுறம் கிராமம் கிராமமாக சாலை ஓரத்திற்குத் துரத்தப்படுகிறார்கள். மறுபுறம் தமிழரைப் புல் பூண்டோடு அழிக்கும் அணுஉலைத் திட்டங்கள். எதிர்காலத்தில் தலைநகரில் தமிழ்ச் செம்மொழி நாற்காலி மட்டும் ஆடிக்கொண்டிருக்கும் வெறுமையில்.

காந்தியின் ராட்டினத்தில் நூற்கப்படும் தூக்குக் கயிறு

மக்களால் தேர்ந்தெடுக்கப்பட்ட அரசு மக்கள் நலனுக்கு விரோதமாக செயல்பட்டால் அந்த அரசை மக்களால் தூக்கி எறிய முடியுமா? மக்களால் உருவாக்கப்பட்ட அரசு உலக முதலாளிகளுக்கு விரோதமாக நடந்தால் அந்த அரசை தூக்கி எறிய முடியுமா? நிச்சயமாக முடியும். அரபு, ஆசிய, ஆப்பிரிக்க, லத்தின் அமெரிக்க நாடுகளில் ஏற்பட்டுள்ள உள்நாட்டுப் போர்களுக்கும் குழப்பங்களுக்கும் அரசியல் கலவரங்களுக்கும் கொடூர பஞ்சத்துக்கும் இதுதான் காரணம். எந்தவொரு மூன்றாமுலக அரசும் உலக முதலாளிகளுக்கு எதிராக இயங்கினால், அந்த அரசு வரலாற்றிலிருந்து தூக்கி எறியப்படும். அந்நாடு தரைமட்டமாக்கப்படும். அந்நாட்டின் மீது பொருளாதாரத் தடை விதிக்கப்படும். அந்நாட்டு அதிபர்கள் கொல்லப்படுவார்கள். இப்பலியிலிருந்து தப்பிக்கத்தான் இந்திய அரசு ஒட்டு மொத்தமாகத் தன்னை உலக முதலாளிகளின் சார்பு அரசாக மாற்றிக் கொண்டு வருகிறது. கிடைத்தவரை லாபம் என்று முதலாளிகளிடம் கமிஷன் பெற்றுக்கொண்டு நம் அரசியல்வாதிகள் இந்தியாவை உலக முதலாளிகளின் நவீன காலனியாதிக்கத்துக்குக் கொண்டு செலுத்துகிறார்கள்.

சத்தியாகிரக போராட்டத்தின் நூற்றாண்டு விழா கொண்டாடும் இந்த வேளையில் நம் நாட்டில் அறவழிப் போராட்டத்திற்கு கொடுக்கப்படும் மரியாதையும் கௌரவமும் என்ன? தங்களின் வாழ்வாதார உரிமைகளுக்காக அறவழியில் ஆண்டுக் கணக்காகப் போராடும் நம் எளிய இந்திய கிராம மக்கள் திரும்பத் திரும்ப தோல்வியைச் சந்திப்பது எப்படி? நர்மதா அணைக் கட்டை எதிர்த்து 20 வருடங்களுக்கு மேலாக பழங்குடி மக்களின் வாழ்வுரிமைக்காக சாத்வீகமாகப் போராடும் மேதா பட்கர் 20 நாட்கள் தொடர் உண்ணாவிரதமிருந்தும் அவரின் கோரிக்கைக்கு அரசு செவிசாய்க்கவில்லை. மணிப்பூரிலிருந்து சிறப்பு ஆயுதப் படைப் பிரிவை மத்திய அரசே திரும்பப் பெறு. எங்களை

116 மாலதி மைத்ரி

அமைதியாக வாழவிடு என ஆறாண்டுக்கும் மேலாகத் தொடர் உண்ணாவிரதமிருக்கும் இரோம் சர்மிளா இன்று அஹிம்சை வழிப் போராட்டத்தின் ஒற்றை மனசாட்சியாய் நிற்கிறார்.

கேரளா, பிளாச்சிமடாவில் கொக்கோ கோலா கம்பெனியை எதிர்த்துப் போராடும் மைலம்மா, கூடங்குளம் அணுஉலையை எதிர்த்து தமிழகக் கடலோர கிராமங்களில் போராடிக் கொண்டிருக்கும் மீனவர்கள் என்று கட்சி அரசியலுக்கு வெளியே நின்று தங்கள் வாழ்வுரிமைக்காகவும் வாழ்வாதாரத்துக்காகவும் இந்திய கிராமப்புற மக்கள் போராடிக் கொண்டிருக்கின்றனர். இவர்களின் நீண்ட நெடிய போராட்டத்திற்குப் பிறகு கிடைக்கும் வெற்றி என்பது பாதிக்கப்பட்டவர்களுக்கு வெறும் நிவாரணம் என்பதோடு முடக்கப்பட்டுவிடுகிறது. ஆனால் நாட்டின் வளத்தை கொள்ளையடிக்கவும் சுற்றுச்சூழலை நாசமாக்கவும் ஏழைகளின் வயிற்றில் அடிக்கவும் முதலாளிகளும் அரசியல்வாதிகளும் தொடர்ந்து அனுமதிக்கப்படுகிறார்கள். இதற்கு எதிரான அமைதியான போராட்டங்களும் ஊர்வலங்களும்கூட மிகக் கடுமையாக அரசு போலீஸ் படைகளைக் கொண்டு ஒடுக்குகிறது.

இது பாட்டாளிகளின் கட்சி. உழைக்கும் வர்க்கத்தின் பங்காளிகள் நாங்கள். சமதர்ம சமுதாயத்தின் சகாக்கள் நாங்கள். ஏகாதிபத்தியத்திற்குச் சாவுமணி அடித்து சங்கு ஊதும் ஒரே கட்சி எனத் தன்னைப் பிரகடனப்படுத்திக் கொள்ளும் இடது சாரிகள் ஆளும் மேற்கு வங்க அரசோ ஏழை விவசாயிகளின் 900 ஏக்கர் விளைநிலங்களைப் பிடுங்கி இந்திய முதலாளி டாட்டாவுக்கு பட்டாவாக்குகிறது. இந்தப் பாட்டாளிகளின்க் கட்சியை எதிர்த்து முதலாளிகளின் கட்சியான திரிணாமுல் காங்கிரஸ் போராட்டத்தில் இறங்கியுள்ளது. அங்குள்ள விவசாயிகள் எங்களுக்குச் சோறுதான் வேண்டும் காரு வேண்டாம் என்று சட்டியுடன் போராடுகின்றனர். எதிர்கட்சித் தலைவர் மம்தா பானர்ஜியின் 25 நாள் பட்டினிப் போராட்டத்தினால் கூட ஆளும் இடதுசாரி அரசாங்கத்தின் கொள்கை முடிவை மாற்ற முடியவில்லை.

புதுச்சேரி கடற்கரையில் செயற்கைத் துறைமுகத்தை உருவாக்க புதுவை அரசு தனியாருக்கு 2700 கோடி ரூபாய்க்கு விற்றுள்ளது. மீனவக் கிராமங்களில் கடல்நீர் உட்புகும் அபாயம், கடல் மாசடைவதால் மீன்வளம் அழியும் அபாயம், நிலத்தடிநீர் உப்பாக மாறும் அபாயம், சுற்றி வாழும் 10ஆயிரம் குடும்பங்கள்

வெளியேற்றப்படும் அபாயம் என அபாயங்கள் தொடர்கின்றன. மீனவர்களும் விவசாயிகளும் சுற்றுச்சூழல் ஆர்வலர்களும் அரசின் முடிவை எதிர்த்து புதுவையில் போராடி வருகின்றனர். மக்கள் பிரச்சினைக்காக கட்சி அரசியல் சாராத மக்கள் போராடினாலும் இங்கு நியாயம் கிடைப்பதில்லை. எதிர்க்கட்சி அரசியல்வாதிகள் தங்கள் சுயலாபத்திற்காக நாட்டின் வளத்தை, இறையாண்மையை முதலாளிகளுக்குத் தாரை வார்க்கும் கொள்கை முடிவுகளை எப்படித் திரும்பப் பெற வைப்பது? இந்திய ஜனநாயக நாட்டில் மக்களுக்கான வாழ்வுரிமையை நிலைநாட்டிக்கொள்ள என்ன விலை கொடுக்க வேண்டும்? நமக்கான நீதியை எந்த நீதிமன்றத்தில் போய் வாங்க வேண்டும்?

காந்தியின் கொள்கையான கிராம மேம்பாட்டை, கிராமப் பொருளாதாரத்தை, அஹிம்சையை பின்பற்றும் ஒரு நாடு என்று உலக அரங்கில் மார்த்தட்டிக் கொள்ளும் நம் அரசியல்வாதிகள் விவசாயிகளுக்கும், தலித் பழங்குடி மக்களுக்கும், மீனவர்களுக்கும் தூக்குக் கயிற்றை காந்தியின் ராட்டினத்தில் நூற்றுக் கொண்டிருக்கிறார்கள்.

உத்திர பிரதேச மாநிலம் நிதாரியில் மொஹிந்தர்சிங் வீட்டில் கண்டெடுக்கப்பட்ட எலும்புகளைத் தொடர்ந்து மாநிலத்தின் பிறப்பகுதிகளிலும் குவியல் குவியலாக எலும்புகள் கண்டெடுக்கப் படுகின்றன. பெண் குழந்தைகள் காணாமல் போவதென்பது பாலியல் சந்தைக்காக என்ற வலுவான கருத்து சமூகத்தில் ஊடகங்களாலும் அரசாலும் உருவாக்கப்பட்டு மக்கள் மீது திணிக்கப்பட்டுள்ளது. இதை சாதகமாகப் பயன்படுத்தி சமூக விரோதிகள் மனித உறுப்புகளை கொள்ளையடிக்கும் ஒரு பெரும் முதலாளிக்கூட்டம் இந்தியா முழுவதும் இயங்கி வருவதை அரசு மூடி மறைக்க முயற்சிக்கிறது. குழந்தைக் கடத்தலில் தொடர் புடைய சமூக விரோதிகள் மற்றும் தனியார் மருத்துவ நிறுவனக் கொள்ளைக் கூட்டத்தினரை அரசும் வெகுசன ஊடகங்களும் காப்பாற்ற முயற்சிப்பதும் உண்மைகள் வெளிவராமல் அரசால் தடுக்கப்படுவதும் மிகுந்த அதிர்ச்சியை ஏற்படுத்துகிறது. ஏழைக் குழந்தைகளை பிஞ்சிலேயே அழித்துவிட்டு 2020ல் அப்துல் கலாம் ஏழைகளற்ற வல்லரசு இந்தியாவை உருவாக்குவார் போலிருக்கிறது.

கண்காணிப்பு தணிக்கை தண்டனை

"என்னுடைய எழுத்து உண்மையில் தேசங்களையும் வரலாறுகளையும் பற்றியதல்ல; அது அதிகாரத்தைப் பற்றியது. அதிகாரத்தின் மனப்பிரமைகளையும், ஈவிரக்கமின்மைகளையும் பற்றியது. அதிகாரத்தின் இயல்பைப் பற்றியது. ஓர் அரசோ அல்லது நாடோ, ஒரு ஆணையமோ அல்லது நிறுவனமோ ஏன், ஒரு தனிமனிதன், ஒரு வாழ்க்கைத் துணை, ஒரு சிநேகிதன் அல்லது சகோதரன் கூட எந்தத் தத்துவத்தின் பெயராலும் பரந்த, தங்குதடையற்ற அதிகாரத்தை தன்னகத்தே குவித்துக் கொள்ளும்போது கோட்பாடுகள் எதுவானாலும் அதீதங்களுக்கு இட்டுச் செல்லும். அத்தகைய அதீதங்கள் பற்றித்தான் இங்கு நான் பேசப்போகிறேன்." அருந்ததி ராய்

நான் ஜனநாயக நாட்டில் வாழ்கிறேன் என நம்பிக் கொண்டிருக்கும் என் பாவனையின் கடைசிப் பாதையும் திடீரென குருட்டுச் சந்தில் முடிந்துவிட்டது. நான் அங்கிருந்து எலியென துளைத்து வெளியேற வேண்டும் அல்லது வந்தவழியே திரும்பிச் சென்று மந்தையுடன் பட்டியில் அடைபட வேண்டும். மக்களாட்சியோ மன்னராட்சியோ காலனியாட்சியோ ராணுவ சர்வாதிகார ஆட்சியோ இவற்றின் பலிபீடங்கள் அந்நில மனிதர் களைத் தினம் தினம் பலி கேட்டுக் கொண்டேயிருக்கின்றன. அரசு எந்திரம் முதலாளிகளைப் பாதுகாக்க தனது அதிகாரத்தைப் பயன்படுத்தி எதிர்ப்பின் குரல்களை நசுக்குகிறது. எல்லா நாட்டு அரசுகளும் மனித உரிமைகளை ஒடுக்குவதில் ஒரேவிதமான சட்டத்திட்டங்களையும் வழிமுறைகளையும் வைத்துள்ளன என்பதை எட்டு நாடுகளிலிருந்து வந்திருந்தவர்களின் உரை யிலிருந்து அதிகபடியாகத் தெரிந்துகொள்ள முடிந்தது.

விடுதலை, மனித உரிமை பற்றிய பேச்சுகள் எழுத்துகள், காட்சிகள் உலகம் முழுவதும் அரசின் நிறுவனங்களான நீதித்துறை, ராணுவம், காவல்துறை மற்றும் பத்திரிக்கைத் துறைகளால் எப்படிக் கண்காணிக்கப்படுகின்றன; எப்படி தணிக்கை செய்யப்படுகின்றன;

பிறகு அதற்காகக் கிடைத்த தண்டனைகள்; இவை பற்றிய செய்திகளும் தகவல்களும் மக்களிடமிருந்து மறைக்கப்படும் அரசியல் அல்லது அவர்களுக்கு கொண்டு செல்லாமல் தடுக்கப் படும் அரசியல் குறித்து சமீபத்தில் டெல்லியில் மூன்று நாள் கருத்தரங்கு நடந்தது. 'சுதந்திரமான பேச்சு மற்றும் அச்சமற்ற கவனிப்பு; தென் ஆசிய நாடுகளில் தணிக்கையை எதிர்கொள்ளல்' என்ற கருத்தரங்கம் 2006 பிப்ரவரி 22லிருந்து 24 வரை தில்லி மாக்ஸ் முல்லர் பவனில் நடந்தது. தில்லி திரைப்பட ஆவணக் காப்பகம், விடுதலைக்கான திரைப்படங்கள் என்ற இயக்கம், மாக்ஸ்முல்லர் பவன் மற்றும் சராய் ஆகிய அமைப்புகள் நடத்திய கருத்தரங்கில் இந்தியா, இலங்கை, பாகிஸ்தான், பங்களாதேஷ், நேபாளம், திபெத், பர்மா மற்றும் ஜெர்மனியிலிருந்து திரைப்படக் கலைஞர்கள், எழுத்தாளர்கள், பத்திரிக்கையாளர்கள், வழக்கறிஞர்கள், பேராசிரியர்கள் மற்றும் சமூகப்போராளிகள் கலந்து கொண்டனர். மனிதவுரிமை, எழுத்து, பேச்சு மற்றும் காட்சி ஊடகங்களின் மீது நிகழ்த்தப்படும் கண்காணிப்பு, தணிக்கை மற்றும் தண்டனைகளை எதிர் கொண்ட அனுபவங் களையும் தலைமறைவு வாழ்க்கையின் அனுபவங்களையும் பகிர்ந்து கொண்டனர்.

அரசியல் திரைப்படங்களும், குறும்படங்களும், விவரணப் படங்களும் எடுக்க முயலும்போது நேரும் அரசியல் குறுக்கீடுகள், தடைகள், நீதித்துறையை அணுகும் போது நீதித்துறையும் அரசுக்குச் சார்பாகவே எப்போதும் செயல்படும் போக்குகள் குறித்து திரைப்பட இயக்குநர்களும் கலைஞர்களுமான ஆந்ரே வெயில் (ஜெர்மனி), அனுராக் காசியப் (மும்பை), ஹசன் ஜைதி (பாகிஸ்தான்) பிரன்ஜாய் குகா (டெல்லி) பிரசன்னா விந்தனகெ (இலங்கை) தரூண் பார்த்தியா (மேகாலயா), தன்வீர் மெகம்மல் (பங்களாதேஷ்) விமுக்தி ஜெயசுந்தரா (இலங்கை), அமர் கன்வர், ராகுல் ராய், சபா திவான், ரஞ்சனி மஜூம்தார், சஞ்சய் கக், ஷோகினி கோஷ், ஷூத்தபிரதா சென்குப்தா (டெல்லி) தங்கள் அனுபவங்களை அமர்வில் பகிர்ந்துக்கொண்டனர். செல்வாக்குடைய தனி மனிதர்களும், முதலாளிகளும் சிறுபான்மையினருக்கு, தலித்துகளுக்கு, பழங்குடிகளுக்கு, பெண்களுக்கு எதிராக நிகழ்ந்து வரும் தாக்குதல்களில் முக்கியப் பங்காற்றுவதன் பட்டியலை வந்திருந்த பத்திரிக்கைத் துறை சார்ந்தவர்கள் அளித்தனர்.

பாகிஸ்தான் எல்லைப்புற கிராமங்களில் வாழும் அப்பாவி

பழங்குடி மக்கள் அடையாளம் தெரியாதவர்களால் கொல்லப் படுகிறார்கள். நிருபர்கள் காணாமல் போகிறார்கள். இதற்கு ராணுவமோ தலிபான் இயக்கமோ பொறுப்பேற்பதில்லை. அரசை விமர்சிக்கும் படங்களுக்கு தணிக்கைச் சான்றிதழ் மறுக்கப்படுகிறது. பல வெட்டுகளுக்குப் பிறகு தப்பித்த சில படங்கள் பிறகு திரையிட முடியாமல் தடுக்கப்படுகின்றன. முப்பதுக்கும் மேற்பட்ட தனியார் ரேடியோ, தொலைக்காட்சி நிறுவனங்களை அரசு தடை செய்து விட்டதாக தனது உரையில் குறிப்பிடுகிறார் பாகிஸ்தான் இயக்குநர் ஹசன் ஜைதி, ஏறக்குறைய இதே போன்ற தகவல்களை பங்களாதேஷிலிருந்து வந்த சாரா ஹுசைனும், தன்வீர் மொகம்மலும் தெரிவித்தனர்.

"நேப்பாள அரசின் மனித உரிமை மீறல்களைக் குறித்து எழுதியதற்காக பத்து மாதம் சிறையில் இருந்தேன். இருபதுக்கும் மேற்பட்ட பத்திரிகையாளர்கள் சிறையில் உள்ளனர். மாவோயிஸ்டுகளை கொல்கிறேன் என்ற பெயரில் அப்பாவி பொதுமக்களையும் கால்நடைகளையும் அரசு கொன்று குவிக்கிறது. 5000 பேர் இதுவரை காணாமல் போய் உள்ளனர்" என்று இந்தியாவில் அகதியாக தஞ்சம் அடைந்துள்ள ஜித்மன் பஸ்நட் சொல்கிறார்.

தர்மசாலாவில் தஞ்சமடைந்த குடும்பத்தில் பிறந்த கவிஞர் டென்சின் சுன்தே, சீனாவின் காலனி ஆதிக்கத்தின் கீழுள்ள திபெத்தின் கலாச்சாரம் சீனக் கலாச்சாரமாக மாறி சீன மயமாகி வருவதன் ஆபத்தை விளக்கினார். தாய்நாட்டை மிதித்து விடவேண்டும் என்ற உந்துதலில் கால்நடையாகவே எல்லையைக் கடந்து சென்றதற்காக சீன அரசால் கைது செய்யப்பட்டு மூன்று மாதம் சிறையில் வைக்கப்பட்டாராம். சீன பிரதமர்கள் 2002ல் மும்பைக்கு வந்தபோதும் 2005ல் பெங்களூர் வந்தபோதும் அவர்கள் உரை நிகழ்த்தும் ஓட்டலின் உச்சியில் ஏறி "Free Tibet" பதாகை ஏந்தி நின்று போராடியதைக் குறிப்பிட்டார்.

பர்மாவிலிருந்து வந்திருந்த நெம் டேவிஸ் பெண் எழுத்தாளர் மே நெயனின் நேர்காணலை திரையிட்டார். அவரின் பல நூல்கள் பர்மிய அரசால் தடை செய்யப்பட்டதால் அவர் இன்று பர்மாவைவிட்டு வெளியேறி பாங்காக்கில் அகதியாக குடியேறி குழந்தைகளுடன் வாழ்ந்து வருவதாகக் கூறுகிறார்.

சிங்கள இயக்குநர்கள் பிரசன்னா விந்தானகெவின் (ஒரு பௌர்ணமி நாளில் மரணம்) திரைப்படமும் விமுக்தி ஜெய சுந்தராவின் (கைவிடப்பட்ட நிலம்) திரைப்படமும் தனியே விரிவாகப் பேசப்பட வேண்டிய மிக முக்கியமான படங்கள். போரினால் தமிழ் மக்கள் மட்டுமல்ல சிங்கள மக்களும் மீள முடியாதபடி, இழப்பை ஈடுகட்ட முடியாதபடி எப்படி பாதிக்கப்பட்டுள்ளனர் என்பதின் துயரத்தை காட்சிப் படுத்தியிருந்தனர். நாம் கற்பனை செய்ய முடியாத அளவுக்கு மனித மனதின் குரூரத்தையும் இயலாமையையும் கயமையையும் துரோகத்தையும் வன்முறையையும் காட்சிப்படுத்தியிருந்தனர். உரையாடல்கள் குறைக்கப்பட்டு காட்சிகளால் உயிரை உலுக்கும் படங்கள் இவை. ஈழ, தமிழ் நிலம் அதைவிட பலமடங்கு போரால் பாதிக்கப்பட்டிருந்தாலும் அதைப்பற்றிப் பேச தமிழ்ப் படைப்பாளிகள் துணிந்து படமாக்க முடியுமா என்பது கேள்விக்குறியே.

“ஈழ விடுதலைப்போரில் 60 ஆயிரம் தமிழர்கள் கொல்லப் பட்டது உலகம் முழுவதும் தெரியும். மற்றும் அது சர்வதேச பிரச்சனையாகவும் உள்ளது. ஆனால் கடந்த 15 ஆண்டுகளில் ஜம்மு காஷ்மீரில் 75 ஆயிரம் பேர் கொல்லப்பட்டதை நம் அண்டை மாநிலங்களுக்குக் கூடத் தெரியாமல் அரசு மூடி மறைக்கிறது. ராணுவம், எல்லைப் பாதுகாப்புப்படை, ராணுவ உளவுப்படை, போலீஸ், போலீஸ் உளவுப் பிரிவு, போலீஸ் ஆயுதப்படை இப்படி 8 விதமான இந்திய அரசின் அனைத்து பாதுகாப்புப் படைகளும் மக்களை வாழவிடாமல் 24 மணிநேர கண்காணிப்புக்கு உட்படுத்துகின்றன. காஷ்மீரில் மக்கள் தொகையைவிட அரச படையினர் அதிகம். தீவிரவாதிகளை கொல்கிறேன் என்ற பெயரில் அப்பாவி பொதுமக்களை இவர்கள் கொன்று குவிக்கிறார்கள்” என அரசால் மறைக்கப்பட்ட உண்மைகளை அஜிஸ் ஹூசைனும் பி.ஜி.ரசூலும் அரங்கில் பகிர்ந்து கொண்டனர்.

இதன் மீதான விவாதத்தில் பேசிய அருந்ததி ராய் “சாகித்திய அகாடமி விருதை மறுத்தற்காக 8 காரணங்களைக் கூறியிருந்தேன். அதில் 8வது காரணமாக அரசு காஷ்மீர் பிரச்சனையில் நடந்துகொள்ளும் விதத்திற்கு எதிர்ப்பு தெரிவித்திருந்தேன். எல்லா பத்திரிக்கைகளும் காரணங்களை வெளியிடவில்லை. ஒரே ஒரு பத்திரிக்கை மட்டும் இதை மட்டும்

எடிட் செய்து 7 காரணங்களை மட்டும் வெளியிட்டது. காஷ்மீர் என்ற வார்த்தையை இந்தியர்கள் யாரும் பேசவோ எழுதவோ கூடாது என்பதில் அரசும் பத்திரிக்கைத் துறையும் மிகக் கவனமாக இருக்கிறது” எனக் குற்றம் சாட்டினார்.

ஒரிசாவிலிருந்து வந்திருந்த சுதிர் பட்நாயக், கேரளாவைச் சேர்ந்த வினோத் ஜோஸ் இருவரும் ஒரிசாவின் கலிங்கா நகர் போராட்டம் மற்றும் கேரள மாநிலம் முத்தங்கா போராட்டங் களின் வரலாற்று, சமூகக் காரணங்களைப் பேசினர். மேகாலயாவை சேர்ந்த தரூண் பார்த்தியா, ராபின் ஸ்நகன்காம் ஆகியோர் தமது பகுதியைச் சேர்ந்த தலித்துகள் மற்றும் பழங்குடிகளின் மீது உள்ளூர் முதலாளிகளும் போலீஸ் காரர்களும் ஏவிவிடும் வன்முறையையும் மக்கள் தங்களின் உரிமைக்காக அமைதியாகப் போராடினால்கூட மிக வன்மையாகத் தாக்கப்பட்டு, கிரிமினல் வழக்குகளைப் பதிவு செய்து சிறையில் தள்ளுவதையும் மேலும் இவர்களைத் தீவிரவாதிகள் என்று கூறி துப்பாக்கி சூடு நடத்தி கொன்று குவிப்பதையும் ஆதாரங்களுடன் விளக்கினர். இதைப்பற்றி தொடர்ந்து எழுதிவருவதால் தாங்கள் கடுமையாக அச்சுறுத்தப் படுவதாகவும் தெரிவித்தனர்.

அருந்ததி ராய் “அரசியல்வாதிகளுக்கு எதிராகப் போராடி மக்களோ பத்திரிக்கையோ வெற்றி பெற முடியும். ஆனால் நம் நாட்டு அல்லது பன்னாட்டு முதலாளிகளுக்கு எதிரான மக்களின் எதிர்ப்பையும் போராட்டத்தையும் அரசோ, நீதித்துறையோ, பத்திரிக்கைகளோ அனுமதிப்பதில்லை. குறிப்பாக “நர்மதா பச்சோ அந்தோலன்” இயக்கம் நடத்தும் நர்மதா பள்ளத்தாக்கை காக்கும் போராட்டத்தை நசுக்க அரசு பல வழிகளில் முயல்கிறது. அரசின் கொள்கைகளால் இந்திய கிராமங்கள் முற்றிலும் அழிந்தாலும் இவர்களுக்குக் கவலையில்லை. முதலாளிகள் வாழ வேண்டும். இதுதான் அரசின் கொள்கையாக உள்ளது” என்றார். காஷ்மீர் பிரச்சனையிலும் அரசின் கொள்கைகளை விமர்சித்து பேசினார். “அதனால் மக்கள் அதிகாரத்துக்குக் கீழ்ப்படியாதவர்களாக அதிகாரத்துக்கு எதிரானவர்களாக மாற வேண்டும். சட்டத்தை மீறுவது, சட்டத்தை மறுப்பது, சட்டத்தை எதிர்ப்பது, மக்கள் விரோத சட்டங்களை மாற்றுவது போன்றவற்றை இன்றைக்கான போராட்ட வடிவமாக நாம் கையில் எடுக்க வேண்டும்” என்றார்.

கண்காணிப்பு, தணிக்கை, தண்டனை தனிநபர்கள் தங்கள் கைகளில் அதிகாரத்தை எடுத்துக்கொண்டு எழுதும் பெண்களை தாக்குவதின் அரசியலை எனது கட்டுரை (உடலையும் மனதையும் எழுதுதல்) பேசியது. தமிழ்நாட்டில் 1993லிருந்து என் மீதும் சக பெண் படைப்பாளிகள் மீதும் தொடர்ந்து நடந்துவரும் தாக்குதல்களை பட்டியலிட்டிருந்தேன். குறிப்பாக ரவிக்குமார், அ.ராமசாமி மற்றும் அருணனால் புதுச்சேரியிலிருந்து நடத்தப்பட்ட "ஊடகம்" பத்திரிக்கை எனக்கு ஆபாச பிறந்தநாள் வாழ்த்துக் கவிதை வெளியிட்டதையும் அதற்காக அதன் ஆசிரியர்களை விளக்கம் கேட்டு நடந்த சம்பவமும்; அதன் பிறகு சில வாரங்களுக்குப் பின் நானும் ரமேஷும் தலித் கலை விழாவுக்குச் சென்றிருந்த போது ரவிக்குமார், அ.ராமசாமி, அருணன் மற்றும் இவர்களின் மனைவிகள் என்னைச் சூழ்ந்து கொள்ள, கணவன்மார்கள் பின்னால் நிற்க, அவர்கள் "தேவடியாவை தேவடியான்னு எழுதுவதில் என்ன தப்பு" என்று கேட்டதையும் மேலும், "எங்கள் கணவர்களை உன்னை ரேப் பண்ண அனுப்புவோம்" என முழங்கியதையும் குறிப்பிட்டேன். நான் இக்கட்டுரையை வாசிக்கும்போது ரவிக்குமாரும் அரங்கில் இருந்தார். இது அங்கு வந்திருந்த அனைவருக்கும் பேரதிர்ச்சியாக இருந்தது. மறுநாள் தலித் மீதான ஒடுக்குமுறை அரசியல் பற்றி ரவிக்குமார் பேசும்போது இதுபற்றி கேள்வி எழுப்பும்படி என்னிடம் கேட்டுக் கொண்டார்கள்.

இந்தியாவில் எல்லா துறைகளிலும் தலித்துக்களின் பங்களிப்பு திட்டமிட்டு தவிர்க்கப்படுவதை புள்ளி விவரங்களுடன் விளக்கினார் ரவிக்குமார். இவரின் பேச்சு முடிந்தவுடன் நான் கேள்வி எழுப்பினேன். 1. முதல் தாக்குதல் உங்கள் பத்திரிக்கையிலிருந்நதும் உங்கள் மனைவியிடமிருந்தும் என் மீது நிகழ்ந்தது. 2. தலித் அரசியல் என்பது தலித் ஆண்களின் நலன்களை மையப்படுத்திய அரசியலா? ஏனெனில் கவிஞர் சுகிர்தராணி மூன்று வருடங்களாக தொடர்ந்து தாக்கப்பட்டு வருகிறார். நீங்கள் அவருக்கு ஆதரவாகப் பேசாததும் எழுதாததும் ஏன்? 3. நீங்கள் விடுதலை சிறுத்தையுடன் இணைந்து செயல்பட்டுக் கொண்டிருக்கிறீர்கள். குஷ்பூ பிரச்சனையில் எழுந்த சர்ச்சை குறித்து உங்களின் கருத்தை சொல்லாததும் எழுதாததும் ஏன்?

ரவிக்குமாரின் பதில் : கவிஞர் சுகிர்தராணி ஒரு சுயேச்சையான கவிஞர்.அவருக்கு அவரை பாதுகாத்துக் கொள்ள தெரியும்.

நாங்கள் ஆதரவுதர வேண்டிய அவசியம் இல்லை. விடுதலை சிறுத்தை அமைப்புடன் எவ்விதத் தொடர்பும் எனக்கு இல்லை. குஷ்பூ பிரச்சனையில் அமைப்பினரைக் கண்டித்து இந்தியாடுடே மற்றும் வேறு சில பத்திரிக்கையில் கருத்து கூறியிருக்கிறேன் என்றார்.

ரவிக்குமாரின் பதிலில் அதிருப்தி அடைந்த டில்லி இந்திராகாந்தி திறந்தவெளி பல்கலைகழக பேராசிரியரும் தலித் எழுத்தாளர் அமைப்பின் தலைவியுமான விமல் தோரட், தலித் பெண்கள் தொடர்ந்து தலித் ஆண்களால் ஒதுக்கப்படுவதாகவும் ஒடுக்கப்படுவதாகவும் குற்றம் சாட்டினார். தலித் அரசியலில் பெண்களுக்கு உரிய மதிப்பும் மரியாதையும் வழங்கப்படுவதில்லை என்பதையும் பிற அரசியல் அமைப்பு போலவே தலித் அரசியலும் தலித் பெண்களின் பங்களிப்பை அங்கீகரிக்கவோ ஆதரிக்கவோ செய்வதில்லை. இந்தியா முழுவதிலுமுள்ள தலித் அமைப்புகளில் இந்தக் குறை உள்ளதாகவும் அதற்காக தலித் பெண்கள் தங்களுக்கான அரசியல் அமைப்பை உருவாக்கிச் செயல்படுவது அதிகரித்து வருவதாகவும் தெரிவித்தார். நிகழ்ச்சி ஒருங்கிணைப்பாளரான ஷுத்த பிரதா சென்குப்தா ரவிக்குமாரின் பொறுப்பற்ற பதிலுக்குக் கண்டனம் தெரிவித்தார்.

மாற்றுக் கலாச்சாரம் குறித்த கடைசி அமர்வு அதிக விவாதத்தை உண்டாக்கியது. மக்கள் விரோத அரசுக்கு எதிரான போராட்ட வழிமுறைகள் எப்படி மாற்றுக் கலாச்சார வடிவங்களைப் பெற முடிகிறது. போராட்டம் என அறிவிக்காமலே போராடுவதன் உத்திகளையும் வழிமுறைகளையும் மாணவர்களும் நாமும் புதிது புதிதாகக் கண்டடைய வேண்டும் என்பதைத் தில்லிப் பல்கலைக்கழக பேராசிரியர் முகுல் மன்காலிக் விளக்கினார்.

கலந்துரையாடலில் தன் கருத்துக்களை முன்வைத்த பிரேம், தமிழ் நாட்டில் குறிப்பிட்ட சில எழுத்துக்களின் மீதும் பேச்சுக்களின் மீதும் தொடரும் தணிகைகளையும் எழுதப்படு வதால் நிகழும் புறக்கணிப்பையும் விளக்கினார். இந்திய சென்சார் போர்டு தாராளமாக ஆபாசத்தையும் வன்முறையையும் பெண்களுக்கு, சிறுபான்மையினருக்கு எதிரான அனைத்து காட்சிகளையும் அனுமதிக்கிறது. ஆனால் அரசியல் படங்களை மட்டும் சென்சார் போர்டு எப்போதும் அனுமதிப்பதில்லை.

தணிக்கையும் மரண தண்டனையும் அறத்தை பாதுகாக்க இங்கு ஒருபோதும் பயன்படுத்தப்படுவதில்லை. மாறாக அரசின் மீதான அதிருப்தியையும் எதிர்ப்பையும் அழித்தொழிக்க பயன்படுத்தப்படும் ஆயுதமாக இருக்கிறது. இது பற்றி தமிழ்ச் சூழலில் சிறு அளவில் விவாதங்கள் நடந்து வந்தாலும் ஒரு பெரிய அளவிலான போராட்டமாக மாறவில்லை. தேசிய அளவில் நிகழும் இது போன்ற கருத்தரங்குகள் தமிழ் அரசியல் போக்கையும் மாற்ற உதவும் என்றார். மேலும் மக்கள் விரோத சட்டத்துக்குப் புறம்பாக கலைஞர்கள் செயல்படுவதன் அவசியத்தையும் பிரேம் வலியுறுத்தினார்.

அண்டைநாடுகளின் மக்கள் விரோத அரசியலுடன் நம் நாட்டின் மக்கள் விரோத அரசியலை புரிந்துகொள்ள மிகப்பெரிய வாய்ப்பாக அமைந்தது இந்தக் கருத்தரங்கம். மேலும் பிற நாட்டு, பிற மாநில படைப்பாளிகளின் செயல்பாடுகளுடன் நம்மை ஒப்பிட்டுக் கொண்டபோது குற்றவுணர்வுக்குள்ளாக நேர்ந்தது.

நேர்காணல்

கனடாவில் நடந்த பெண்கள் சந்திப்பில் கலந்துவிட்டு வந்திருக்கிறீர்கள். பெண்கள் சந்திப்பு அனுபவங்கள் எப்படியிருந்தன?

மாலதி மைத்ரி: ஐரோப்பிய பெண்கள் சந்திப்புப் பற்றி நான் நிறையக் கேள்விப்பட்டிருக்கிறேன். பெண்கள் சந்திப்பு மலர்கள், சந்திப்புகள் தொடர்பாக வெளியாகும் கட்டுரைகள் என பெண்கள் சந்திப்பு பற்றிய விஷயங்களைத் தொடர்ந்து கவனித்து வருகிறேன். இந்தப் பெண்கள் கூடிக்கூடிப் பேசிக் கலைகிறார்களே எந்த விதமான ஆக்கபூர்வமான, திருப்திகரமான செயல்பாடுகள் எதுவும் இல்லையே என்று பெண்கள் சந்திப்பு மீதான ஒரு தொடர் குற்றச்சாட்டு பொதுப்பரப்பில் இருந்த வண்ணமே இருக்கிறது! இதற்குப் பல காரணங்கள் உள்ளன என நான் எண்ணுகிறேன்.

தமிழ்நாட்டிலோ அல்லது இலங்கையிலோ இவ்வாறாகப் பெண்கள் சந்திப்பு நடப்பதற்கான சாத்தியங்கள் இல்லை. ஐரோப்பாவுக்கு வந்த பின்பு பெண்ணியவாதிகளுடனான பெண்ணிய இலக்கியங்களுடனான பரிச்சயம் ஏற்பட்டு இவற்றின் மூலமாக ஒரு கோட்பாடு அறிமுகமாகும் போது நாங்களும் ஏதாவது செய்ய வேண்டும் எனும் நோக்கில் ஆர்வத்தில் இப்பெண்கள் சந்திப்பை ஏற்படுத்தியுள்ளார்கள். சாத்தியமில்லாத ஒரு விஷயத்தை இவர்கள் இத்தனை தூரம் சாத்தியமாக்கியதே ஒரு பெரிய விஷயம் என நான் எண்ணுகிறேன்.

தொடர்ந்து 15 வருடங்களாக பெண்கள் சந்திப்பு தொடர்ச்சியாக இயங்கி வருவதே மகிழ்ச்சி தரும் செய்திதான். பெண்கள் சந்திப்பின் மூலம் பல நல்ல முயற்சிகள் வெற்றியடைந்துள்ளன. சிலரின் ஆளுமைகளை வெளிக்கொண்டு வருவதற்கும் பல படைப்பாளிகளை அடையாளம் காண்பதற்கும் இச்சந்திப்புகள் உதவியாக இருந்திருக்கின்றன. மற்றும் ஆங்காங்கே சிதறுண்டு

கிடக்கும் பல பெண்கள் ஒன்று சேர்ந்து பல விதமான கருத்துக்களைப் பரிமாறிக்கொள்ளும் சூழல்கூடப் புத்துணர்ச்சியை உற்சாகத்தைத் தரும் விஷயமாகவே நான் கருதுகிறேன்.

இருப்பினும் பெண்கள் சந்திப்பை அடுத்த கட்டத்துக்கு நகர்த்துவதற்கு வலுவான அரசியல் பின்புலமுடைய பெண்கள் இன்னமும் வரவில்லை. அதனால் ஒரு தேக்கம் இருக்கத்தான் செய்கிறது. செயற்பாடுகளை எத்திசையில் கொண்டு செல்வது எனத் தெரியாத ஒரு தடுமாற்றத்தையும் அவதானிக்க முடிந்தது.

இம்முறை கனடா சந்திப்பில் நாம் சில முடிவுகளை எடுத்துள்ளோம். தொடர்ந்து கூடிக்கூடிப் பேசி கலைந்து செல்வதோ சில பெண்ணிய படைப்பாளிகளின் நூலை அறிமுகமோ விமர்சனமோ செய்வதோ அல்லது பெண்கள் சந்திப்பு மலர்களை கொண்டு வருவதோடு மட்டும் நிற்காமல் எவ்வாறாகப் பெண்கள் சந்திப்பை அடுத்த கட்டத்துக்கு நகர்த்துவது, உலகளாவிய அளவில் பெண்கள் சந்திப்பு என்கிற வலைப்பின்னலை உருவாக்குவது என விவாதித்தோம். இந்த வலைப்பின்னல் மூலம் அந்தந்தப் பகுதிப் பெண்களின் பிரச்சனைப்பாடுகளைப் பகிர்ந்துகொண்டு வேலைத்திட்டங்களை நகர்த்துவது, அந்தப் பிரச்சனைகளுக்கு நாங்கள் எவ்விதத்தில் எதிர்ப்பை கண்டனங்களை தெரிவிக்க முடியுமோ அவற்றைப் பதிவு செய்வது என முடிவெடுத்துள்ளோம். நாம் திட்டமிட்டுள்ள செயற்பாடுகள் எப்படி அமையும் என்பதை எதிர் காலத்தில்தான் சொல்ல முடியும். சந்திப்புக்கு வந்திருந்த பெரும்பாலானோர். இந்த அடுத்த கட்ட நகர்வுக்குத் தங்கள் முழுமையான ஆதரவைத் தெரிவித்துச் சென்றிருக்கிறார்கள். என்னைப் பொறுத்தவரையில் கனடாவில் நடைபெற்ற பெண்கள் சந்திப்பு பெண்கள் சந்திப்பு வரலாற்றில் ஒரு அடுத்த கட்ட நகர்வு எனத்தான் எண்ணுகிறேன்.

அடையாள அரசியல் குறித்த சிந்தனைகள் தீவிரமாக எழுந்திருக்கும் காலமிது. தலித் பெண்கள் சிறுபான்மையின முஸ்லிம் பெண்கள் விளிம்புநிலைப் பெண்கள் போன்றோரையும் வெள்ளாள பார்ப்பன சாதிப் பின்புலத்தையும் மேட்டுக்குடிப் பின்புலத்தையும் கொண்ட பெண்களையும் பெண்ணிய அரசியல் எனும் ஒற்றை அடையாளத்துள் அமுக்கிவிடுவதில் ஆபத்துள்ளது. இந்தப் பிரச்சனையைப் பெண்கள் சந்திப்பாளர்கள் கவனத்தில் எடுத்திருப்பதாகக் கருதுகிறீர்களா?

128 மாலதி மைத்ரி

மாலதி மைத்ரி: ஆரம்பத்திலிருந்தே பெண்கள் சந்திப்பில் தலித் பெண்களையும் இணைத்தே செயல்பட்டு வந்துள்ளனர். எழுத்தாளர்கள் பாமா, சிவகாமி வழக்கறிஞர் ரஜினி புதிய மாதவி போன்றவர்களை பெண்கள் சந்திப்புகளுக்கு அழைத்துப் பேச வைத்திருக்கிறார்கள். பன்முகத் தன்மையோடு செயற்பட வேண்டும் என்கிற அக்கறையும் கவனமும் ஆரம்பக் காலம் முதல் இருந்தே வந்துள்ளதை நான் ஒரு முக்கியமான விஷயமாகவே பார்க்கிறேன். பொதுவான ஒற்றை அடையாள அரசியல் தன்மையோடு இவர்கள் பெண்கள் சந்திப்பை நடத்தவில்லை. பன்முகத் தன்மையோடுதான் நடத்தி வருகிறார்கள்.

மிகவும் கவனமாக தெரிவு செய்து, ஒற்றை அரசியல் அடையாள மற்ற பொறுப்புணர்வுடன் செயற்படக் கூடியவர்களே பெண்கள் சந்திப்பு வெளிநாடுகளில் இருந்து அழைக்கிறார்கள். ஒவ்வொரு வரும் தனித்தனிக் குழு சார்ந்த அரசியல் பார்வை இருப்பினும் பெண்ணியம் என்கிற அடையாளத்தில் ஒடுக்கப்பட்ட சாதியைச் சேர்ந்த சிந்தனையாளர்கள் சிறுபான்மைச் சமூகங்களைச் சேர்ந்த தோழர்கள் ஆகியோரை முன்னிறுத்தியே பெண்கள் சந்திப்பை நடத்திவருகிறார்கள்.

கனடா பெண்கள் சந்திப்பு வெறும் புலி எதிர்ப்புப் சந்திப்பாகவே நடந்து முடிந்திருக்கிறது எனச் சந்திப்பில் கலந்துகொண்ட தமிழ்நதி தனது வலைப்பூவில் விமர்சித்திருக்கிறாரே?

மாலதி மைத்ரி: சந்திப்பில் பதினைந்துக்கும் மேற்பட்ட கட்டுரைகள் வாசிக்கப்பட்டன. தமிழ்நதி குறிப்பிடும் நிர்மலாவின் கட்டுரை மட்டும் முழுக்க முழுக்க தமிழ்த் தேசியக் கட்டமைப்பில் பெண்களின் நிலை பற்றியிருந்தது. அவரின் கட்டுரையில் அரச பயங்கரவாதம் எந்த அளவுக்குப் பேசப்பட வேண்டுமோ அந்த அளவுக்கு புலிகளின் பயங்கரவாதமும் பாஸிச அரசியலும் பேசப்பட வேண்டும் என்ற கருத்தை நிர்மலா முன்வைத்தார். அவரின் உரையை ஒட்டித்தான் தமிழ்நதி குறிப்பிடும் “புலி எதிர்ப்பு” விமர்சனங்கள் அரங்கில் எழுந்தன. அத்தோடு அது முடிந்தது. புதிய பேச்சாளர்கள் பல தளங்களில் பெண்களின் வாழ்வியல், அரசியல், சமூகவியல், அவர்கள் சமூகத்தில் சந்திக்கும் ஒடுக்குமுறைகள், இலக்கியம், மொழி, இனம் சார்ந்த ஒடுக்கு முறைகள் பற்றிப் பேசினார்கள். ஆகவே இதை ஒட்டு மொத்தமாக “புலி எதிர்ப்பு” சந்திப்பு எனக் குறுக்கிவிடுவது நேர்மையான விமர்சனமாகாது.

பெண்கள் சந்திப்பை தமிழ் தேசியவாதிகள் மட்டுமல்ல தமிழ் தேசியச் சார்பற்றவர்கள் பல்வேறு மாற்று அரசியல் கருத்துக்களைக் கொண்டவர்கள் என அனைவரும் பங்குபெறும் கருத்துச் சுதந்திரம் பேணும் பெண்ணிய நிகழ்வாகவே நான் கருதுகிறேன். ஒரே ஒரு கட்டுரையை மட்டும் எடுத்துக்கொண்டு "புலி எதிர்ப்பு" என்று கூறிவிட முடியாது என நான் கருதுகிறேன். புகலிடப் பெண்களின் எழுத்துகளுக்கும் தமிழக பெண்களின் எழுத்துகளுக்குமிடையில் எவ்வகையான ஒற்றுமை வேற்றுமைகளைக் காண்கிறீர்கள் ?

மாலதி மைத்ரி: புகலிடப் பெண்களின் படைப்புகளுக்கும் தமிழகப் பெண்களின் படைப்புகளுக்குமிடையில் வேற்றுமைகள் பல உள்ளன. புகலிடப் பெண்கள் மட்டுமல்ல குறிப்பாக இருபது வருடங்களுக்கு முன் வந்த செல்வி, சிவரமணியின் கவிதைகளை எடுத்துக் கொண்டால் காத்திரமான பெண்ணிய நிலைப்பாடு, அரசியல் நிலைப்பாடு கொண்ட எழுத்துக்களைப் பார்க்க கூடியதாக உள்ளது.

அன்றைய காலகட்டத்தில் எவருமே தமிழிலக்கியத்தில் அரசியல் நிலைப்பாட்டுடன் கவிதைகளை எழுதுவதில்லை, பெண்ணிய நிலைப்பாடு கூட அல்லாத பொது நிலைப்பாடு சார்ந்த கவிதைகளே அப்போது பெரும்பாலும் எழுதப்பட்டு வந்தன. தொண்ணூறுகளின் பின்னர்தான் கவிதையின் முகம் குறிப்பான மாற்றத்தை அடைந்தது. அக்காலத்தைப் பெண்ணியம் பேசும் கவிதைகளின் ஆரம்பகாலம் எனலாம். பெண்ணியம், பெண்ணுடல், பெண்மொழி என்னும் அரசியல் அடையாளங் களுடனான கவிதைகள் படைக்கப்பட்டன.

புகலிடப் பெண் எழுத்தாளர்களையும் தமிழ்நாட்டுப் பெண் எழுத்தாளர்களையும் ஒப்பிட்டு மதிப்பிட்டீர்களேயானால் வித்தியாசங்கள் நிறையவேயுள்ளன, களங்கள் முற்றிலும் மாறு பட்டவையாகவே உள்ளன. புகலிடப் பெண்கள் இன, தேசிய ஒடுக்குமுறைகளைச் சந்தித்தவர்கள். பல்வேறு வகையிலும் ஒடுக்குமுறைகளைச் சந்தித்துப் புகலிடம் வரும்போது இங்கே வேறுவிதமானவொரு அரசுசார் ஒடுக்குமுறைகளை எதிர் நோக்குகின்றனர். இவ்வாறான சூழ்நிலைகளில் அவர்களுடைய படைப்புகள் வெளிவரும் போது அரசியல் நிலைப்பாடு உடையவை யாக வேறு களத்திலே சர்வதேச பார்வையுடையவையாகவே

அவர்களுடைய இலக்கியங்கள் பயணிக்கின்றன. தமிழ்நாட்டில் இத்தகைய பார்வை மிகவும் குறைவு. எழுத்துகளை சூழல்தான் தீர்மானிக்கிறது. சொந்த நிலத்திலோ அந்நிய நிலத்திலோ இப்பெண்கள் சரியான முறையில் ஒரு தடத்தைப் பிடித்து இலக்கியங்களைப் படைக்கிறார்கள். குறிப்பாகச் சொல்லப் போனால் ஆழியாள், தமிழ்நதி, அனார், பஹிமா, ரேவதி போன்ற பல பேர்கள் சிறப்பான முறையில் எழுதிவருகிறார்கள். பெண்களுக்கான பத்திரிகை எனப் பார்க்கும்போது சுவிஸ் ரஞ்சியின் பங்களிப்பு மிகவும் முக்கியமானது. தொகுப்புகளாக வராத போதும்கூட இப்பொழுது எழுதிக் கொண்டிருக்கும் பல பேர் குறிப்பாக பிரதீபாவின் படைப்புகள் காத்திரமான அரசியல் நிலைப்பாடுடையது. சர்வதேச பெண்ணிய நிலைப்பாடு அதன் அரசியல் சூழலை உள்வாங்கி எழுதும் எழுத்துகளாக உள்ளன.

பெண்களின் எழுத்துகள் தொடர்ந்து இலக்கியச் சூழலில் புறக்கணிக்கப்படுகின்றன. இந்த இலக்கியப்பரப்பில் தொடர்ந்து இயங்குவது சிரமமானது எனக் கூறிச் சில பெண் எழுத்தாளர்கள் சோர்வடைந்து கிட்டத்தட்ட எழுதுவதையே நிறுத்திவிட்டார்கள். இதை எப்படிப் பார்க்கிறீர்கள்?

மாலதி மைத்ரி: என்னைப் பொறுத்தவரை இதுதான் சூழல் என்ற புரிதலோடுதான் இலக்கியத்துக்குள் வந்துள்ளேன். சூழல் அப்படித்தான் இருக்கும், சூழல் நம்மை தூக்கி நிலைநிறுத்தும் என்று நாம் ஒருபோதும் எதிர்பார்க்கக் கூடாது. மதிப்புரையோ, விமர்சனமோ, அதை ஊடகங்களின் வழி முன்னிறுத்துவதிலோ பல உள் அரசியல் காரணிகள் உள்ளன. ஏனென்றால் ஊடகங்கள் அனைத்தும் ஆண்களின் கையிலேயே உள்ளன. பெண்களின் படைப்புகளை முன்னிறுத்துவதை அவர்கள் பெரிதும் விரும்புவதில்லை. ஒரு சில பெண்கள் அரசியல் பின்புலம் உள்ள பெண்கள் மட்டுமே ஊடகங்களால் அடையாளம் காட்டப்படுகிறார்கள்.

என்னுடைய புத்தகங்களுக்கு இதுவரையில் விமர்சனக் கூட்டங்கள் நடத்தியதும் இல்லை மதிப்புரை எழுதித் தருமாறு யாரையும் கேட்டதுமில்லை. நம்மை நாம் நிலைநிறுத்திக் கொள்ள வேண்டுமாயின் எழுதுவதைத் தவிர மற்றவையெல்லாவற்றையும் புறக்கணித்துவிட்டுத் தொடர்ந்து எழுதிக்கொண்டே இருக்க வேண்டும். விமர்சனக்கூட்டம் மதிப்புரை ஊடக முன்னிறுத்தல் என்று நம்மை நாம் பலிக்கடா ஆக்குவோமாயின் நமது

அடையாளம் தான் அழிந்து போகும். இது தற்கொலைக்குச் சமமானது. அதனாலேயே இப்படியான செயலற்ற புலம்பல்களில் எனக்கு உடன்பாடு கிடையாது.

பெரியாரின் காலத்து மதிப்பீடுகளை வைத்து இன்றைய பார்ப்பனர்களை மதிப்பிடக் கூடாது இன்று பார்ப்பனர்கள் மாறி யிருக்கிறார்கள். இதைப் பார்ப்பனிய எதிர்ப்பாளர்கள் புரிந்து கொள்ள வேண்டும் என்று சில பார்ப்பனிய எழுத்தாளர்கள் சொல்கிறார்களே?

மாலதி மைத்ரி: பெரியாருக்கு பின்னான காலம் என்று சொல்வதிலும் பார்க்க உலக மயமாக்கலின் பின்னர் அதிகாரத்தில் பார்ப்பனர் அல்லாதவர்களின் கைகள் ஓங்கியிருக்கின்றன எனச் சொல்வது இன்னும் பொருத்தமாயிருக்கும். ஊடகம் பார்ப்பானியர்களின் ஆதிக்கத்திலிருந்த காலம் போய் காட்சி ஊடகங்கள் அச்சு ஊடகங்கள் போன்றவை பார்ப்பனர்கள் அல்லாத சக்திகளின் கைகளில் வந்த பிறகு இந்த மாற்றங்களைப் பார்ப்பனர்களும் கிரகித்துக் கொள்கிறார்கள். சகல ஊடகங்களி லிருந்தும் பார்ப்பனிய ஆதிக்கம் போய் அதிகாரம் வெவ்வேறு கைகளில் இருக்கும் நிலையில் இங்கு தங்களையும் தக்க வைத்துக் கொள்வதற்காக தங்களை மையமாக வைத்துக் கொள்வதற்காகத் தங்களைச் சாதிப் பாசமில்லாதவர்களாக வெளிப்படுத்த வேண்டிய தேவை அவர்களுக்கு இருக்கிறது. அவர்களுக்கு முற்போக்கு முகமும் தேவையாக இருக்கும் பட்சத்தில் அணிசேராமை, கருத்துச் சுதந்திரம் போன்றவற்றைத் தாமும் பேசி ஒற்றை அரசியல் குற்றச்சாட்டை தவிர்ப்பதற்காக ஒப்புக்கு அதில் ஒடுக்கப் பட்ட சமூகங்களைச் சேர்ந்த ஓரிருவருக்கு இடமும் கொடுத்து கூட வைத்துக் கொள்வார்கள். இப்படியான ஒரு நிலைப்பாட்டிலேயே அவர்கள் செயற்பாடுகள் இப்போது இருந்துவருகின்றன. அவர்கள் மேல் ஏற்படுத்தப்பட்டுள்ள நெருக்கடியே இந்நிலைக்கு, இம் மாற்றங்களுக்கு அவர்களை முன் தள்ளியுள்ளது. மற்றபடி இது முற்று முழுதான மனமாற்றமோ சாதியற்ற இலக்கியச் செயல்மாற்றமோ கிடையாது.

மிகவும் முக்கியமான பெண்விடுதலை எழுத்தாளர்களாக முன்னிறுத்தப்பட்ட சல்மா தமிழச்சி தங்கபாண்டியன் போன்றவர்கள் தி.மு.கவில் சங்கமித்திருக்கிறார்கள். இவர்களின் மைய நீரோட்ட அரசியல் நுழைவைச் சக படைப்பாளியாக எவ்வாறு மதிப்பிடுகிறீர்கள்.

அறிவுஜீவிகள் அரசியலில் நுழைந்து அரசியலை ஜனநாயகப் படுத்த முடியுமென்றால் அது ஒரு நல்ல விஷயமே. ஆனால் இங்குள்ள அரசியலில் இது எந்த விதத்திலும் சாத்தியமற்ற விஷயம்.

சல்மா, தமிழச்சி போன்றோரின் அரசியல் பிரவேசத்தை ஒரு அடையாளச் சிக்கல் சார்ந்த பிரச்சனையாகத்தான் நான் பார்க்கிறேன். இந்த அரசியல் பிரவேசங்களால் அரசியலில் பெரிய மாற்றங்களை ஏற்படுத்தி விடலாம், புரட்டிப் போட்டு விடலாம் என்பது தவறான கணிப்பாகும். அவர்களால் ஒன்றும் மாற்றிவிட முடியாது. அரசியல் நுழைவால் தங்களுக்கு அரசியல் அதிகார லாபங்கள் கிடைக்கும் என்ற ஆசையில் போனார்களா என்று எனக்குத் தெரியவில்லை. இவர்கள் பெண்ணியம் பற்றி சுதந்திரம் பற்றி உரக்க முழங்குவதால் மட்டுமே இவர்களால் இவ் அரசியலில் இம்மியளவு மாற்றத்தையும் ஏற்படுத்தி விட முடியாது. இவர்களால் அங்கிருந்தபடி பெண்கள் மீதான ஒடுக்குமுறைகளுக்கு எதிராக குரல் கொடுத்துத் தங்கள் கட்சியை நிர்ப்பந்தித்து விட முடியாது. கட்சி என்ன முடிவெடுக்கிறதோ அதற்கு இவர்கள் கட்டுப்பட்டவர்கள். பொதுவாகச் சொல்லப் போனால் கட்சிக்குள் பெண் என்ற அடையாளத்தோடு நுழையும் போதே அக்கட்சியின் ட்ரஸ் கோடை நீங்கள் ஏற்றுக்கொண்டே ஆக வேண்டும். இந்தத் தொடக்கப் புள்ளியிலேயே நமது தனித்துவம் சுதந்திரம் கட்சிக்குள் அடிபட்டுப் போகிறது. பின்பு எப்படி நமது கருத்துச் சுதந்திரம் பற்றியும் கொள்கைச் சுதந்திரம் பற்றியும் கட்சிக்குள் பேச முடியும்? பெண் என்ற பார்வையே கட்சிக்குள் வேறு விதமாக உள்ளது. ஒரு சராசரி ஆண் பொதுப்புத்தியில் என்ன மதிப்பீடு பெண்களுக்கு உள்ளதோ அதே மதிப்பீடுதான் கட்சிக்குள்ளும் உள்ளது. கட்சி ஒரு முடிவை எடுத்து பொது மனித சமூகப் பரப்பில் மாற்றங்களை ஏற்படுத்த முடியும். ஆனால் இது ஒரு பெண் சார் விஷயமென்பதால் கட்சி இவ்விஷயங்களைப் பற்றிச் சிந்திப்பது கூட இல்லை. ஆகவே பெண்கள் தங்களது தனித்துவம் பெண்ணுரிமை பேச்சுரிமை கருத்துரிமை யாவற்றையும் பலி கொடுத்துத்தான் கட்சிக்குள் இயங்க முடியும்.

குடும்பம் என்பது வன்முறை நிறுவனம் என்றார் கார்ல் மார்க்ஸ். பெண்கள் கர்ப்பப் பையைத் தைத்துவிட வேண்டும் பிள்ளைகள் பெறுவதை விட்டுத் தொலைக்க வேண்டும் என்றெல்லாம் சொன்னார் பெரியார். நீங்கள் என்ன சொல்கிறீர்கள்?

மாலதி மைத்ரி: இன்றைக்கு குடும்ப அமைப்பு சிதைந்திருக்கிறதா என்றால் இல்லை என்றே சொல்லத் தோன்றுகிறது. கலப்புத் திருமணங்கள் ஜாதி அமைப்புகளில் மாற்றங்களை ஏற்படுத்தும் ஆகையால் கலப்புத் திருமணங்களை சுயமரியாதைத் திருமணமாக ஆதரிக்க வேண்டுமென்றார் பெரியார். ஆனால் ஒரு சதவீதம் கூட சமூகத்தில் மாற்றம் ஏற்படவில்லை.

குடும்பம் தனது அதிகாரத்தை புதுப்பித்த வண்ணமே இருக்கிறது. பெண் ஒடுக்குமுறை நவீன குடும்ப அமைப்புக்குள்ளும் வெவ்வேறு வழிகளில் தனது கால் தடயங்களைப் பதித்துவிட்டது.

ஆகவே இந்த குடும்ப அரசியலைத் தகர்ப்பது என்பது பெரியார் சொன்ன முறைகளில் ஒருபோதும் சாத்தியமில்லை. வேறு விதமான ஒரு வாழ்க்கை முறையினால் மட்டுமே சாத்தியமானது. இங்கு பெண்கள் உள் நுழைந்து பெண்ணியம் பேசும்போது சமூகம் சீரழிந்து போகிறது என்னும் ஒரு பெரிய குற்றச்சாட்டை முன்வைக்கிறார்கள். இன்று வரை உலகில் ஏற்பட்ட நடந்து கொண்டிருக்கிற அழிவுகளுக்கு எல்லாம் காரணம் ஆண்கள். இவர்களின் போர்வெறி அதிகாரவெறி ஆக்கிரமிப்புக் கொள்கை இயற்கை வளங்களைக் கொள்ளை அடித்தல் போன்ற பேராசைகளால் நடந்த வன்முறையின் வரலாறே மனித சமூகத்தின் வரலாயிருக்கிறது.

இதனாலேயே உலகம் பலமுறை அழிந்து அழிந்து புதுப்பிக்கப் பட்டுள்ளது. பெண்களின் வாழ்க்கை முறையினால்தான் உலகம் அழிந்து போகும் சீரழிந்து போகும் என்ற போலியான குற்றச்சாட்டை உருவாக்கி காலம் காலமாக சமூகம் பெண்ணை அச்சுறுத்திக் கொண்டே அடக்குமுறைகளுக்கு உள்ளாக்கிக் கொண்டே இருக்கிறது. பெரியார் சொன்னது போல கர்ப்பப் பையை தைத்துக் கொண்டால், குழந்தை பெறாமல் இருந்தால் பெண் சுதந்திரமாக இருக்க முடியும் என்னும் கூற்றுக்கு இன்றைய காலகட்டத்தில் சாத்தியங்கள் நிறையவே உள்ளன. அப்படி யிருந்தும் பெண் ஒடுக்குமுறைகள் தொடர்ந்த வண்ணமே உள்ளன.

ஏனென்றால் இந்த உலகில், நிர்மாணிக்கப்பட்ட நகரம், கிராமம், துறைகள், நிர்வாகம், அலுவலகம் எதுவாக இருப்பினும் எந்தவொரு நிர்மாணத்திலும் பெண்களுக்கான இடமே கிடையாது. இங்கு பாரிஸ் வீதிகளில் ஒரு பொதுக்

கழிப்பிடத்தைத் தேடி பல மணி நேரம் அலைய வேண்டியுள்ளது. ஒரு நகரத்தை வடிவமைப்பதில் கூடப் பெண்ணைப் பற்றி இவர்கள் சிந்திப்பதே இல்லை. பெண் மூத்திரம் பெய்யாமல் வாழ்க்கை நடத்திட முடியுமா? இந்தச் சமூகத்தில் தனியாக இருக்கிற பெண் எங்கே தூங்குவாள்? தனியாக எங்காவது தங்கிட முடியுமா? ஆகவே கர்ப்பப்பையை தைப்பதோ, குழந்தை பெறாமல் இருப்பதோ கூட ஒரு பிரச்சனை கிடையாது. இங்கு பெண்ணுடலைத் தான் முக்கியமான விஷயமாகக் கருதுகிறேன். யோனிதான் மையமாக உள்ளது. யோனி சார் அடக்குமுறைதான் இங்கு அதிகமாக மேற்கொள்ளப்படுகிறது.

உலகம் முழுவதும் இன்று தேசிய விடுதலைப் போராட்டங்களிலும் சரி அரச இராணுவங்களிலும் சரி யுத்தப் பிரபுக்களின் படையணிகளிலும் சரி பெண்களும் குழந்தைகளும் உள்வாங்கப் படுகிறார்கள். பெண்கள் ஆயுதம் ஏந்தி அரசியல் வெளிகளுக்கு வருவதால் ஆணாதிக்க சமூக அமைப்பில் ஒரு உடைப்பு ஏற்படுத்தப்படுகிறது என்றும் சொல்லப்படுகிறது. இது குறித்து?

மாலதி மைத்ரி: ஒரு சமூகமே விடுதலைக்கான போராட்டத்தில் கலந்து கொள்ளும் போது ஆண்களும் பெண்களும் போராட்டத்தில் சரிசமமாகக் கலந்து கொள்வதென்பது சரியான விஷயமாகவே எனக்குப்படுகிறது. ஆனால் குழந்தைகளைப் போராட்டத்தில் ஈடுபடுத்துவதென்பது ஒரு சமூகத்தின் சுய அழிவுக்கே இட்டுச் செல்லும். இது ஒரு போதும் விடுதலையை நோக்கி இட்டுச் செல்லாது. இளைய தலைமுறையைப் பலி கொடுத்துவிட்டு விடுதலைப் போராட்டத்தை யாருக்காக நடத்துகிறீர்கள்? எதற்காக இத்தனை குழந்தைகளின் மரணங்கள்? நாங்கள் போராடி இளைய தலைமுறைக்கு விடுதலையைப் பெற்றுத் தருவது நமது கொள்கை, ஆனால் குழந்தைகளைப் பலியிட்டு நாம் வாழ வேண்டும் என்பதில் வேறு ஏதோ நோக்கம் இருக்கிறது. விடுதலைப் போராட்டம் இப்படியொரு பாதையை எடுக்குமாயின், இவ்விடுதலைப் போராட்டம் வெற்றி பெற்றாலும் அது ஒரு ஜனநாயக அரசை அமைக்க வாய்ப்பே கிடையாது. அது சர்வாதிகார அரசாகவே மாறும்.

ஆனால் பெண்கள் யுத்தத்தில் பங்கேற்கும் போது அவர்கள் பல்வேறுவிதமான பிரச்சினைகளை எதிர் நோக்குகிறார்கள். விடுதலைப் போராட்டம் பெண்ணிய விடுதலையையும் சார்ந்த போராட்டமில்லாமல், தனியே மண் சார் விடுதலையாக,

அதிகாரக் கைப்பற்றலாக மாறும் போது போராட்டம் முடிவுக்கு வரும் பட்சத்தில் பெண்களின் நிலை பெரிய சிக்கல்களுக்கு உள்ளாகும் வாய்ப்புகளே அதிகமாக உள்ளது. அதாவது பெண்கள் தங்கள் மதிப்பீடுகளை முற்றிலுமாக இழக்கிறார்கள். அவர்களுக்குப் பொதுச் சமூகத்தில் சராசரியான உறவுகள் அமைவதில் சிக்கல்கள் எழுகின்றன. இத்தருணத்தில் அவள் தனித்து விடப்படுகிறாள். வீரம், தியாகம் என்று பெண்களை யுத்தத்தில் ஈடுபடுத்தி, யுத்தம் முடிவுக்கு வரும் காலங்களில் அவர்களை அநாதைகளாக, பெற்றோர்களால் கூட ஏற்கப்படாமல் நடுத்தெருவில் விடுவது என்ற நிலையை மாற்ற வேண்டும்.

விடுதலைப் போராட்டத்தை நடத்துகின்ற அரசோ, அமைப்போ பொதுமக்களின் மனோபாவத்தை முதலில் விடுதலை அரசியல் மயப்படுத்த வேண்டும். யுத்தத்துக்கு முன் பின் வாழ்க்கை முறைகளை புரிய வைக்க வேண்டும். பெண்களை, சக போராளிகளின் மனநிலையை, ஆண், பெண் உறவு சார் முறைகளையும் அரசியல் மயப்படுத்த வேண்டும்.

ஆகவே பெண்களுக்கான அடிப்படைப் பிரச்சனைகளை மாற்றாமல் போராட்டம் என்றவுடன் அவர்களைப் பிடித்துச் சென்று கைகளில் துப்பாக்கியைக் கொடுத்து சுடச் சொல்லி போராட்டம் முடிவுக்கு வரும் போது துப்பாக்கியைப் பிடுங்கிப் பெண்களை தெருவில் தூக்கி எறிவது. வெறுமனை பெண்ணை ஒரு கருவியாக உபயோகப்படுத்துவதேயாகும். இதில் கொஞ்சம் கூட எனக்கு உடன்பாடில்லை.

சில விடுதலைப் போராட்டங்களை பெண்களே முன்னின்று நடத்தினாலும், உதாரணமாக பாலஸ்தீனப் போராட்டத்தில், அங்கு அவர்கள் தனியே வாழ்வுரிமைப் பிரச்சினையை முன் வைத்தே போராடுகிறார்கள், மத ஒடுக்குமுறைக்கு எதிரான பெண்கள் நிலைப்பாட்டை அவர்கள் தொடவேயில்லை. ஆகையால் இந்தப் போராட்டம் முடிவுக்கு வரும் போதும் வேறு விதமானதொரு ஒடுக்குமுறையே பெண்களுக்கு கையளிக்கப்படும்.

இன்றைய ஆபத்தான இந்துத்துவ சூழ்நிலையை பெண்ணிய அரசியலாளர்கள் எவ்வாறு அணுக வேண்டும் எனக் கருதுகிறீர்கள்?

மாலதி மைத்ரி: இந்து மத, பார்ப்பனிய எதிர்ப்பு என்பது பெண்ணிய விடுதலையின் முதன்மையான விஷயமாகவே

கருதப்பட வேண்டும். பன்முகத் தன்மையற்று ஒற்றைப் பரிமாணத் தன்மையில் பொதுவாகப் பேசுவோமாயின் பெண் விடுதலை ஒரு போதும் சாத்தியமற்றது. ஜாதி ஒழிப்பை பெண் விடுதலையாளர்கள் தங்கள் கைகளில் நிச்சயமாக எடுக்க வேண்டும். வேறு எத்தனை விதமான ஒடுக்குமுறைகள் நம்மீது பிரயோகிக்கப்படுகிறதோ அத்தனைக்கும் எதிராகப் போராடும் போதுதான் பெண்ணியம் சாத்தியமாகும். எவற்றோடும் சமரசம் செய்யும் பட்சத்தில் பெண்ணியம் சாத்தியமற்றுப் போய்விடும்.

பெண்ணியம் என்பது வேறு, பெண் நிலைப்பாடு என்பது வேறு அதாவது பெண்ணியம் என்பது அரசியல் மையப்படுத்தப்பட்ட ஒரு பெண் பொதுநிலை. பெண் நிலைப்பாடு என்பது அரசியல் நீக்கப்பட்ட ஒரு தன்நிலை. இங்கு பல பெண்கள் பெண் நிலைப்பாட்டில் இருந்தே எழுதி வருகிறார்கள். நாம் நகர வேண்டியது பெண்ணிய அரசியலை நோக்கியே!

சத்தியக் கடதாசி - 2008
பிரான்ஸ்

ஒரு வனத்தின் நடனம்
சங்கீத நாடக அகாடமி விருது பெற்ற இந்திரா ராஜனுடன் ஒரு நேர்காணல்

புதுவை மிஷன் வீதியில் ஷெவாலியே ரகுநாத் மானேவால் ஆரம்பிக்கப்பட்ட தாளசுருதி நாட்டியப் பள்ளியில் மாணவிகளுக்குப் பரதம் பயிற்றுவித்து வரும் இந்திரா ராஜனை அணங்குக்காக சந்தித்து உரையாடிய போது நான் அவரையே பிரமித்துப்போய் பார்த்துக் கொண்டிருந்தேன். அவரின் குரலும் முகமும் உடலும் தொடர்ந்து என்னுடன் பேசிக்கொண்டிருக்க நான் எதைத் தொடர்ந்து சென்று பதிவு செய்வது என்று தெரியாமல் தயங்கி நின்றுவிட்டேன். அச்சிறிய உடலோ பேராற்றலையும் திறமையும் சேமித்து வைத்துள்ள நடமாடும் வனமாயிருந்தது. வார்த்தையால் தீண்டியவுடன் தென்றலும் புயலும் சூறாவளியும் அவ்வறையில் வீசத் தொடங்கின. கடந்த 60 ஆண்டுகளாக கட்டிய சலங்கையின் ஜதியுடன் இன்றும் மேடையில் ஆடிவருகிறார். இளம் வயதிலேயே நட்டுவாங்கம் செய்த முதல் பெண் கலைஞராகவும் இருக்கிறார்.

புதுடில்லி சங்கீத நாடக அகாடமியில் முதன்முதலில் நடனக் கலைஞர்களுக்கு நட்டுவாங்கம் பயிற்சியளிக்க நியமிக்கப்பட்ட பெருமை பெற்றவர். அரசு இசைக் கல்லூரியில் சில ஆண்டுகள் பேராசிரியராக பணியாற்றியுள்ளார். தமிழ்நாட்டிலுள்ள 17 இசைக் கல்லூரிகளில் தேர்வுக்குழு உறுப்பினராக பல ஆண்டுகள் இருந்துள்ளார். தஞ்சை தென்னக கலைப் பண்பாட்டு நிறுவனத்தில் குருசிஷ்ய பாரம்பரிய பாடத்திட்டத்தில் இருவருடம் கற்பித்துள்ளார். நாட்டிய கலா ரத்தினம் விருதை முன்னாள் முதல்வர் எம்.ஜி.ஆரிடமிருந்தும் நாட்டிய கலா பூஷன் விருதை துணை குடியரசுத் தலைவர் பி.டி.ஜாட்டியிடமிருந்தும் 1976ல் பெற்றுள்ளார். தண்டாயுதபாணி நாட்டிய கலாலயம் 1986ல் நாட்டிய போதக அரசி விருது அளித்துள்ளது. தமிழக கலைமாமணி விருதை 1991ல் முதல்வர் கருணாநிதி அளித்து

மாலதி மைத்ரி

சிறப்பித்துள்ளார். 1997ல் சங்கீத நாடக அகாடமி விருந்தளித்து கௌரவித்துள்ளது. இந்திய அளவில் பல விருதுகள் பெற்று உலகமெல்லாம் சென்று பல நிகழ்ச்சிகள் நிகழ்த்தி இருந்தாலும் தனது வாழ்க்கை சீரானதாக 68 வயதிலும் அமையவில்லை என வருத்தத்துடன் தெரிவித்தார். இக்கலை ஞானம் எனக்கு ஒரு வரமாக இருந்து என் வாழ்க்கைக்கு பேரரத்தத்தை கொடுத்துள்ளது என நெகிழ்ந்தார்.

உங்கள் கலைப் பாரம்பரியத்தைப் பற்றிச் சொல்லுங்கள்?

இந்திரா ராஜன்: என் பாட்டி சுந்தராம்பாள் காரைக்காலில் புகழ்பெற்ற பரத நாட்டியக் கலைஞர். அவர் அப்போது கோயில்களிலும் திருமண விழாக்களிலும் ஆடி புகழ் அடைந்தவர். என் பாட்டியோட சித்தப்பா ராமசாமிப் பிள்ளையும் அக்காலத்தில் பேர்பெற்ற நட்டுவனார். அம்மா சுந்தர காமாட்சி மிகச்சிறந்த பாடகி. அவர் கோயில்களிலும் திருமண விழாக்களிலுமே பாடி வந்தவர். என் தாய்மாமன் பால சுப்ரமணியன் மிருதங்க வித்வான். என் சித்தப்பா தண்டாயுத பாணி பிள்ளை உலகப் புகழ் பெற்ற நட்டுவனார். இவர் ஆடற் கலைன்னு அப்போதே புத்தகம் எழுதினார். இந்தப் புத்தகத்தை இப்போது ஆங்கிலத்தில் வெளியிடப் போகிறார்கள். அவருடைய பிறந்த நாளான வரும் ஜூலை 14ந் தேதி இந்த விழா நடக்க இருக்கிறது. என் அத்தை சரசாவும் உலகப் புகழ்பெற்ற கலைஞர் தான். இப்படி எனக்கு தெரிந்து ஒரு ஐந்து தலைமுறையாக நாங்கள் கலைஞர்களாகவே வாழ்ந்து வருகிறோம். இசையும் நடனத்தையும் தவிர வேறெதுவும் எங்கள் குடும்பத்துக்குத் தெரியாது.

சிறுவயதிலேயே இத்துறைக்கு வந்துவிட்டீர்கள். நடனத்தின் மீது அந்த வயதில் ஆர்வமும் ஈர்ப்பும் மதிப்பும் இருந்ததா?

இந்திரா ராஜன்: சின்ன வயசிலேயே எனக்கு நடனத்தின் மீது ஒரு வெறித்தனமான ஆர்வம் இருந்தது. 5 வயசிலேயே வீட்டில் நடனம் பழக ஆரம்பிச்சேன். ஆறு வயசில் என்னைக் குத்தாலம் 'கலைக்கொண்டல்' கணேச பிள்ளையிடம் பாடம் கத்துக விட்டுட்டாங்க. அவர் வீட்டிலத் தங்கி கத்துக்கிட்டேன். குருகுல வாசம்தான். சின்னத் தபபுப்பண்ணாலும் அடிப்பாரு. ஒன்பது வயதில் தியாகராய பாகவதர் தலைமையில் என் அரங்கேற்றம் நடந்தது. பதிமூணு வயசிலிருந்து தனியா நிகழ்ச்சி நடத்த ஆரம்பிச்சாச்சு. இதன் கூடவே பனிரெண்டு வயசிலேயே

நட்டுவாங்கம் செய்யத் தொடங்கினேன். நட்டுவாங்கத்தில் குருன்னு எனக்கு யாருமில்லை. நானே அப்படியே பழகிக்கிட்டேன். வைஜயந்திமாலா பாலி, யாமினி கிருஷ்ணமூர்த்தி, மீனாட்சி சித்தரஞ்சன், அலர்மேல் வள்ளி, ரகுநாத் மானே இவர்களுக்குப் பல ஆண்டுகள் நட்டுவனாராக இருந்து உலகமெல்லாம் போயிருகேன். இவர்கள் வேறு வேறு குருவிடமிருந்து கற்று வந்தவர்கள் என்றாலும் என்னிடமிருந்தும் சில வர்ணங்களைக் கற்றுக்கொண்டனர். இவர்களின் நிகழ்ச்சிக்கு சில வர்ணங்களுக்கு நடனம் அமைத்தும் கொடுத்துள்ளேன். இப்போதும் நான் ஆடிக்கிட்டும் மாணவர்களுக்கு கத்துக் கொடுத்துக்கிட்டும் நட்டுவனாராக நிகழ்ச்சிகளுக்குப் போய் கிட்டுயிருக்கேன்.

நீங்கள் உங்கள் நடன நிகழ்ச்சிக்காக பல வெளிநாடுகளுக்குப் போயிருக்கீங்க. உங்கள் முதல் வெளிநாட்டுப் பயணம் எப்போது, நினைவிருக்கிறதா?

இந்திரா ராஜன்: 1958ல் எனது 18வது வயதில் எனது முதல் வெளிநாட்டு நடன நிகழ்ச்சிக்காக இலங்கைக்குப் போனேன். அதற்கடுத்து மலேசியா, சிங்கப்பூர், தென் ஆப்ரிக்கா, பிரான்ஸ், ஜெர்மனி, லண்டன், ரோம், அமெரிக்கான்னு ஏறக்குறைய பல நாடுகளுக்கு நடன நிகழ்ச்சிக்காகவும் நட்டுவனாராகவும் போயிருக்கிறேன். டிசம்பரில் 11வது முறையாக பாரிஸுக்குப் போய் ஆடிவிட்டு ரகுநாத்துக்கு நட்டுவாங்கமும் செய்துவிட்டு வந்தேன். இதை எல்லாவற்றையும் எனக்கு ஒரு அனுபவமாகத்தான் எடுத்துக்கொண்டேன். அதுபோல இந்தியாவின் பல பகுதிகளில் கலாச்சார நிகழ்ச்சிக்காகச் சென்று ஆடியிருக்கிறேன்.

நிறைய தமிழிசைப் பாடல்களுக்கு ஆடியிருக்கிங்க. இந்த ஆர்வம் எப்படி உருவானது?

இந்திரா ராஜன்: அண்ணாமலை மன்றத்தில் ஓதுவார் தண்ட பாணி சுவாமிகள் தேவாரம் இசைக்க முதன் முதலில் ஆடினேன். இது எனக்குத் தமிழிசை மீது அதிக ஆர்வத்தை ஏற்படுத்தியது. கோகுல கிருஷ்ணன், சண்முக சுந்தரம் போன்றவர்களெல்லாம் அன்று கண்ணீர் உதிர உணர்ச்சி பொங்க பாராட்டினார்கள். அரங்கமே உணர்ச்சி வசப்பட்டுப் போயிருந்தது. அதன் பிறகு திருப்புகழ், திருவாசகம், திவ்யபிரபந்தப் பாடல்களுக்கு ஆடி யிருக்கிறேன். முருகனைக் குறித்து ஒரு நாட்டிய கோவையையும் உருவாக்கி ஆடியிருக்கிறேன். இந்நிகழ்ச்சிகள் நாட்டிய உலகிலும் நடன ரசிகர்கள் மத்தியிலும் பெரும் பேரை வாங்கித் தந்தவை.

பால சரஸ்வதி மற்றும் பிற கலைஞர்களும் உங்கள் ரசிகர்களாமே?

இந்திரா ராஜன்: நல்லி ஜெயலஷ்மிக்கு அண்ணாமலை மன்றத்தில் நட்டுவாங்கம் செய்து முடித்தவுடன், பால சரஸ்வதியம்மா நல்லாயிருக்குன்னு விரல்பிடித்துக்கொண்டு கையை உயர்த்திக்கிட்டு அரங்கிலிருந்து எங்கிட்ட வந்தாங்க. “ரொம்ப நல்லாயிருக்குது உன் நட்டுவாங்கத்தையே பார்த்துக் கொண்டிருந்தேன். ஆட்டத்த பாக்கவிடாம செஞ்சுட்ட” எனப் பாராட்டியது என் வாழ்நாளில் கிடைத்த பெரும் பாக்கியம். சாதாரணமாக அவங்க யாரையும் பாராட்டிட மாட்டாங்க. அவங்க வாயால ஒரு வார்த்த கேட்க மாட்டோமான்னு எல்லோரும் அப்போ காத்துக்கிடப்பாங்க. அதன் பிறகு பால சரஸ்வதியம்மா மியூசிக் அகடாமியில் நந்தினி ரமணி மற்றும் பிற மாணவிகளுக்கு வகுப்பு எடுக்கும்போது சொல்லுவாங்களாம் “இந்திரான்னு ஒருத்தி நட்டுவாங்கம் பண்றா, மொதல்ல அதப் போய் பார்த்துவிட்டு வாங்கன்னு” அடிக்கடி உங்களைப்பற்றி குறிப்பிடுவாங்கன்னு நந்தினி ரமணி என்னிடம் பலமுறை சொல்லியிருக்கிறார். அதே நிகழ்ச்சியில் வீணை பாலசந்தர் என்னிடம் வந்து ‘அட அட என்ன மாதிரி செஞ்சுட்ட, ஐஞ்சு ஜதியில் இன்னும் ஒண்ணு இருக்கனுமே, ஒன்ன ஏன் விட்டுட்ட’ன்னார். சுதுஸ்ரம், திஸ்ரம், மிஸ்ரம், கண்டம், சங்கீர்னம் இந்த ஐஞ்சு ஜதி கொண்ட ஆனந்த பைரவி வர்ணத்தை நடத்திக் கொண்டிருந்ததைப் பார்த்துக் குதுகலப்பட்டு மெய்சிலிர்த்துப் போனதாக வந்து பாராட்டினார். பஞ்ச நட ஜதி முடிக்க நேரமானதால் ஒரு ஜதியைக் குறைச்சுட்டேன் என்றேன். சங்கீர்தனம் இப்ப போடவான்னு கேட்டேன். ‘வேணாம் வேணாம் இந்த நாலு ஜதியிலே உன் திறமையை பார்த்துட்டேன்’னார்.

திருவிழிமிழலை நாதசுர வித்வான் சுப்ரமணிய பிள்ளை சில மாதம் கழித்து அண்ணாமலை மன்றத்தில் சுஜாதா ராஜனுக்கு நட்டுவர்த்தனம் செய்யும் போது அதே சங்கீர்த்தன வர்ணம் பார்த்துட்டு என்னைப் பாராட்டி விட்டுப் போனார். சில நாள் கழித்து குமாரி கமலா நிகழ்ச்சியில் என்னைப் பார்த்தவுடன் ‘வாம்மா வா உன் ஜதி இன்னும் என் காதுல ஒலிச்சிக் கிட்டுயிருக்கு. உன்னபப்பத்தித்தான் இந்த மூணு நாளா எந்த கச்சேரி போனாலும் பேசிகிட்டு இருகேன்’னார். இதுவும் என் வாழ்வின் பேராக நினைக்கிறேன். தென் ஆப்பிரிக்காவிலிருந்து

வந்து கற்றுக்கொண்ட என் மாணவி சாவித்திரியின் அரங்கேற்றம் வாணிமகாலில் நடந்தது. சிறப்பு விருந்தினராக ஜெமினி கணேசன் வந்திருந்தார். அவர் பேசும்போது "அர்ஜுனன் கிளியை அம்பெய்தும்போது எப்படி கவனம் சிதறாமல் இருந்தானோ அதுமாதிரி உங்க கவனம் முழுவதும் நடனத்தின் மீதே இருந்தது. அர்ஜுனன் மாதிரியே குறி தவறாமல் நட்டுவாங்கம் செய்றீங்க"ன்னுப் பாராட்டினார்.

மிருதங்க வித்வான் குருவாயூர் துரையின் மகள் உஷாவுக்கு சொல்லிக் கொடுத்தேன். அவள் அரங்கேற்றத்துக்கு ஒரு வருஷமா செம்மங்குடியை தலைமைக்கு அழைத்துக் கொண்டேயிருந்தார் துரை. அவர் கடைசியா 'ஒரு வருஷமா தொந்தரவு செய்றயே யார்டா வாத்தியாருன்னு' கேட்டுயிருக்கிறார். இவர் 'வாத்தியார் இல்லண்ணா, டீச்சர்ன்னு' சொல்லியிருக்கார். 'பொம்புள நட்டுவாங்கம்னா, நா வரம்மாட்டன்டா, யாரு உன்ன பொம்பளக் கிட்ட விடச் சொன்னான்னு' கேட்டுருக்கார். 'இல்லன்னா நீங்க வந்து குழந்தையை மட்டும் ஆசிர்வாதம் பண்ணிட்டு வாங்க, வேற ஒன்னும் பேச வேண்டாம்'ன்னிருக்கார். அன்று அரங்கத்துல்ல எம்.எஸ், பட்டம்மா, உமையாள்புரம், மிருதங்க மூர்த்தி, செம்மங்குடின்னு எல்லா மேதைகளும் இருந்தாங்க. என் ஜதியைப் பார்த்துட்டு வர்ணம் முடிஞ்சதும் செம்மங்குடி பேசினார். துரை கேட்ட கதையெல்லாம் சொல்லிட்டு, 'பொம்பள நட்டுவாங்கம் பண்ணி எனக்குப் பிடிக்காது. அது நட்டு வாங்கமாவா இருக்கும்னு நான் கேட்டேன். ஆனா நான் இங்க வந்து பாத்தப்பத்தான் தெரியுது, இந்திரா ரெண்டு ஆம்பள பண்ண முடியாதத இவா பண்றான்னார்'. நட்டுவாங்கத்துல பெண்களை ஏத்துக்க முடியாத அந்தக் காலத்துலேயே நான் என் திறமையை நிரூபிச்சேன்.

அதுபோல சுப்புடு அவர்கள் "மரத்தக்கூட உயிர் கொடுத்து ஆட்டி வச்சுடுவா இந்திரான்னும்" பரதநாட்டியத்துக்கு குரு "பெண் சிங்கம் இந்திரா ராஜன் இல்லையா?" என சங்கீத நாடக அகாடமி விருது சர்ச்சையின் போதும் எழுதியுள்ளார். குன்னக்குடி வைத்தியநாதன், சித்ரா விஸ்வேஸ்வரன், பத்மா சுப்ரமணியன், வைஜயந்தி மாலா பாலி, சுதாராணி ரகுபதி போன்றோர் என் நாட்டியத்தை ரசித்துப் பாராட்டத் தவறிய தில்லை. சோம்நாத் சட்டர்ஜி அந்தமானில் என் நிகழ்ச்சியை பார்த்துவிட்டு பாராட்டினார். அதுபோல் பரத நாட்டிய

ரசிகர்களும் விழா ஏற்பாடு செய்யும் நிர்வாகிகளும் அதன் தலைவர்களும் எப்போதும் பாராட்டிக் கொண்டேயிருப்பார்கள்.

இந்திரா ராஜன்: நீங்கள் நடனமாடும்போது எப்படி உணர்வீங்க?

ஆடும்போது ஏதோ ஒரு சக்தி எனக்குள் ஐக்கியமாவதாக நினைப்பேன்.

"சிவகாம சுந்தரி" என்ற கோபாலகிருஷ்ண பாரதி பாடலுக்கு ஆடும்போது நான் சிதம்பர சிவகாம சுந்தரியாகவே மாறிவிடுவேன்.

"வருகலாமோ ஐயா உந்தன் அருகில்

நின்று கொண்டு பாடவும் ஆடவும்

வருகலாமோ"

என்ற நந்தனார் பாடலுக்கு நான் நந்தனராகவோ ஆகி அப்படியே உருகி விடுவேன். எனக்குப் பாடல்கள் ரொம்பப் பிடிக்கும். அதன் சாகித்தியங்களும் என் உயிரை உருக்கிவிடும்.

"செந்தில் மாநகர் வாழும் சிங்கார வேலவரை

என் சிந்தையில் வைத்து சித்தம் கலங்குதடி"

அப்போ நான் நாயகியாகவே மாறி சித்தம் கலங்கி நிற்பேன்.

"பதறி வருகுது உருகுது என்

ஆவி பதைக்குது வகை சொல்லடி

சற்று நில்லடி கல்லோடி அடி

தளுக்கு குலுக்கு மினுக்குக்கென்னடி போடி"

இந்த சிருங்கார ரச பதத்துக்குப் பலமுறை ஆடி உள்ளம் உருகி சிந்தை கலங்கி அப்பாடல் போலவே என்னை மறந்து என் நாமத்தை மறந்து நிற்பது போல் நின்றுவிடுவேன்.

"ஸகியே இந்த ஜாலம் ஏனடி

எந்தன் ஸ்வாமியை வரச் சொல்லடி

இது சமயம்"

சங்கராபரணம் தண்டாயுதபாணியின் இந்த வர்ணத்தில் ஒரே வார்த்தையை பல விதமா கொண்டு வருவார். அதற்கு எத்தனை விதமாக பாவம் பிடிக்க வேண்டும் தெரியுமா? இதுவே ஒரு சவால் மாதிரி இருக்கும். இந்த மாதிரி பாடல்கள் எல்லாம் எனக்கு பிரமிப்பைக் கொடுக்கும். இந்த நடன உலகமே வினோதமானது.

நம் தந்தையரைக் கொல்வது எப்படி

விசித்திரமானது. என் உயிர்மூச்சு எல்லாம் நடனத்தின் மேல் தான். அதனால்தான் இன்றும் ஆடிக்கொண்டிருக்கிறேன். எனக்குத் திருமணம் என்பது ஏதோ விதிப்படி நடந்தது. ஆனால் முழுமையாக திருமண வாழ்வில் என்னை ஐக்கியப்படுத்திக் கொண்டது கிடையாது. நடனம் தான் எனது வாழ்க்கை.

உங்கள் ஆட்டத்துக்கு சவாலான ராகங்கள் அல்லது வர்ணம் ஏதாவது உண்டா?

இந்திரா ராஜன்: எனக்கு எல்லா வர்ணமும் ஒரே மாதிரிதான் இருக்கும். எதைக் கொடுத்தாலும் உடனே கற்றுக் கொள்கிற ஞானம் பகவான் எனக்கு கொடுத்துள்ளார். பிறருக்கும் அதை எளிதா கத்துக்கொடுக்கிற திறமையும் என்கிட்டயிருக்கு. உசேனி ராகத்தில் ரூபக தாளத்தில் ஸ்வர ஜதின்னு ஒன்னுயிருக்கு. இந்த ஸ்வர ஜதியை நினைச்சாலே எல்லாருக்கும் ஒரு பயம் வந்திடும். இந்த வர்ணத்தை யாமினி கிருஷ்ணமூர்த்திக்கு நான் கற்றுக் கொடுத்தேன். டெல்லில 55 நிமிசம் என் அடிக்கு சளைக்காமல் ஆடினார். அன்று அரங்கமே எழுந்து நின்னு அவரை பாராட்டியது. நடனமும் இசையும் பாரம்பரியமா என் இரத்தத்திலும் சுவாசத்திலும் கலந்துயிருக்கு. இந்த ஞானம் எதையும் எளிதாக்கிடுது.

உங்களுடைய பாணி என்ன?

இந்திரா ராஜன்: குத்தாலம் கணேசம் பிள்ளைக்கிட்ட கத்துக் கிட்டாலும், என்னுடைய பாணி காரைக்கால் பாணியின்னு சொல்லிக்குவேன். ஒவ்வொருவருக்கும் ஒரு பாணி இருந்தாலும் 108 அடவுதான் இருக்குது. நானே பல அடவுகளை என் பாணியில் இணைத்துக் கொண்டுள்ளேன். அதை என் மாணவி களுக்கும் சொல்லிக் கொடுத்திருக்கிறேன். பந்தநல்லூர், தஞ்சாவூர், வழுவூர் பாணியிருந்தாலும் நான் என் தலைமுறை சார்ந்து காரைக்கால் பாணியில்தான் ஆடிவருகிறேன்.

என்ன மாதிரி அடவுகளைப் புதிதாக உருவாக்கியிருக்கிங்க?

இந்திரா ராஜன்: தட்டடவு, மெட்டடவு, மீட்டடவு, நாட்டடவு, குந்தளடவு, குதித்தளடவு, பாய்தலளடவு இப்படி பேர் உள்ளது. இதற்கு ஒவ்வொன்றுக்கும் ஒரு சொற்கட்டு உள்ளது. உதாரணமா தா தை தித் தா, தி தை தை தா என்ற சொற்கட்டுக்கு அதனுடைய பழைய அடவை விட்டுட்டு புதுசா செய்வேன். பாரம்பரியமான அடவுகள் ஒரு ஆலமரம்ன்னு எடுத்துக்கிட்டா அந்தப் பெரிய

உருவத்திலிருந்து புதிய கிளைகளை உருவாக்குகிறேன். அதே சொற்கட்டுகளுக்கு அடவுகளை மாற்றி மாற்றி அமைத்துத் தருவேன். இப்படியே ஒரு நடனக்கோவையை உருவாக்கி விடுவேன். இதைக் கத்துக்கிட்டு என் நட்டுவாங்கத்துல நிறைய பேர் ஆடியிருக்காங்க. என் உறக்கத்திலும் கனவிலேயும் நான் ஆடிக்கிட்டேயிருகேன். நடனத்துக்குள்ளேவே நான் வாழ்ந்து வர்றதால புதிய அடவுகளைச் சேர்த்துக் கொண்டேயிருப்பது எனக்கு மிக இயல்பாக வருது.

பாரம்பரியமான இசைவேளாள குடும்பத்திலிருந்து வந்த உங்களை போன்றவர்களால்தான் தமிழின் செவ்வியல் இசையும் நடனமும் பாதுகாக்கப்பட்டு வளர்த்தெடுக்கப்பட்டது. உங்கள் சமூகம் இல்லாமல் போயிருந்தால் தமிழரின் கலாச்சார அடையாளம் என்னவாகியிருந்திருக்கும். உங்கள் தலைமுறையைச் சேர்ந்த கலைஞர்கள் நலிந்த கலைஞர்களாகிவிட்டார்களே ஏன்? ஆனால் கடந்த நூற்றாண்டிலிருந்து இக்கலையை பிற சமூகத்தினர் கற்றுக்கொண்டு உலகளவில் மிகப் பிரபலமடைந்தனர். அவர்கள் சமூக அளவிலும் பொருளாதார அளவிலும் முன்னேறி உயர்ந்திருக்கிறார்கள். உங்கள் சமூகத்தைச் சார்ந்த ஒரு சிலரைத் தவிர யாரும் உலகளவில் பிரபலமடைந்து நிலையான வாழ்வு வசதியுடன் இல்லையே ஏன்?

இந்திரா ராஜன்: உண்மைதான். பால சரஸ்வதி அம்மாவுக்குப் பிறகு சரசா உலகளவில் பேர் பெற்றார். அடுத்த தலைமுறையைச் சார்ந்த நாங்கள் சில விருதுகள் பெற்றிருந்தாலும் திறமையிருந்தும் கவனிக்கப்படுவதில்லை. எங்களை யாரும் நினைவுவைத்துக் கொள்வதில்லை. எங்களுக்கான உரிய இடமும் கிடைப்பதில்லை. தேசிய விருதுகள் வழங்குவதில்கூட சில பாரபட்சங்கள் இருக்கிறது. இசையிலும் அப்படித்தான். எம்.எஸ். அம்மாவுக்கு அடுத்து எங்கள் சமூகத்திலிருந்து உலக அளவில் வெளியே தெரியும்படியாக யாரும் வரமுடியல. எல்லாவற்றுக்கும் ஒரு பின்னணியும் மீடியா அங்கீகாரமும் தேவையிருக்கிறது. அது எங்களுக்குத் தொடர்ந்து கிடைப்பதில்லை. இருந்த வீட்டைக்கூட எனக்குப் பாதுகாத்துக் கொள்ளத் தெரியவில்லை.

உங்க வாதினி நாட்டியாலயா பற்றிச் சொல்லுங்க?

இந்திரா ராஜன்: வாதினி மைலாப்பூர்ல ஆரம்பிச்சு 30 வருடமாகிறது. மொதல்ல சொந்த வீட்டுல நடத்திக்கிட்டு யிருந்தேன். இப்ப வாடக வீட்டுல எல்லா பிரச்சனையையும்

பொறுத்துக்கிட்டு தொடர்ந்து நடத்திக்கிட்டுயிருக்கேன். என் முதல் மாணவி தென் ஆப்பிரிக்காவைச் சேர்ந்த மனோன்மணி அடுத்து சாவித்திரி. என் மாணவிகள் இன்று உலகமெல்லாம் நடனம் சொல்லித்தராங்க. ராஜேஸ்வரி சாய்நாத், நல்லி ஜெயலக்ஷ்மி, மைதிலி குமார், கிருஷ்ணகுமாரி நரேந்திரன், சுபா ரமேஷ், வனிதா, உஷா, சாருலதா ஜெயராமன் இவர்களெல்லாம் என் மாணவிகள். சாருலதா மட்டும் இங்கேயே திருச்சியில் 25 வருஷமா நடனம் சொல்லிக் கொடுக்கறா. ரகுநாத் மானேயின் தாள சுருதியில புதுவைக்கு வந்து வாரம் ரெண்டு வகுப்பு எடுத்துக் கொடுக்கறேன். நிறைய நிகழ்ச்சிக்கு அவருக்கு நட்டுவனாராக தொடர்ந்து சென்றுகொண்டிருக்கிறேன். திருச்சி பெல்லில் மாதம் நாலு வகுப்பு போய் தங்கியிருந்து எடுத்துட்டு வரேன். மாதம் முழுக்க சென்னை, புதுவை, திருச்சின்னு கத்துக்கொடுக்க இந்த வயசிலேயும் அலைஞ்சுக்கிட்டேதான் இருக்கேன்.

அணங்கு

மொழி நிலத்தைத் தேடும் குரல்

மரியா ரெய்மோன்தெஸ்னுடன் ஒரு நேர்காணல்

*சாயலில் வட இந்தியப் பெண்ணைப் போல் தோற்றமளிக்கும் மரியா ரெய்மோன்தெஸ் மெய்லன் 1975ல் லுகோவில் பிறந்தவர். இலக்கியம் மற்றும் உரையாடல்களை மொழிபெயர்க்கும் பணியில் உள்ளார். இவரது தாய்மொழி கலிஷியா. இந்தியாவில் இருக்கும்போது இந்திய உடைகளை அணிவது பிடித்திருப்பதாக கூறுகிறார். இவரது முதல் தொகுதி மோடா கலியா (கலிசியன்ஃ பேஷன்) நுகர்பொருள் கலாச்சாரம், கலிசியப் பண்பாடு, பெண் உடல் மற்றும் பால்நிலை பற்றிய கவிதைகளைக் கொண்டுள்ளது. 2003ஆம் ஆண்டு இவரது காடர்னோ தே பிட்டகோரா (*Ships's log*) என்ற நாவலுக்கு* Mullers Progresistas *விருது வழங்கப்பட்டது. இந்நாவல் போலி விஞ்ஞான கற்பனையை அடிப்படையாகக் கொண்டது. மனித உறவுகள், தனிமை மற்றும் காதல் பற்றிய சிக்கலைப் பேசுகிறது.*

'உஷா' என்ற இவரது நாவல் கலிசியாவிலும் கர்நாடகாவிலும் வாழ நேர்ந்த ஒரு இளம் பெண்ணின் கதையைக் கூறுகிறது. இந்நாவலுக்கு 2005இல் 'பிரைமோ மெர்லின் தே விட்டராட்டுரா இன்ஃபான்டில்' விருதுக்கு பரிந்துரைக்கப்பட்டது. பின்னல் தொழிலில் ஈடுபடும் ஆறு வேறுபட்ட பெண்களைப் பற்றிய கதையைக்கூறும் "ஓ கிளப் தா கல்சிடா" நாவல் 2005ஆம் ஆண்டில் 'Premio Xerais' *விருதுக்குப் பரிந்துரைக்கப்பட்டது. இந்நாவல் இத்தாலி மொழியில் மொழிபெயர்க்கப்பட்டது.*

விரைவில் ஸ்பானிஷிலும் வெளிவர உள்ளது. இக்கதை திரைப்படமாக்கப்பட்டுள்ளது. மரியா செய்தித் தாள்களிலும் எழுதி வருகிறார். விகோ பல்கலைக்கழகத்தின் பெண்ணிய ஆய்வு நிறுவனத்தின் உறுப்பினராகவும் உள்ளார். பெண் கவிஞர்களின் நூல் இந்த மாதம் வெளிவர இருப்பதாகக் குறிப்பிட்டார். ஆகஸ்ட் மாதம் புதுச்சேரி வந்த இவருடைய குழுவுடன் "கடற்காகம்" உணவுவிடுதியில் மூன்று மணிநேரம் உரை யாடினேன். மணிமேகலை மூலம் இவர் நேர்காணலை முடிப்பது என்று திட்டமிடப்பட்டு பிறகு முடியாமல், மின்னஞ்சல் மூலம் ஸ்பெயினிலிருந்து இப்பேட்டியை அனுப்பி வைத்தார்.

உங்களை பற்றி சொல்லுங்க?

மரியா: எனக்கு முப்பத்திரண்டு வயதாகிறது. கலீஷியாவில் உள்ள லூகோவில் நான் பிறந்தேன். எனக்கு ஆறு வயதாக இருக்கும்போதே நான் எழுதத் தொடங்கினேன். அவ்வாறு எழுதுவதென்பது நான் இந்த உலகில் இருப்பதற்கான இயற்கையான வழியாக எனக்கு எப்போதும் மனதில் பட்டது. என் இளம் வயதிலிருந்தே ஆண்கள் மற்றும் பெண்கள் இடையிலான அசமத்துவங்கள் பற்றியும், வடக்கு மற்றும் தெற்கு இடையிலான அசமத்துவங்கள் பற்றியும் தெரிந்திருந்தது.

மேலும், வாழ்க்கையின் மிக இளம் பருவத்திலிருந்தே, அதாவது எனக்குப் பதினெட்டு வயதாய் இருக்கும் போதே, நான் இந்த உலகை மாற்ற வேண்டுமெனத் தீர்மானித்திருந்தேன். ஒரு தன்னார்வத் தொண்டு நிறுவனத்தில் சேர்ந்து, இந்தியாவிற்கு வந்தேன். அதன்பிறகு, 1998இல் நான் ஒரு கலிஷியன் தன்னார்வத் தொண்டு நிறுவனத்தை நிறுவினேன். தற்போது அது இந்தியாவிலும் எத்தியோப்பியாவிலும் நடைபெறும் திட்டப் பணிகளுக்கு ஆதரவாக செயல்படுகிறது. மேலும் வெறும் மேம்போக்காக அன்றி, உண்மையாகவே வறுமையின் சூழ்நிலையில் வாழும் என் நாட்டு மக்களின் வாழ்முறையை மாற்றுவதற்காக, அது முயன்று வருகிறது.

முதல் படைப்பு எப்போது வெளியானது? உங்கள் படைப் பாக்கங்களின் கதைத்தளம் என்ன?

மரியா: எனது முதல் புத்தகம் Moda Galega 2002இல் வெளியானது. அதுவொரு கவிதைத் தொகுதி. இதுவரை இரண்டு நாவல்களும், சிறுவர்களுக்கான ஒரு நாவலும், அவர்களுக்கான 6 சித்திர புத்தகங்களும் மற்றும் பிற ஆசிரியர்களோடு சேர்ந்து சில படைப்புகள் வெளியாகியுள்ளன.

கலிஷியா என்பது ஸ்பானிஷின் வட்டார மொழியா அல்லது மலையாளம் போன்று தனித்த மொழியா?

மரியா: கலிஷியன் மற்றும் ஸ்பானிஷ் மொழிகள், லத்தீன் மொழியிலிருந்தே வளர்ச்சியுற்றன. எப்படி போர்ச்சுகீசு, இத்தாலி, ஃபிரென்ச் மற்றும் பிற ஐரோப்பிய மொழிகள் வளர்ச்சி பெற்றதோ அது போலவே 14ஆம் நூற்றாண்டுவரை கலிஷியனும் போர்ச்சுகீசும் ஒரே மொழியாக இருந்தன. அதன்பிறகு அரசு பிளவுண்டு கலிஷியா, 'கஸ்டில்'லின் பகுதியானது (கஸ்டில் பிற்கால

ஸ்பெயின் நாடு) மற்றும் போர்ச்சுகல் தனிநாடாக ஆனது. கலிஷியன் மொழி நான்கு நூற்றாண்டுகளுக்குத் தடைசெய்யப் பட்டது. அக்காலக்கட்டம் முழுவதற்கும் எந்த ஒரு எழுத்துப் பிரதியும் இல்லை. கிட்டத்தட்ட இந்த மொழி வாய் மொழியாகவே பிழைத்திருந்தது. ஒரு அற்புத மகிமை என்றே சொல்ல வேண்டும்.

1939இல் நடந்த அரசியல் கிளர்ச்சி மற்றும் உள்நாட்டுப் போர் தொடங்கி 1975 வரை வந்த சர்வாதிகார ஆட்சி வரையில் கலிஷியன் மொழி மீண்டும் தடை செய்யப்பட்டு தங்களின் சொந்த மொழியை பேசியதற்காகவும், பேசுவதற்கு உரிமையுள்ளதென உரிமை கொண்டாடியதற்காகவும் பல கலிஷிய ஆண்களும் பெண்களும் கொல்லப்பட்டனர். கலிஷியன் மொழியானது போர்ச்சுகீசிய மொழிக்கு மிகவும் நெருக்கமானது மற்றும் போர்ச்சுகீசிய மொழிக்குத் தாயாகவும் கருதப்படுகிறது.

ஸ்பெயினில் பெண்படைப்பாளிகள் சுதந்திரமாக இயங்க முடிகிறதா? எழுத்தின் மீதான தணிக்கையும் கண்டனத்தையும் எதிர்கொள்ள நேர்கிறதா?

மரியா: கலிஷியாவில் பெண்ணிய எழுத்தாளர்கள் நிறைய பேர் இல்லை. அப்படிப்பட்ட எழுத்தாளர்களாக பாவித்துக்கொண்டு எழுதும் எங்களைப் போன்றவர்களை எங்களின் கருத்துக்காகவும் அறிக்கைகளுக்காகவும் மற்றும் படைப்புக்காகவும் எப்போதும் விமர்சிக்கப்படுகிறோம். எந்தவொரு தெளிவான அரசியல் கடப்பாடு கூட இல்லாமல் எழுதும் பிற பெண் எழுத்தாளர்கள் கூட எப்போதும் வெளிப்படையாகவே விமர்சிக்கப்படுகிறார்கள்.

உங்கள் நாட்டு பெண்ணிய இயக்கம் சமீபத்தில் குறிப்பிடும்படியாக என்ன பிரச்சனைக்காக போராட்டம் நடத்தியது. நீங்கள் பெண்ணிய இயக்கங்களுடன் இணைந்து இயங்குகிறீர்களா?

மரியா: எங்களுக்கு, பெண்ணியம் என்பது தனிநபர் எதிர்ப்புரைகள் அல்ல. மாறாக, அன்றாட விஷயங்களைப் பற்றி வெளிப்படையாக பேசுதலும் அவற்றை மாற்றுதலும் என்ற பொருண்மை கொண்ட ஒன்று. சமீபத்தில் 'வீகோ'வில் பெண்கள் உலகப் பேரணி ஒன்று ஏற்பாடு செய்யப்பட்டது. இது தொடர்பாக கலிஷியா தேசம் முழுவதும் பல நடவடிகைகளை மேற் கொண்டோம். ஒவ்வொரு ஆண்டின் நவம்பர் மாதம் 25ஆம் தேதியைப் பெண்களுக்கு நிகழ்த்தப்படும் வன்முறைக்கு எதிரான

அனைத்துலக நாளாக நினைவு கூர்வதன் பொருட்டு, பெண்கள் மீது நிகழ்த்தப்படும் வன்முறைக்கு எதிரான ஆர்ப்பாட்டப் பேரணி நடத்தப்படுகிறது. மேலும், ஒரு பெண் பாலின வன்முறையால் கொல்லப்படும் போதெல்லாம் பொதுமக்கள் ஆர்பாட்டப் பேரணிகளை நடத்துகின்றனர். துரதிர்ஷ்டவசமாக நாங்கள் இத்தகைய ஆர்பாட்டங்கள் மற்றும் எதிர்ப்பு ஊர்வலங்களை அடிக்கடி நடத்த வேண்டியுள்ளது.

ஐரோப்பிய பெண்ணிய இயக்கங்கள் மூன்றாம் உலகப் பெண்களின் உரிமைக்காகவும், அவர்களின் மீதான சுரண்டலுக் கெதிராகவும் என்ன மாதிரியான செயல் திட்டங்களை வைத்துள்ளன? இல்லை ஐரோப்பிய பெண்ணியவாதிகள் மூன்றாம் உலகப் பெண்களின் பிரச்சனைகள் மீது அறியாமை யுடன் இருப்பதாக நினைக்கிறீர்களா?

மரியா: தற்போது ஐரோப்பிய பெண்ணியவாதிகள், உலகம் முழுவதிலுமுள்ள சூழ்நிலையை அலட்சியப்படுத்த முடியாது. உண்மையாகவே, சில சிக்கல்கள் வெறும் உள்ளூர் மட்டத் திற்கானதாய், அவை கலிஷியா அல்லது ஐரோப்பிய வட்டத்தில் மட்டும் பொருந்தக்கூடியதாய் மற்ற சூழ்நிலைக்கு பொருத்தமற்றும் இருக்கக்கூடும். (உதாரணமாக, எங்களுக்கு ஐரோப்பிய ஒன்றியம் உள்ளது. இங்கே பெண்ணினம் மைய நீரோட்டத்திற்கு வருதல் ஒரு முக்கிய கருத்தாகியிருக்கிறது. சில ஐரோப்பிய நாடுகளில் மக்கள் நல அரசுகள் தரைமட்டமாக்கப்பட்டுள்ளதால், ஐரோப்பாவின் பலபகுதிகளைச் சேர்ந்த பெண்களுக்கு கடுமையான பின்விளைவுகள் ஏற்படும்). ஆனால் ஐரோப்பாவிற்கு மூன்றாம் உலக நாடுகளிலிருந்து பெரும் எண்ணிக்கையிலான பெண்கள் வந்து கொண்டிருக்கிறார்கள்.

அவர்களும் விவாதங்களில் இடம் பெறுகிறார்கள். இது விவாதங்களைச் செழுமைப்படுத்துகிறது. இது போன்ற ஏதோ ஒன்று இந்தியாவில் குறைவதாக எனக்குப்படுகிறது. இங்கே வெறும் இந்தியாவிற்கு உரிய கருத்துக்களே விவாதங்களாகச் சுற்றிவருகின்றன. மற்றும் உலகின் பறி பகுதிகளான லத்தீன் அமெரிக்கா, ஆப்பிரிக்கா அல்லது கரீபியன் போன்ற நாட்டுப் பெண்கள் பிரச்சனைகள் பற்றிய மெல்லிய தொடர்புடன்.

கல்வி, வேலை வாய்ப்பு, அரசதிகாரம் போன்ற துறைகளில் பெண்களுக்கான பிரதிநிதித்துவம் உரிய முறையில் கிடைக்கிறதா?

இன்னும் நீங்கள் போராடிப் பெறும் சூழலில் இருக்கிறீர்களா?

மரியா: கலிஷியாவில் கல்வியைப் பொருத்த மட்டும், பல்கலைக்கழக அளவில்கூட ஆண்களைவிட பெண்கள் எண்ணிக்கை மிகுதியாக இருப்பினும், பெண்கள் இன்னும் அதிகமாகப் போராட வேண்டியுள்ளது. 100 சதவீதம் எழுத்தறிவு பெற்றவர்கள். ஆனால் வேலை வாய்ப்புச் சந்தையைப் பொருத்த வரை, ஆண்களே அதிகாரப் பதவிகளில் உள்ளனர். அரசியல் பங்கெடுப்பை எடுத்துக் கொண்டால் இந்த நிலை இன்னும் மோசம். கடந்த ஆட்சி மாற்றத்தில்தான் கலிஷிய மற்றும் ஸ்பானிஷ் அரசியலில் 50 சதவீத அமைச்சர்களாக பெண்கள் அமர்த்தப்பட்டனர். வரலாற்றில் இதுவே முதல்முறையாகும். இது அதிகாரத்திற்கு வந்த சோஷலிச கட்சியின் அரசியல் முடிவால் நிகழ்ந்தது. அப்படி இல்லையென்றால் அரசியலில் பெண்களின் பங்கெடுப்பும் அதிகாரப் பகிர்வும் மிகவும் குறைவாக இருந்திருக்கும். ஆண்கள் செய்யும் அதே பணிகளுக்குக் கூட பெண்கள் மிகக்குறைந்த ஊதியத்தையே பெறுகிறார்கள். இன்றும் பெண்கள் சமூக ரீதியாக வீட்டுக்கும் குடும்பத்திற்கும் மட்டுமே பொறுப்பானவர்கள் என்று கருதப்படுவதால், அவர்கள் ஆண்களைக் காட்டிலும் இருமடங்கு அல்லது மும்மடங்கு உழைக்க வேண்டியிருக்கிறது.

திருமணம், குழந்தை பெறுதல், கருக்கலைப்பு, சொத்துரிமை ஆகியவற்றுக்கான சமூக வழக்கங்களும் பெண் உரிமைகளுக்கும் இடையில் உள்ள பிரச்சனைகள் என்ன? பெண்கள் தங்கள் உரிமைகளைப் பெற சட்டரீதியான பாதுகாப்புள்ளதா?

மரியா: எங்கள் சமூகத்தில் சட்டத்தின் முன்பாக பெண்களும் ஆண்களும் சமமானவர்கள். பெண்களின் உரிமைகளைச் சீர்குலைப்பதான, வரதட்சணை போன்ற, சமூக பழக்கங்கள் இல்லை. ஆனாலும் கூட ஆணுக்கும் பெண்ணுக்கும் வழங்கப் படும் மரபார்ந்த கல்விமுறை பெண்கள் வீட்டு பொறுப்புக்கே உரியவர்கள் என்றே கருதுகிறது. அவர்களின் நடத்தைகள் கேள்விக்கு உட்படுத்தப்படுகின்றன. இப்போதெல்லாம் பெண்கள் பார்ப்பதற்கு லட்சணமாகவும் கவர்ச்சிகரமாகவும் இருக்க வேண்டும் என எதிர்பார்க்கப்படுகிறது. பிள்ளைகளை வளர்க்கவும், வீட்டுக்கு உள்ளேயும் வெளியேயும் உழைக்கவும் வேண்டுமென்றம் எதிர்பார்க்கப்படுகிறது. குடும்பத்திற்குள் வன்முறை என்பது சதாரணமானதாக இருக்கிறது. சமூகத்தில்

சட்டப் பாதுகாப்பு சிறிதளவு ஆதரவு பெண்களுக்கு கிடைத்தாலும் பழமைவாதிகள் இதுபோன்றவற்றை பொதுவில் விவாதிக்கக் கூடாது என நினைக்கின்றனர். எனவே ஏதேனும் வன்முறையைப் பெண்கள் சந்திப்பார்களானால் அதற்கு அவர்களே பொறுப்பு எனக் கருதுகின்றனர்.

பெண் மீதான வன்முறைக்கெதிரான சட்ட பாதுகாப்பாவது உங்கள் பெண்களுக்கு பூரணமாக கிடைக்கிறதா? வீட்டு வேலைகளில் ஆண்கள் பங்கெடுத்துக் கொள்கிறார்களா?

மரியா: வெறும் 4 கோடி மக்களே உள்ள ஸ்பெயின் நாட்டில், ஆண்டுதோறும் 100க்கும் மேலான பெண்கள் தங்களின் கணவர்கள் அல்லது முன்னாள் கணவர்களால் கொல்லப் படுகிறார்கள். "ஆண்களும் வீட்டுப் பணிகளை பெண்களோடுப் பகிர்ந்து கொள்ள வேண்டும்" என்ற கருத்து கொள்கை யளவிலேயே உள்ளது. நடைமுறையில் பெரும்பாலான ஆண்கள் தங்களுக்கு வாழ்க்கைத் துணை அமைந்தபிறகு வீட்டுவேலை போன்ற அற்ப விஷயங்களை பெண்களே செய்யவேண்டும் என்று நினைக்கிறார்கள். என் சொந்த குடும்பத்தில் என் மாமன் அடுப்படி வேலை எதையும் தொட மாட்டார்.

சாப்பிட்டத் தட்டைக்கூட கழுவ மாட்டார். அவர் ஓய்வு பெற்றுவிட்டார். என் அத்தைக்கு ஒரு கடை உண்டு. தினமும் 1 கிலோ மீட்டர் நடந்து சென்று அவரது பெற்றோருக்கு சமைக்க வேண்டும். அவர்களின் அனைத்து தேவைகளையும் கவனித்துக் கொள்ள வேண்டும். இது மட்டுமல்ல என் மாமனின் வயதான அம்மாவையும் கவனித்துக்கொள்ள வேண்டும் கடையையும் கவனித்துக்கொள்ள வேண்டும்.

போதாக்குறைக்கு வீட்டு வேலைகளை செய்வதல்லாமல் அடிக்கடி விருந்துக்கு வரும் மாமனின் நண்பர்களுக்கும் சேர்த்து சமைக்க வேண்டும். என் அத்தை மட்டுமல்ல, ஏறக்குறைய எல்லா பெண்களுக்கும் இது பொதுவானது.

தனித்து வாழும் பெண்களைக் குறித்த இன்றைய சமூக, அரசியல் கண்ணோட்டம் என்ன? அவர்கள் உண்மையிலேயே தளைகள் அற்று வாழ்வதாக உணருகிறார்களா? குடும்பப் பெண்களை விட தனித்து வாழும் பெண்கள் வித்தியாசப்பட்டவர்களாகவும் தனியாளுமையுடன் இருப்பதாக நிரூபிக்கப்பட்டுள்ளதா?

மரியா: எங்கள் சமூகத்தில் திருமணம் ஒரு கட்டாயம் அல்ல. நிறைய பெண்களும் ஆண்களும் தனித்து வாழ்கின்றனர் அல்லது சேர்ந்து வாழ்கின்றனர். இன்று இது சர்வசாதாரணமான ஒன்று. ஆனால் 30 ஆண்டுகளுக்கு முன்பிருந்த கத்தோலிக்க சமூகத்தில் பெண்ணும் ஆணும் திருமணமின்றி சேர்ந்து வாழ்வது பெரும் பாவமாகக் கருதப்பட்டது. தனிப் பெண்கள் போராடுவதிலிருந்து விடுபடவில்லை. ஆண்கள் தங்களுக்கு சமமானவர்களாகப் பெண்களை ஏற்றுக்கொள்வதில்லை. பல பெண்கள் ஆணின் இந்நிலைப்பாட்டை ஒத்துக் கொள்வதில்லை. இதனால் அவர்களுக்குக் காதல் கிடைக்காமல் போகிறது. மற்றொரு புறத்தில் பல ஆண்கள் பெண்களை ஏதோ முழுமை பெறாத மனித உயிர்களாகவே காண்கின்றனர். இப்போதெல்லாம் பெண்கள் கணவன் இல்லாமலே பெற்று வளர்க்கும் உரிமைகள் உள்ளன. (இது ஒரு நகர்புற நடுத்தர வகுப்புப் பெண்களின் வாய்ப்பு மட்டுமே) ஆனால் சமுதாயமோ பெண்கள் பிள்ளை பெற்றுத்தர வேண்டுமென ஒரு அழுத்தத்தை உண்டாக்குகிறது. அப்படி நடந்துகொள்ள மறுப்பவர்களை அசாதரணமான பெண்களாக கருதுகிறது.

உலகெங்கிலும் பெண் எழுத்துக்கான வாசக தளமும் சந்தையும் எப்படி உள்ளது? பதிப்பகம் மற்றும் ஏஜென்டுகள் பெண் படைப்புகளை வெளியிட ஆர்வம் காட்டுகிறார்களா?

மரியா: உலகளவில் பல பதிப்பகத்தார்கள் பெண்களின் எழுத்து களுக்கு ஒரு சந்தை வாய்ப்பு இருப்பதாக நினைக்கிறார்கள். மேலும் சில சந்தர்ப்பங்களில் நமது படைப்புகள் வியாபாரப் பண்டங்களாகிவிடுகின்றன. கலிஷிய இலக்கியத்தைப் பொருத்த மட்டில் பெண் எழுத்தாளர்களால் செய்யப்பட வேண்டிய வேலை நிறைய உள்ளது. பெண்களால் எழுதப்பட்ட புத்தகங்கள் மிகக்குறைவு.

லத்தீன் அமெரிக்க இலக்கியம் உலகெங்கிலும் அதிக தாக்கத்தை ஏற்படுத்தியுள்ளது. ஸ்பெயினில் இதை எப்படிப் பார்க்கிறீர்கள். வேறொரு கண்டத்தின் இலக்கியமாக வாசிக்கப்படுகிறதா?

மரியா: நான் ஸ்பானிஷ் மொழியில் எழுதுவதில்லை. எனவே, எனக்கு அந்த மொழியுடன் அதன் இலக்கியத்துடன் தொடர்பில்லை. இன்னும் கூட ஸ்பானிஷ் மொழியானது எங்கள் மேல் திணிக்கப்படுவதால், இது எனக்கானதோர் அரசியல் நிலைப்பாடாகவும் உள்ளது.

நம் தந்தையரைக் கொல்வது எப்படி

இன்று மேஜிகல் ரியாலிசம் என்ற உத்தி பெரிய வகைமையாக உருவெடுத்துள்ளது. இம்மாற்றம் ஸ்பெயினில் நடந்ததா? போர்ஹேவும், மார்வெஸூம் தமிழ் இலக்கியக் கடவுளர்களாக மாறிவிட்டனர்.

மரியா: உண்மையாகவே மாய எதார்த்தவாத கதை சொல்லும் முறையை கலிஷிய எழுத்தாளரான 'ஆல்வரோ கன்கய்ரோ' (Alvaro Cunqueiro) போர்ஹே, மார்வெஸ் போன்றோர்க்கு முன்பே உருவாக்கியவர். மேலும், அவரின் எழுத்துக்கள் ஸ்பானிஷ் மொழியில் மொழிபெயர்க்கப்பட்டன. எனவே, மேற்கூறிய இரண்டு பேரும் அவர்களின் பெருமைமிக்க கருத்துக்களை ஸ்பானிஷ் மொழியில் வந்த மொழிபெயர்ப்புகளை கற்றபின் பெற்றிருப்பார்கள் என நாங்கள் நிச்சயமாக நம்புகிறோம்.

தமிழ் நாட்டுக்கு முதலில் வந்தது எப்போது? இங்கு உங்கள் பணி மற்றும் செயல்பாடுகள் என்ன?

மரியா: கிட்டத்தட்ட பத்து ஆண்டுகளுக்கும் முன்பு. அதற்கும் முன்பாக நான் கர்நாடகாவில் கொஞ்சம் காலத்திற்கு பணியாற்றிக்கொண்டிருந்தேன். நான் நினைவு கூறக்கூடிய அளவிற்கு எதுவும் தனித்த சிறப்புடைய செய்திகள் இல்லை. நான் தமிழ்நாட்டைப் பற்றி நிறைய அறிந்துகொண்டது காலப் போக்கிலேதான்.

தமிழ் பெண் எழுத்துக்கள் மீது உங்கள் ஆர்வம் எப்படி உருவானது. உங்களுக்கு தமிழும் தெரியாது. மேலும் பெண்களின் எழுத்துகள் ஆங்கிலத்தில் கிடைப்பதில்லை. மணிமேகலை உங்களுக்கு உதவினார்களா?

மரியா: ஆங்கில மொழியில் எழுதப்படும் இந்திய எழுத்தாளர் களின் படைப்புகள் எனக்கு மிகவும் பரிச்சியமானவை. பிற இந்திய மொழிகளில் எழுதப்பட்டு, ஆங்கிலத்தில் மொழியாக்கம் செய்யப்பட்ட படைப்புகளையும் விரும்பிப் படிப்பேன். அதிர்ஷ்டவசமாக 'கதா' போன்ற நல்ல பதிப்பகங்கள் இது போன்று மொழியாக்கப் பணிகளை செய்து வருகின்றனர். கவிதையில் ஆர்வம் இருந்ததால் எனக்குத் தமிழில் உள்ள பெண்கவிஞர்களைப் பற்றிய நல்ல அறிமுகம் கிடைத்தது. நான் இணையதளத்தில் ஒருமுறை அலசும்போது சி.எஸ்.லஷ்மியின் கட்டுரையைக் கண்டேன். அதன் வழி குட்டிரேவதி, சல்மா,

சுகிர்தராணி, மாலதி மைத்ரி மற்றும் பிற பெண் கவிஞர்களைப் பற்றி அறிந்துகொள்ள முடிந்தது. திருச்சியில் உள்ள எனது குடும்ப நண்பர்களான டாக்டர் மணிமேகலை மற்றும் அம்பலவாணன் அவர்களிடம் இக்கவிஞர்களைத் தொடர்பு கொண்டு உதவுமாறு கேட்டுக் கொண்டேன்.

எத்தனை பெண் கவிஞர்களின் கவிதைகளை கலிஷியனில் மொழியாக்கம் செய்தீங்க? அந்த அனுபவத்தை சொல்லுங்கள்?

மரியா: நான் நிறுவியுள்ள தொண்டு நிறுவனத்தின் வழியாக, மிகவும் ஆர்வமுடன் நாங்கள் செய்யும் பணி, இன்று மேற்கு உலகத்தில் தனது சொந்த நலனுக்காக உருவாக்கப்பட்டு உலவ விடும், வளரும் நாடுகளைப் பற்றிய பொய்களை (மக்கள் வறுமையில் இருந்தாலும், ஆனந்தமாக இருக்கிறார்கள், வளரும் நாடுகளில் உள்ள பெண்கள் இணக்கமான பலிகடாக்கள். அவர்களுக்குப் பாதுகாப்பு தேவை.) அடித்து தரை மட்டமாக்குவதே எங்கள் செயல்பாடாகும். எங்களின் கலிஷிய கலாச்சாரத்திற்கு மிக நெருக்கமான, அனைத்து கலாச்சாரங்களின் நல்ல அம்சங்களைக் கொண்டு வர நாங்கள் முயற்சிக்கிறோம். மேலும் பெண்கள் மேல்தான் எங்கள் கவனம் குவிக்கப்படுகிறது. எங்களின் புத்தகமான வணக்கம் / பென்விதாஸ் (Benvidas)இன் கருத்தானது, கலிஷிய மற்றும் தமிழ் பெண்கவிஞர்களின் படைப்புகளைச் சேகரிப்பதாகும்.

ஆண்டாளின் ஒரு பாடலை நாங்கள் கலிஷியனில் மொழியாக்கம் செய்தோம். அதேபோல், முன்பு குறிப்பிட்ட தமிழ் பெண் கவிஞர்களின் கவிதைகளையும் மொழியாக்கம் செய்துள்ளோம். அந்நூல் விரைவில் வெளிவரவுள்ளது. இந்த மொழியாக்க அனுபவமானது என்னை மிகவும் செழுமைப்படுத்தியது ஏனெனில் அவர்களின் அதிசயிக்கத்தக்க கவிதைகளைப் படித்தது என்னை நெகிழ வைத்தது எழுச்சியுற வைத்தது. நான் நிச்சயமாக நம்புகிறேன் அவை கலிஷியாவில் உள்ள பிறருக்கும் நெகிழ்ச்சியையும் எழுச்சியையும் தரும் என்று.

இந்த நூலில் பங்குகொண்ட சில கலிஷிய பெண் கவிஞர்களும் தங்களது பாராட்டுகளைத் தெரிவித்துள்ளனர். தமிழ்க் கவிதைகளின் வழியாகப் பிறநாட்டு பெண் கவிஞர்களின் வெளிகளை, இதுவரை கேள்விப்பட்டிராத வெளிகளை நம்

நாட்டுப் பெண்கள் பகிர்ந்து கொள்வதை நான் ஒரு பெருமை யாகக் கருதுகிறேன். எனது கலாச்சாரத்திற்கு உலகத்தின் பிற பகுதிகளில் வாழும் பெண்களின் குரல்களுக்கான வெளிகள் திறப்பதனால், எனது மக்கள் மேலும் சிறப்படைவர். வறுமையின் வேர்களைக் களைந்து எறிவதற்கும் அது துணைபுரியும் என நான் மெய்யாகவே நம்புகிறேன்.

நாம் சமதையானவர்கள் என்ற எண்ணத்தோடு செயல்படவும், நாம் சமதையானவர்கள் என்ற அக்கறையோடு ஒருவருக்கு ஒருவர் பிரச்சனைகளைச் செவிமடுக்கவும் வேண்டும். இதுவரை நான் சந்தித்த தமிழ் பெண்கவிஞர்களை நான் மிகவும் பாராட்டுகிறேன். குறிப்பாக அவர்களின் துணிச்சலுக்காக. நான் நீண்ட காலமாக இங்கு வசித்து வருவதால், கிட்டத்தட்ட ஏற்கனவே பாதி தமிழச்சியாகிவிட்டேன். அதனாலேயே இந்த மாபெரும் சாதனைகளை இந்தப் பெண்கள் நிகழ்த்தியுள்ளதை நான் புரிந்துகொள்கிறேன். முறையாக பாராட்டவும் செய்கிறேன். எதிர்கால மனிதகுலத்தைப் பற்றிய நல்ல நம்பிக்கையை இவர்கள் எனக்கு அளிக்கின்றனர்.

ஐரோப்பிய பெண்ணின் வாழ்நிலைக்கும் தமிழ்ப் பெண்ணின் வாழ்நிலைக்கும் இடையில் என்ன விதமான வித்தியாசங்களும் பாரபட்சங்களும் இருப்பதாக அவதானிக்க முடிந்தது?

மரியா: சில விஷயங்களில் மட்டும் வேறுபாடுகள் காணப்படு கின்றன. ஆணாதிக்கச் சமுதாயத்தின் வெளிப்பாடுகள், வெவ்வேறு சமூகத்திலும் வெவ்வேறு வகையில் வெளிப்படுவதாகும். நான் மிகவும் எரிச்சல் அடைவது இங்கு தமிழ்நாட்டில் உள்ளவர்களின் பொத்தாம் பொதுவான, மேலைநாட்டுப் பெண்கள் வாழ்க்கை முறைகளைப் பற்றிய மன அவசங்களைக் கேட்கும் போதுதான். ஏதோ மேலைநாட்டுப் பெண்கள் மிகவும் சொகுசான வாழ்க்கை வாழ்வது போலவும், இங்கு மட்டும் இல்லை என்பது போலவும் கொண்டுள்ள மனக் கருத்துகள் எனக்கு எரிச்சல் ஊட்டுகின்றன. உரிமைகளை நாங்கள் மேற்கில் பெற்றிருந்தாலும் அது உடைகளை உடுத்திக் கொள்வதற்கான உரிமையாக இருந்தாலும்கூட இவற்றை போராடியே பெற்றிருக்கிறோம்.

மேற்குலகில் பெண்கள் 'பேண்ட்' அணிந்ததற்காக அடித்தார்கள், கொல்லப்பட்டார்கள் என்பதை நாம் எப்போதும் மறந்துவிடக் கூடாது. மேற்கில், பெண்கள் தங்களின் வாழ்க்கை விதிவசப்பட்ட

ஒன்று என்பதை ஒப்புக்கொள்ளாமல் அதனை எதிர்த்துப் போராடினர். பலர் தங்கள் உயிரைத் தியாகம் செய்தனர். பொது சமூகத்தில் ஏளனத்தை எதிர் கொண்டனர். ஆனால் இன்று நாங்கள் அவர்களால்தான் மிகவும் கூடுதலான சுதந்திரத்தை அனுபவித்து வருகிறோம். நாம் கடந்த காலத்தில் நமக்கு முன்பாக பெண்களின் உரிமைகளுக்காய் போராடிய பெண்களின் வாழ்கையிலிருந்து பாடம் பெறவேண்டும். அவர்களிடத்திலிருந்து துணிச்சல் பெறவேண்டும். பெண்களுக்கு எதிரான வன்முறை மற்றும் தாக்குதல்களுக்கு எதிரான உறுதிகொண்ட ஒற்றுமைக்கான தொடர்புக் கண்ணிகளை உருவாக்க வேண்டும். ஒருவருக் கொருவர் ஆதரவாய் இருப்பதனால் மட்டுமே, நாம் சூழ்நிலையை மாற்ற முடியும்.

இருக்கும் நிலையை எதிர்ப்பதன் மூலம்தான் குடும்பம், நண்பர்கள், சமூகம் ஆகியவற்றிற்கு எதிராக நடக்க வேண்டி யிருப்பினும் நம்மால் தற்போதைய உலகை மாற்ற முடியும். தமிழ்ப் பெண்கள் பெரும்பான்மையோர் தங்களது வாழ்க்கையை விதிப்படி ஆகட்டும் என்று ஒத்துக்கொள்வதை, நான் பல சந்தர்ப்பங்களில் பார்த்து வருகிறேன். நமது வாழ்க்கையின் விதியை நாம் தான் உருவாக்குகிறோம். தியாகங்களாலும் கண்ணீராலும். ஆனால் அதே சமயத்தில் நம்மைப் போன்று சிந்திப்பவர்களின் ஆதரவோடும் அது உருவாக்கப்படுகிறது. எதிர்கால தலைமுறைப் பெண்கள் இன்னும் உயர்வடையவர் என்ற நம்பிக்கையோடு சிந்திப்பவர்களால் தான் பெண்களின் வாழ்க்கையை மாற்றி அமைக்க முடியும்.

சமீபத்தில் தஸ்லீமா நஸ்ரின் ஹைதராபாத்தில் மத அடிப்படைவாதிகளால் தாக்கப்பட்டார். உங்கள் நாட்டில் நீங்கள் கிருஸ்துவ மதத்தை விமர்சித்து படைப்புகளை வெளியிட முடியுமா? படைப்புச் சுதந்திரம் மறுக்கப்படுவது குறித்து உங்கள் கருத்தென்ன?

மரியா: எங்கள் சமுதாயத்தில் நாங்கள் கிருத்துவ மதத்தைப் பற்றி எதிராகக்கூட எழுத முடியும். இதற்கு அர்த்தம் கிருத்தவ மத நிறுவனம் இவற்றை விரும்பும் என்பதல்ல. ஆனால், நாங்கள் மதத்தின் கிடுக்கிப்பிடியில் இருந்து எங்களை விலக்கிக் கொண்டுள்ளதால், மதத்தினரிடமிருந்து எந்த ஒரு வல்லழுத்தமும் எங்களுக்கு இல்லை.

உலகமயமாதல், அதிநவீன நுகர்வுக் கலாச்சாரம் போன்றவைகளால் மேலும் மேலும் மூன்றாம் உலக மனிதர்கள் சுரண்டப்படுவதற்கு எதிராக ஐரோப்பிய அறிவுஜீவிகள் என்ன செய்கிறார்கள்?

மரியா: ஐரோப்பாவில் எங்கு பார்த்தாலும் வெகுமக்கள் நுகர்வுக் கலாச்சாரம் நிலவுகிறது. ஆனால் அதற்கு மாற்றான எதிர்ப்பு இயக்கங்களும் முக்கியமானவை. WTO விற்கு எதிரான ஆர்பாட்டங்களோ அல்லது உலகமயத்திற்கு எதிரான கூட்டங்களோ நிகழும்போது, அங்கே நிறைய ஐரோப்பிய மக்களை நாம் காண முடியும். பல விவாதக் குழுக்கள், ஆர்வலர் குழுக்கள் விவாதங்களை மேல் எடுப்பினும், அவை ஒரு பரந்துபட்ட சமுதாயத்தை எட்டுவதில்லை. ஆனால் இது ஏதோ புதிதான ஒன்றல்ல. எங்கும் காணக்கூடிய நிலைமைதான்.

எங்கள் நிலத்தில் கொள்ளையடிக்கப்படும் இயற்கை வளங்களும், கொல்லப்படும் நதிகளும் நாளுக்கு நாள் அதிகமாகிக் கொண்டே போகிறது. வெள்ளையின மக்களின் ஆடம்பர நுகர்வுக் கலாச்சாரத்தை குறைத்துக் கொள்ள என்ன மாதிரியான நடவடிக்கை அரசியல் ரீதியாகவும் சட்ட பூர்வமாகவும் தேவைப்படுகிறது? இதில் உங்கள் பங்களிப்பு எந்த வகையில் உள்ளது?

மரியா: எந்த ஒரு கேள்விமுறையும் இல்லாமல், இன்று இந்தியாவில் நுகர்வுக் கலாச்சாரம் தழுவப்பட்டு வருகிறது. நுகர்வியக் கோட்பாடானது முதலாளித்துவத்தோடு தொடர்புடைய ஒன்று. இதற்கான மாற்றை மக்கள்தான் உருவாக்க வேண்டும். மக்கள்தான் பன்னாட்டு முதலாளிகளைத் தடுத்து நிறுத்த வேண்டும். ஐரோப்பாவில் முக்கியமான மக்கள் குழுக்கள் உள்ளன. மனிதர்களைச் சுரண்டும் நிறுவனங்களின் பொருட்களைப் பொதுமக்கள் வாங்குவதை தடுப்பர். ஆனால் இதுபோல ஒரு காட்சியை நான் இந்தியாவில் கண்டதேயில்லை. ஓர் உதாரணத்திற்காகக்கூட, குழந்தைத் தொழிலாளர்கள் வேலை செய்யும் ஓட்டல்களில் உணவு அருந்தும் வழக்கத்தைத் தவிர்க்கும் மக்களை நான் பார்த்ததில்லை.

இத்தகைய ஒரு பழக்கத்தைத் தவிர்க்கும் போக்கை இங்கு உண்டாக்கி வலிமைப்படுத்த வேண்டும். இது போன்ற தலைப்புகளையே நான் எனது கவிதைகளில் கையாண்டு இது தொடர்பான ஓர்மையை வளர்த்தெடுக்க நான் முயன்று

வருகிறேன். எனது 'மோதா கலேதா' கவிதைத் தொகுப்பில் நுகர்வுக் கலாச்சாரத்தை, பெண்களின் உடல்கள் அதற்குப் பயன்படுத்தப்படுவதை, சுற்றுச்சூழலியத்தை மையக் கருத்தாகக் கொண்டே எழுதப்பட்டுள்ளன. மக்கள் முதலில் சிந்திக்க வேண்டும், பிறகு செயல்படவேண்டும். மேலும் நம்மைப் போன்ற பொதுவாழ்வுக் களத்தில் உள்ளவர்கள் தங்களின் செல்வாக்கை பயன்படுத்தி பிறர்க்கும் அத்தகைய எண்ணவோட்டங்கள் உருவாவதற்கு தூண்டுதலாக இருக்க வேண்டும். அதைத்தான் நான் என்னால் முடிந்தவரை முயன்று செய்து வருகிறேன்.

அணங்கு
உதவி: *மணிமேகலை*
தமிழில்: *ஜெ.குப்புசாமி*